ಛಂದ ಪುಸ್ತಕ

ಓದಿ ಓದಿ ಮರುಳಾಗಿ!

ಮನೀಷೆ

ಕತೆಗಳು

ವಸುಧೇಂದ್ರ

MANEESHE
-collection of short stories in Kannada
by Vasudhendra, Published by
Chanda Pustaka,
I-004, Mantri Paradise,
Bannerughatta Road, Bangalore-560 076
ISBN: 978-81-957904-7-0

ಮೊದಲ ಮುದ್ರಣ: 1998
ಏಳನೆಯ ಮುದ್ರಣ: 2020
ಎಂಟನೆಯ ಮುದ್ರಣ: 2023

ಒಳಪುಟ ಚಿತ್ರಗಳು: ಪ ಸ ಕುಮಾರ್
ಮುಖಪುಟ ಕಲಾಕೃತಿ: ಸಮೀರ್ ರಾಯಚೂರ್
ಮುಖಪುಟ ವಿನ್ಯಾಸ: ಅಪಾರ
ಕರಡು ತಿದ್ದುವಿಕೆ: ಶ್ಯಾಮ ಭಟ್
ಪುಟಗಳು: 92 ಬೆಲೆ: 120 ರೂ.
ಕಾಗದ: ಎನ್‌ಎಸ್ ಮ್ಯಾಪ್ಲಿತೊ 70 ಜಿಎಸ್‌ಎಂ, 1/8 ಡೆಮಿ

ಪ್ರತಿಗಳಿಗಾಗಿ ಸಂಪರ್ಕಿಸಿ:
ಛಂದ ಪುಸ್ತಕ
ಐ-004, ಮಂತ್ರಿ ಪ್ಯಾರಡೈಸ್
ಬನ್ನೇರುಘಟ್ಟ ರಸ್ತೆ
ಬೆಂಗಳೂರು-560 076
ಸೆಲ್: 98444 22782
me@vasudhendra.com

ಮುದ್ರಣ:

ಟ್ರಿನಿಟಿ ಅಕಾಡೆಮಿ, ಕುಡ್ಲು ಗೇಟ್, ಹೊಸೂರು ರಸ್ತೆ, ಬೆಂಗಳೂರು

ವಸುಧೇಂದ್ರ

1996ರಿಂದ ಕನ್ನಡದಲ್ಲಿ ಸಾಹಿತ್ಯ ರಚಿಸುತ್ತಿರುವ ಇವರು, ಮೂಲತಃ ಬಳ್ಳಾರಿ ಜಿಲ್ಲೆಯ ಸಂಡೂರಿನವರು. NITK ಸೂರತ್ಕಲ್‌ನಿಂದ BE ಮತ್ತು IISc ಬೆಂಗಳೂರಿನಿಂದ ME ಪದವಿಯನ್ನು ಪಡೆದಿದ್ದಾರೆ. 20 ವರ್ಷಗಳ ಕಾಲ ಸಾಫ್ಟ್‌ವೇರ್ ಪ್ರಪಂಚದಲ್ಲಿ ಕೆಲಸ ಮಾಡಿ, ಈಗ ತಮ್ಮ ಸಮಯವನ್ನು ಪ್ರವಾಸ, ಓದು ಮತ್ತು ಬರೆಹಗಳಲ್ಲಿ ವಿನಿಯೋಗಿಸುತ್ತಾರೆ. ತಾವು "ಗೇ" ಎಂದು ಹೆಮ್ಮೆಯಿಂದ ಹೇಳಿಕೊಂಡ ಕನ್ನಡದ ಮೊಟ್ಟ ಮೊದಲ ಸಾಹಿತಿ ಇವರಾಗಿದ್ದಾರೆ.

ಕತೆ ಮತ್ತು ಪ್ರಬಂಧ ಕ್ಷೇತ್ರದಲ್ಲಿ ಪುಸ್ತಕಗಳನ್ನು ರಚಿಸಿರುವ ಇವರ ಪುಸ್ತಕಗಳು ಹಲವಾರು ಮರು ಮುದ್ರಣಗಳನ್ನು ಕಂಡಿವೆ. 'ನಮ್ಮಮ್ಮ ಅಂದ್ರೆ ನಂಗಿಷ್ಟ' ಎನ್ನುವ ಈ ಕೃತಿಯು 20 ಕ್ಕೂ ಹೆಚ್ಚು ಮುದ್ರಣಗಳನ್ನು ಕಂಡಿದೆ. 'ಮೋಹನಸ್ವಾಮಿ' ಎಂಬ ಕಥಾಸಂಕಲನ 'ಗೇ' ಜೀವನದ ನೋವು ನಲಿವನ್ನು ಚಿತ್ರಿಸುವದರಿಂದ, ಸಾಕಷ್ಟು ಚರ್ಚೆಗೆ ಒಳಗಾಗಿದೆ. ಈ ಕೃತಿಯು ಇಂಗ್ಲಿಷ್, ಸ್ಪಾನಿಷ್, ಮಲಯಾಳಂ, ತೆಲುಗು, ಮರಾಠಿ, ಹಿಂದಿ ಮತ್ತು ತಮಿಳು ಭಾಷೆಯಲ್ಲಿ ಪ್ರಕಟವಾಗಿದೆ. ಇವರ ಕಾದಂಬರಿ 'ತೇಜೋ ತುಂಗಭದ್ರಾ' ವಿಜಯನಗರ ಸಾಮ್ರಾಜ್ಯದ ಇತಿಹಾಸದ ಅಧ್ಯಯನದಿಂದ ರಚನೆಗೊಂಡಿದ್ದು, ಸಾಕಷ್ಟು ಚರ್ಚೆ ಮತ್ತು ಮೆಚ್ಚುಗೆಯನ್ನು ಗಳಿಸಿದೆ.

ಕರ್ನಾಟಕ ಸಾಹಿತ್ಯ ಅಕಾಡೆಮಿಯ "ಸಾಹಿತ್ಯಶ್ರೀ" ಪ್ರಶಸ್ತಿಯೂ ಸೇರಿದಂತೆ ಹಲವಾರು ಪ್ರಶಸ್ತಿಗಳು ಮತ್ತು ಬಹುಮಾನಗಳು ಅವರ ಪುಸ್ತಕಗಳಿಗೆ ದಕ್ಕಿವೆ. 'ಛಂದ ಪುಸ್ತಕ' ಎಂಬ ಪ್ರಕಾಶನ ಸಂಸ್ಥೆಯನ್ನು ಪ್ರಾರಂಭಿಸಿ, ಅದರ ಮೂಲಕ ನಾಡಿನ ಹಲವಾರು ಹೊಸ ಕನ್ನಡ ಬರಹಗಾರರ ಪುಸ್ತಕಗಳನ್ನು ಪ್ರಕಟಿಸಿದ್ದಾರೆ. ಆ ಪುಸ್ತಕಗಳ ಜೊತೆಗೆ, ತಮ್ಮ ಪುಸ್ತಕಗಳ ಮುದ್ರಣ ಮತ್ತು ಮಾರಾಟವನ್ನು ಸ್ವತಃ ನೋಡಿಕೊಳ್ಳುತ್ತಾರೆ.

ಚಾರಣದಲ್ಲಿ ಆಸಕ್ತಿಯಿರುವ ಇವರು ತಾಂಜಾನಿಯಾ ದೇಶದಲ್ಲಿರುವ ಕಿಲಿಮಂಜಾರೋ ಪರ್ವತವನ್ನೂ ಮತ್ತು ಹಿಮಾಲಯದ ಹಲವು ಪರ್ವತಗಳನ್ನೂ ಹತ್ತಿದ್ದಾರೆ. ಕೈಲಾಶ–ಮಾನಸಸರೋವರದ ಚಾರಣವನ್ನೂ ಮಾಡಿದ್ದಾರೆ. ಅಂತಾರಾಷ್ಟ್ರೀಯ ಸಿನಿಮಾ, ಮಹಾಭಾರತದ ಓದು, ಶಾಸ್ತ್ರೀಯ ಸಂಗೀತವನ್ನು ಕೇಳುವುದು ಅವರ ಇತರ ಹವ್ಯಾಸಗಳಾಗಿವೆ.

me@vasudhendra.com | 98444 22782

ಸಮಾಜದ ಮೌಢ್ಯಕ್ಕೆ
ಬದುಕನ್ನು ಬಲಿಕೊಟ್ಟ
ಎಲ್ಲಾ ಮಡಿಹೆಂಗಸರಿಗೆ

ಕ ತೆ ಗ ಳು

ನಮ್ಮ ವಾಜೀನ್ನೂ ಆಟಕ್ಕೆ ಸೇರಿಸ್ಕೊಳ್ರೋ

ಬಳ್ಳಾರಿಯಿಂದ ಸಂಡೂರಿಗೆ ಹೋಗುವ ಬಸ್ಸಿನಲ್ಲಿ ಸೀಟ್ ಹಿಡಿಯುವುದೆಂದರೆ, ಅದೂ ಬಸ್ಸಿನ ಮೇಲಲ್ಲ – ಒಳಗೆ, ಕಡಿಮೆ ಸಾಹಸದ್ದಲ್ಲ. ಕೇವಲ ಅರವತ್ತು ಸೀಟುಳ್ಳ ಬಡಪಾಯಿ ಬಸ್ಸಿಗೆ ಒಂದಿನ್ನೂರು ಜನ ದಾಳಿ ನಡೆಸಿದಾಗ, ಅವರ ಮಧ್ಯೆ ವೀರಾವೇಶದಿಂದ ಹೋರಾಡಿ ಕಿಟಕಿಯಲ್ಲಿ ತೂರಿ ಸೀಟಿನ ಮೇಲೆ ಟವಲ್ ಅಥವಾ ಕೈ ಚೀಲ ಅಥವಾ ಚಪ್ಪಲಿ ಅಥವಾ ಕೈಯಲ್ಲಿನ ಕೂಸನ್ನು ಹಾಕುವುದೆಂದರೆ ಸಾಮಾನ್ಯರಿಂದ ಸಾಧ್ಯವಾಗುವ ಕಾರ್ಯವಲ್ಲ. ಆದ್ದರಿಂದಲೆ ಕಮಲಕ್ಕಗೆ ತನ್ನ ಮಗ ವಾಜಿ ಸೀಟ್ ಹಿಡಿದಾಗ 'ಮಗ ಕೈಗೆ ಬಂದ' ಅಂತ ಅನ್ನಿಸಿ ಹೃದಯ ತುಂಬಿ ಬಂತು. ಕಾಯಿಪಲ್ಯ ತುಂಬಿಸಿದ ಗೋಣೀಚೀಲವನ್ನು ತನ್ನ ತಲೆಯಮೇಲಿಟ್ಟುಕೊಂಡ ವಾಜಿ, ಥೇಟ್ ಕೂಲಿಯವರಂತೆ ಸರಸರನೆ ಬಸ್ಸಿನ ಮೇಲಕ್ಕೆ ಹತ್ತಿ ಚೀಲವನ್ನಿಟ್ಟು ಬಂದ. ಹಿಂದಕ್ಕೆ ಎಷ್ಟೋ ಸಲ ಕಮಲಕ್ಕ ಕೂಲಿಯವರಿಗೆ ಇದೇ ಕೆಲಸಕ್ಕಾಗಿ ನಾಲ್ಕೈದು ರೂಪಾಯಿ ಕೊಟ್ಟಿದ್ದಾಳೆ.

ಕಿಟಕಿಯ ಬಳಿ ಕುಳಿತ ಕಮಲಕ್ಕ, ಶ್ಯಾವಿಗೆ ಸಜ್ಜಿಗೆಯ ಗಂಟನ್ನು ತೊಡೆಯ ಮೇಲಿಟ್ಟುಕೊಂಡಳು. ಮಲ್ಲಿಗೆಯ ಮೊಗ್ಗಿನ ಗಂಟನ್ನು ವಾಜಿ ಸಾಮಾನುಗಳನ್ನಿಡುವ ಹಲಗೆಯ ಮೇಲಿಟ್ಟ. ಶ್ಯಾವಿಗೆ ಸಜ್ಜಿಗೆಯನ್ನು ಹೂವಿನ ಪಕ್ಕ ಇಡುವಂತಿಲ್ಲ. ಅದು ಸೂಕ್ಷ್ಮವಾದ ಪದಾರ್ಥ. ಮಲ್ಲಿಗೆಯ ವಾಸನೆ ಒಡಿಯಿತೆಂದರೆ, ಜಪ್ಪಯ್ಯ ಎಂದರೂ ಶ್ಯಾವಿಗೆ ಮಾಡಲಾಗುವುದಿಲ್ಲ. ಎಳೆ ಹರಿದು ಹರಿದು ಹೋಗುತ್ತದೆ.

ವಾರದ ಹಿಂದೆ ಗೋಪಣ್ಣ ಧೋತ್ರ, ಶ್ಯಾಟಿ ಖರೀದಿಸಲು ಬಂದಾಗ 'ಕಮ್ಲಿ, ಊರಿಗೆ ಬರ್ತಾ ಎರಡು ಸೇರು ಶ್ಯಾವಿಗೆ ಸಜ್ಜಿಗೆ, ಎರಡು ಸೇರು ಹೂವು, ಕಾಯಿಪಲ್ಯ ತೊಗೊಂಡು ಬಾ. ಸೌತೆಕಾಯಿ ಮರೀಬೇಡ' ಅಂತ ಹೇಳಿದ್ದ. ಗೋಪಣ್ಣ ಅದನ್ನು ಹೇಳುವುದೂ ಬೇಕಿರಲಿಲ್ಲ. ಪ್ರತೀ ವರ್ಷವೂ ರಾಯರ ಆರಾಧನೆಗೆ ತಪ್ಪದೇ ಅಣ್ಣನ ಮನೆಗೆ ಕಮಲಕ್ಕ ಹೋಗಿದ್ದಾಳೆ. ಹೋಗುವಾಗ ಶ್ಯಾವಿಗೆ ಸಜ್ಜಿಗೆ, ಹೂವು ಹಾಗೂ ಕಾಯಿಪಲ್ಯ ತಪ್ಪದೇ ಒಯ್ದಿದ್ದಾಳೆ.

ರಥಬೀದಿಯ ಗಲ್ಲಿಯಲ್ಲಿರುವ ಕಾಸಿಂಸಾಬರ ಮನೆಗೆ ಹೋಗಿ ಎರಡು ಸೇರು ಶ್ಯಾವಿಗೆ ಸಜ್ಜಿಗೆಯನ್ನು ನಿನ್ನೆಯೇ ಕೊಂಡಿದ್ದಳು. ಹೋದ ವರ್ಷ ಹದಿನೈದು ರೂಪಾಯಿಗೆ ಸೇರಿನಂತೆ ಕೊಟ್ಟಿದ್ದ ಸಾಬಿ, ಈ ಸಲ ಇಪ್ಪತ್ತು ರೂಪಾಯಿ ತೆಗೆದುಕೊಂಡ. 'ಏನ್ ಮಾಡಾದು ಕಮಲಕ್ಕ, ಗೋಧಿ ಬೆಲೆ ಜಾಸ್ತಿ ಆಗ್ಯದೆ. ಬೇರೆಯವರಿಗೆ ಇಪ್ಪತ್ತೆರಡು ರೂಪಾಯಿಗೆ ಸೇರಿನಂತೆ ಮಾರ್ತೀನಿ. ಆದ್ರೆ ನೀವು ದೇವರ ಕಾರ್ಯಕ್ಕೆ ತೊಗಳ್ತೀರಂತ ಗೊತ್ತು. ಅದಕ್ಕೆ ಎರಡು ರೂಪಾಯಿ ಕಮ್ಮಿ ಮಾಡೀನಿ' ಅಂತ ಪಕ್ಕಾ ವ್ಯವಹಾರದ ಮಾತನಾಡಿದ್ದ. ಕಮಲಕ್ಕ 'ಭಾರೀ ದುಬಾರಿಯಾಯ್ತು' ಅಂತ ಎರಡೆರಡು ಸಲ ಅಂದಳಾದರೂ, ಎರಡು ಸೇರು ಸಜ್ಜಿಗೆ ಖರೀದಿಸಿದ್ದಳು. ಮತ್ತೇನು ತಾನೆ ಮಾಡಲು ಸಾಧ್ಯ? ಇಡೀ ಬಳ್ಳಾರಿ ಜಿಲ್ಲೆಗೆ ಒಳ್ಳೆಯ ಶ್ಯಾವಿಗೆ ಸಜ್ಜಿಗೆ ಸಿಗುವುದು ಕಾಸಿಂಸಾಬರ ಬಳಿ ಮಾತ್ರ.

ನಂತರ ಹೂವಿನ ಬಜಾರಕ್ಕೆ ಹೋಗಿ, ನರಸಕ್ಕನ ಬಳಿ ಸ್ವಲ್ಪ ಕಷ್ಟ-ಸುಖ ಮಾತಾಡಿಕೊಂಡು, ಎರಡು ಸೇರು ಮೊಗ್ಗನ್ನು ಖರೀದಿಸಿದ್ದಳು. 'ಘಂ' ಎನ್ನುವ ಹಡಗಲಿಯ ಸಣ್ಣಮೊಗ್ಗು! ಹೂವು ಬಾಡದಿರಲು ವದ್ದಿ ಮಾಡಿದ ಸಣ್ಣಂಗೋಸ್ತ್ರದಲ್ಲಿ ಗಂಟು ಕಟ್ಟಿ ತಂದಿದ್ದಳು. ಬಳ್ಳಾರಿ ಬಿಸಿಲಿಗೆ ಆ ಸಣ್ಣಂಗೊಸ್ತ್ರವು ಅರ್ಧ ಗಂಟೆಗೊಮ್ಮೆ ಒಣಗಿಹೋಗುತ್ತಿತ್ತು. ಆಗೊಮ್ಮೆ ಈಗೊಮ್ಮೆ ಅದಕ್ಕೆ ನೀರು ಸಿಂಪಡಿಸುತ್ತಿದ್ದಳು.

ಇರುವೆಯೂ ನುಸುಳದಂತೆ ಬಸ್ಸು ತುಂಬಿ ಹೋಗಿತ್ತು. ಯಾವುದೋ ಸಣ್ಣ ಮಗುವೊಂದು 'ಯವ್ವಾ, ಉಚ್ಚೆ ಬಂದೈತಬೇ...' ಎಂದು ಅಳುತ್ತಿತ್ತು. ಆದರೆ ಆ ಗಲಾಟೆಯಲ್ಲಿ ಮಗುವನ್ನು ಹೊರಗೆ ಕರೆದುಕೊಂಡು ಹೋಗಿ ಮತ್ತೆ ಒಳ ನುಗ್ಗುವುದೆಂದರೆ ಅಸಾಧ್ಯವಾದದ್ದು. 'ಗದ್ದಲದಾಗೆ ಎಲ್ಲಂತ ಕರ್ಕೊಂಡ್ಹೋಗ್ಲೋ ಶಿವನ. ಸುಮ್ಕೆ ಕುಕ್ಕರಬಡಿ. ಸಂಡೂರಿಗೋದ್ಮೇಲೆ ಏಟು ಬೇಕೋ ಆಟು ಉಚ್ಚೆ ಹೊಯ್ವಂತಿ' ಅಂತ ಅವರಮ್ಮ ಗದರಿಸಿದಳು. ಬಿಸಿಲಿನ ಧಗೆಗೆ ಒಳಗೆ ಕುಳಿತವರೆಲ್ಲಾ ಬೆಂದು ಹೋಗಿದ್ದರು. ಕೈಯಲ್ಲಿದ್ದ ದಿನ ಪತ್ರಿಕೆಯಿಂದಲೋ, ಸೀರೆ ಸೆರಗಿನಿಂದಲೋ, ಧೋತ್ರದ ತುದಿಯಿಂದಲೋ ಗಾಳಿ ಬೀಸಿಕೊಳ್ಳುತ್ತ 'ಉಸ್' ಎಂದು ನಿಟ್ಟುಸಿರು ಬಿಡುತ್ತಿದ್ದರು. ಯಾರೋ ಮುದುಕರು ಅಸಹನೆಯಿಂದ 'ಎಲ್ಲಿ ಸುಡುಗಾಡಿಗೆ ಹೋಗ್ಯಾನಪ್ಪಾ ಡ್ರೈವರು' ಅಂತ ಕೂಗಿದರು. 'ಕಾಫಿ ಕುಡೀಲಿಕ್ಕೆ ಹೋಟ್ಲಿಗೆ ಹೋಗ್ಯಾನಪ್ಪಾ. ಒಂದು ರವಷ್ಟು ತಡ್ಕಾ. ಇನ್ಹತ್ತು ಮಿನಿಟಿನಾಗೆ ಬರ್ತಾನೆ' ಮತ್ಯಾವುದೋ ಮೂಲೆಯಲ್ಲಿದ್ದ ವ್ಯಕ್ತಿ ಉತ್ತರಿಸಿದ. 'ಕಾಫಿ ಲೋಟದಾಗೆ ಕುಡೀಲಿಕ್ಹತ್ತಾನ, ಇಲ್ಲಾ ಕೊಡದಾಗ ಕುಡೀಲಿಕ್ಹತ್ತಾನ? ಅರ್ಧ ಗಂಟೆ ಆಯ್ತು, ಸುದ್ದಿಲ್ಲ' ಅಂತ ಮುದುಕರು ಮತ್ತೆ ಗೊಣಗಿದರು.

ಕಮಲಕ್ಕಗೆ ಈ ಬಾಹ್ಯದ ಗಲಾಟೆಗಳ ಕಡೆಗೆ ಗಮನವಿರಲಿಲ್ಲ. ಮನಸ್ಸಿನಲ್ಲಿ ಮತ್ತೆ ಮತ್ತೆ 'ನಾನು ಹರಪನಹಳ್ಳಿ ಹೆಣ್ಣು, ಯಾರಿಗೂ ಜಗ್ಗಂಗಿಲ್ಲ. ಈ ಸಲ ವಾಜಿ ಕೈಲಿ ಮಡಿ ಅಡಿಗಿ ಮಾಡೇ

ಮಾಡಿಸ್ತೀನಿ. ಅಲಂಕಾರದ ಬ್ರಾಹ್ಮಣರಿಗೂ ಬಡಸ್ಲಿ' ಅಂತ ನಿರ್ಧಾರ ಮಾಡಿಕೊಳ್ಳುತ್ತಿದ್ದಳು. ಹೀಗೆ ನಿರ್ಧಾರ ಮಾಡಿಕೊಂಡ ಸ್ವಲ್ಪ ಹೊತ್ತು ಮನಸ್ಸಿಗೆ ನೆಮ್ಮದಿಯೆನಿಸುತ್ತದೆ. ಆದರೆ ಕೆಲವೇ ನಿಮಿಷಗಳಲ್ಲಿ ಮತ್ಯಾರದೋ ಮುಖ ಜ್ಞಾಪಕಕ್ಕೆ ಬಂದು, ಅವರು ಕಮಲಕ್ಕನ ಜೊತೆ ಜಗಳಕ್ಕೆ ನಿಂತು 'ತೊನ್ನು ಮೈಯ ಹುಡುಗನ ಕೈಲಿ ಮಡಿ ಅಡಿಗಿ ಹೆಂಗವ್ವಾ ಮಾಡಿಸ್ತಿ? ಧರ್ಮ ಕರ್ಮ ನಡೀಬೇಕೋ ಬ್ಯಾಡ್ವೋ ಊರಾಗೆ' ಅಂತ ಗದರಿಸಿದಂತಾಗಿ, ಸ್ವಲ್ಪ ಹೊತ್ತಿನ ಕೆಳಗೆ ಮೂಡಿದ್ದ ನೆಮ್ಮದಿ ಬುಡ ಸಮೇತ ಕುಸಿದು ಬೀಳುತ್ತದೆ. ಹೀಗೆ ಜಗಳಕ್ಕೆ ನಿಂತ ವ್ಯಕ್ತಿ ಯಾರಾದರೂ ಆಗಿರಬಹುದು. ಮೂಲೆಮನಿ ವೆಂಕಣ್ಣ, ಪುರೋಹಿತರಾದ ಕೃಷ್ಣಾಚಾರ್ ಅಥವಾ ಗುಡೇಕೋಟಿ ಗೋವಿಂದಾಚಾರ್. ಒಮ್ಮೊಮ್ಮೆ ಗೋಪಣ್ಣನ ಹೆಂಡತಿ ರಾಧಕ್ಕನೇ ಆ ಪಾತ್ರ ವಹಿಸಬಹುದು. ಕಮಲಕ್ಕ ಕಿಟಕಿಯಿಂದ ಕತ್ತನ್ನು ಹೊರಳಿಸಿ ವಾಜಿಯ ಕಡೆ ನೋಡಿದಳು. ಬಲಗೆನ್ನೆಯ ಮೇಲೆ, ಕಿವಿಗೆ ಹತ್ತಿರ ಎರಡು ಬಿಳಿಯ ಮಚ್ಚೆಗಳು ಶೂಲದಂತೆ ಅವಳ ಹೃದಯವನ್ನು ಇರಿಯುವಂತಾಯ್ತು. ಒಂದು ನಿಂಬೆ ಹಣ್ಣಿನ ಗಾತ್ರದ್ದು, ಮತ್ತೊಂದು ಹುಣಸೇ ಬೀಜದ ಗಾತ್ರದ್ದು.

ಈ ಸಮಸ್ಯೆ ಪ್ರಾರಂಭವಾಗಿದ್ದು ಕೇವಲ ಎರಡು ವರ್ಷಗಳ ಹಿಂದೆ, ಪುರಂದರ ದಾಸರ ಪುಣ್ಯತಿಥಿಯಂದು. ನಾಲ್ಕು ತಿಂಗಳ ಹಿಂದಷ್ಟೇ ಕಮಲಕ್ಕ ವಾಜಿಯ ಮುಂಜಿ ಮಾಡಿದ್ದಳು. ವಾಜಿ ಮೂರು ಹೊತ್ತೂ ತಪ್ಪದೆ ಸಂಧ್ಯಾವಂದನೆ ಮಾಡುವಂತೆ ನೋಡಿಕೊಳ್ಳುತ್ತಿದ್ದಳು. ದಾಸರ ಪುಣ್ಯತಿಥಿಯ ಕಾರಣ ಕಮಲಕ್ಕ ಸಂಡೂರಿಗೆ ಬಂದಿದ್ದಳು. ಬೆಳಿಗ್ಗೆ ಸ್ನಾನ ಮಾಡಿದ ನಂತರ ವಾಜಿ ಯಥಾಪ್ರಕಾರ ಸಂಧ್ಯಾವಂದನೆಗೆ ಕುಳಿತಿದ್ದ. ಅಲ್ಲೇ ಹತ್ತಿರದಲ್ಲಿ ರಾಧಕ್ಕ ಕಾಯಿಪಲ್ಯ ಹೆಚ್ಚುತ್ತಿದ್ದಳು. ಕಮಲಕ್ಕ ರಾತ್ರಿ ಭಜನೆಗೆಂದು ಭೀಮಕ್ಕವ್ವನ ಹಾಡಿನ ಪುಸ್ತಕ ಹುಡುಕುತ್ತಿದ್ದಳು. ಇದ್ದಕ್ಕಿದ್ದಂತೆಯೇ ಮಾಡುತ್ತಿದ್ದ ಕೆಲಸವನ್ನು ಬಿಟ್ಟು, ಈಳಿಗೆಯನ್ನು ಮಡಿಸಲೂ ಮರೆತು, ರಾಧಕ್ಕ ವಾಜಿಯ ಬಳಿ ಹೋಗಿ ಅವನ ಬಲಗೆನ್ನೆಯನ್ನು ಪರೀಕ್ಷಿಸಲಾರಂಭಿಸಿದಳು.

"ಕಮಲಕ್ಕ, ಸ್ವಲ್ಪ ಇಲ್ಲಿ ಬಾ" ಎಂದಾಗ ಕಮಲಕ್ಕ ಎದ್ದು ವಾಜಿಯ ಬಳಿ ಹೋಗಿದ್ದಳು. "ಕಿವಿ ಹತ್ತಿರ ಏನೋ ಬೆಳ್ಳಗೆ ಕಾಣ್ತದ್ನೋಡು. ಚಿಕ್ಕ ಬೊಕ್ಕೆ". ಕಮಲಕ್ಕಗೂ ರಾಧಕ್ಕನ ಮಾತು ಸರಿಯೆನ್ನಿಸಿತು. ಹೌದೋ ಅಲ್ಲವೋ ಎನ್ನುವಂತೆ ಇತ್ತೀಚಿನ ಥಳಕು ಬಳಕು ಹುಡುಗಿಯರು ಹಣೆಯ ಮೇಲಿಡುವ ತಿಲಕದ ಗಾತ್ರದಷ್ಟು ಬಿಳಿಯ ಕಲೆ! ಆದರೆ ಮನಸ್ಸು ಅದನ್ನು ತೊನ್ನೆಂದು ಒಪ್ಪಲು ಸಿದ್ಧವಿರಲಿಲ್ಲ. "ಗೋಪೀಚಂದನದ ಕಲೆ ಇರ್ಬೇಕು" ಎಂದ ಕಮಲಕ್ಕ ಉಗುರಿನಿಂದ ಆ ಕಲೆಯನ್ನು ಕೆರೆಯ ತೊಡಗಿದಳು. "ಮಡೀಲಿದ್ದೀನಿ, ಮುಟ್ಟಿಬಿಟ್ಟಿಯಲ್ಲೇ..." ಅಂತ ವಾಜಿ ಕೂಗಿದ್ದ. ಕಮಲಕ್ಕ ಎಷ್ಟೇ ಕೆರೆದರೂ ಆ ಕಲೆ ಹೋಗಲಿಲ್ಲ. ಅಷ್ಟಕ್ಕೇ ಸಮಾಧಾನವಾಗದೆ ವಾಜಿಯನ್ನು ಬೆಳಕಿದ್ದ ಕಡೆಗೆ ಕರೆದುಕೊಂಡು ಹೋಗಿ, ಕೊಂಚ ನೀರನ್ನು ಹಾಕಿ, ಉಗುರಿನಿಂದ ಕೆರೆದು ಪರೀಕ್ಷಿಸಿದಳು. ಆ ಬಿಳಿಯ ಕಲೆಯ ಮೇಲೆ ಕೆರೆದದ್ದರಿಂದ, ಆ ಭಾಗ ಕೆಂಪಾಗಿ ಹೋಗಿ ಉರಿಯಲಾರಂಭಿಸಿತ್ತು.

ಆ ದಿನದಿಂದ ಕಮಲಕ್ಕ ವಾಜಿಯ ಮುಖವನ್ನು ಯಾವಾಗ ನೋಡಿದರೂ ಕಣ್ಣು ತಾನೇ ತಾನಾಗಿಯೇ ಬಲಗೆನ್ನೆಯ ಕಿವಿಯ ಬಳಿ ನಿಲ್ಲುತ್ತಿತ್ತು. ಯಾವುದೋ ಒಂದು ಶುಭದಿನ ಅದು ತಾನೇತಾನಾಗಿ ಮಾಯವಾಗುತ್ತದೆಂದು ದೃಢವಾಗಿ ನಂಬಿದ್ದಳು. ಆದರೆ ಕಮಲಕ್ಕನ ಅದೃಷ್ಟ

ತುಂಬಾ ಕೆಟ್ಟದ್ದು! ಆ ಬಿಳಿಯ ಬೊಕ್ಕೆ ಮಾಯವಾಗುವುದಿರಲಿ, ದಿನದಿನಕ್ಕೆ ವಾಮನನಂತೆ ಬೆಳೆಯಲಾರಂಭಿಸಿತು. ಅಷ್ಟೇ ಸಾಲದೆಂಬಂತೆ, ಮತ್ತೊಂದು ಮರಿಯನ್ನೂ ಹಾಕಿ ಕಮಲಕ್ಕಗೆ ದಿಕ್ಕು ತೋಚದಂತೆ ಮಾಡಿತ್ತು. ಬರೀ ಚಿಕ್ಕ ಬೊಕ್ಕೆಯಾಗಿದ್ದರೆ, ಗೋಪೀಚಂದನದ ಮುದ್ರೆಯನ್ನು ಆ ಭಾಗಕ್ಕೆ ಒತ್ತಿ ಮಾಯ ಮಾಡಬಹುದು. ಹೇಗೂ ವಾಜಿ ದಿನಕ್ಕೆ ಮೂರು ಹೊತ್ತು ಶ್ರದ್ಧೆಯಿಂದ ಸಂಧ್ಯಾವಂದನೆ ಮಾಡುತ್ತಾನೆ. ಆದರೆ ತ್ರಿವಿಕ್ರಮನಂತೆ ಬೆಳೆದು, ರಕ್ತ ಬೀಜಾಸುರನಂತೆ ಮರಿ ಹಾಕುವ ತೊನ್ನನ್ನು ಬಚ್ಚಿಡುವುದಾದರೂ ಹೇಗೆ?

ಕಮಲಕ್ಕ ಧೃತಿಗೆಟ್ಟಿದ್ದಳು. 'ಇದ್ದೊಂದು ಅಗಳು ಗಂಜಿಯಾಯ್ತಲ್ಲ ದೇವರೆ' ಅಂತ ದಿನ ನಿತ್ಯ ಕೊರಗಲಾರಂಭಿಸಿದಳು. ರಾಯರ ಗುಡಿಯಲ್ಲಿ ಹೆಜ್ಜೆ ನಮಸ್ಕಾರ ಹಾಕಿದರೂ ಯಾಕೋ ದೇವರು ಕಣ್ತೆರೆಯಲಿಲ್ಲ. ಆಯುರ್ವೇದಿಕ್, ಅಲೋಪತಿಕ್ ಹಾಗೂ ಹೋಮಿಯೋಪತಿ ವೈದ್ಯರನ್ನು ಕಂಡು ಬಂದರೂ ಬಿಳಿಯ ಕಲೆ ಕುಗ್ಗಲಿಲ್ಲ. ಅದರ ಬದಲು ಆರ್ಥಿಕ ಮುಗ್ಗಟ್ಟಿನಿಂದ ಕಮಲಕ್ಕ ಕುಗ್ಗಿದ್ದಳು!

'ಕಮಲಕ್ಕ, ಇದೆಲ್ಲಾ ಮನುಷ್ಯರ ಕೈಲೆ ಸರಿ ಮಾಡುವಂಥದ್ದಲ್ಲ. ಸ್ವಾದಿಗೆ ಹೋಗಿ ಭೂತರಾಯರ ಸೇವೆ ಮಾಡ್ಸು. ಎಲ್ಲಾ ಸರಿ ಹೋಗ್ತದೆ' ಅಂತ ಹಿತೈಷಿಗಳ್ಯಾರೋ ಹೇಳಿದ್ದರು. ಕಮಲಕ್ಕಗೂ ಅದು ಹೌದೆನ್ನಿಸಿತ್ತು. ಆದರೆ ಭೂತರಾಯರು ಕಮಲಕ್ಕಗೆ ಎಟಕುವಷ್ಟು ಹತ್ತಿರದಲ್ಲಿರಲಿಲ್ಲ, ದೂರದ ಸ್ವಾದಿಯಲ್ಲಿ! ಎಷ್ಟೇ ಕೈ ಬಿಗಿ ಹಿಡಿದರೂ, ನೂರಿನ್ನೂರು ರೂಪಾಯಿಯಾದರೂ ಬೇಕು. ಹಪ್ಪಳ ಮಾರಿ ಬದುಕು ಸಾಗಿಸುವ ಕಮಲಕ್ಕಗೆ ಅದು ದೊಡ್ಡ ಮೊತ್ತವೇ ಸರಿ. ಮತ್ತೆ ಮತ್ತೆ ಗೋಪಣ್ಣನನ್ನು ಕೇಳಲು ಮನಸ್ಸು ಒಪ್ಪಲಿಲ್ಲ. ಆದರೂ ಭೂತರಾಯರಿಗೆ ಸೇವೆ ಮಾಡಿದರೆ ಖಂಡಿತ ಬಿಳಿಯ ಕಲೆಗಳು ಮಾಯವಾಗುತ್ತದೆಂಬ ನಂಬಿಕೆ ಬಲವಾಗುತ್ತಾ ಹೋಯ್ತು. ಕೊನೆಗೆ ಮನೆಯಲ್ಲಿದ್ದ ಒಂದೇ ಒಂದು ಬಂಗಾರದ ವಸ್ತು, ಕಮಲಕ್ಕಗೆ ಮದುವೆಯಲ್ಲಿ ಗೋಪಣ್ಣ ಕೊಟ್ಟಿದ್ದು, ತುರುಬಿನ ಹೂವನ್ನು ಒತ್ತೆ ಇಟ್ಟಿದ್ದಳು. ಅದನ್ನು ವಾಜಿಯ ಹೆಂಡತಿಯಾಗುವವಳಿಗೆ ಅಂತ ಅಂದುಕೊಂಡಿದ್ದಳಾದ ಕಾರಣ, ಒತ್ತೆ ಇಟ್ಟು ಬಂದ ನಂತರ ಅತ್ತಿದ್ದಳು.

ಸ್ವಾದಿಯಲ್ಲಿ ವಾಜಿಯ ಸೊಂಟಕ್ಕೆ ತೆಂಗಿನಕಾಯಿಯನ್ನು ಕಟ್ಟಿ, ಪುಷ್ಕರಿಣಿಯಲ್ಲಿ ಪ್ರತೀ ಪ್ರದಕ್ಷಿಣೆಗೊಮ್ಮೆ ಮುಳುಗು ಹಾಕಿ, ಏಳು ದಿನ ತಪ್ಪದೆ ಸೇವೆ ಮಾಡಿಸಿದಳು. ಬೆಳಿಗ್ಗೆ ವಾಜಿ ಕಣ್ಣು ತೆರೆದ ತಕ್ಷಣ 'ಕನಸು ಗಿನಸು ಬಿತ್ತೇನೋ?' ಅಂತ ಆತುರದಿಂದ ಕೇಳುತ್ತಿದ್ದಳು. ಆದರೆ ವಾಜಿಗೆ ರಾತ್ರಿ ಉಂಡು ಮಲಗಿದ್ದೊಂದೇ ನೆನಪಿರುತ್ತಿತ್ತೇ ವಿನಹ ಮತ್ತೇನೂ ಜ್ಞಾಪಕಕ್ಕೆ ಬರುತ್ತಿರಲಿಲ್ಲ. ಅವನ ವಯಸ್ಸಾದರೂ ಎಷ್ಟು? ಕಮಲಕ್ಕಗೆ ಕಸಿವಿಸಿಯಾಗಲಾರಂಭಿಸಿತು. ಇಷ್ಟು ಸೇವೆ ಮಾಡಿದ್ರೂ ಭೂತರಾಯರಿಗೆ ಪ್ರೀತಿ ಆಗ್ಲಿಲ್ವಲ್ಲಾ ಅಂತ ಯೋಚನೆಗಿಟ್ಟುಕೊಂಡಿತು. ಆದರೆ ಏಳನೆಯ ದಿನ ಬೆಳಿಗ್ಗೆ ಯಥಾ ಪ್ರಕಾರ ವಾಜಿ ಎದ್ದಾಗ, 'ಕನಸು ಬಿದ್ದಿತ್ತೇನೋ?' ಎಂದು ಕೇಳಿದ್ದಕ್ಕೆ ವಾಜಿ 'ಹೂಂ' ಎಂದಿದ್ದ. 'ಇಷ್ಟು ದಿನದ ಮೇಲೆ ಭೂತರಾಯ ಕಣ್ಣು ತೆರೆದನಲ್ಲ' ಅಂತ ಕಮಲಕ್ಕ ಕುಳಿತಲ್ಲಿಂದಲೇ ಕೈ ಮುಗಿದಿದ್ದಳು.

"ಏನಂತ ಕನಸು ಬಿತ್ತೋ?" ಅಂತ ಆತುರದಿಂದ ಕೇಳಿದ್ದಳು. ವಾಜಿ ತಬ್ಬಿಬ್ಬಾದ. ಆ ಕನಸು ಹೇಳ್ಬೇಕೋ ಹೇಳ್ಬಾರದೋ ಎಂದು ಅನುಮಾನಿಸಲಾರಂಭಿಸಿದ. "ವಾಜಿ ಏನಂತ ಕನಸು ಬಿತ್ತಪ್ಪಾ?

ಭೂತರಾಜರು ಬಂದಿದ್ರಾ ಇಲ್ಲಾ ವಾದಿರಾಜರು ಬಂದಿದ್ರಾ?" ಮತ್ತೊಮ್ಮೆ ಕಮಲಕ್ಕ ಬಲವಂತ ಮಾಡಿದ್ದಕ್ಕೆ ವಾಜಿ ಬಾಯಿ ತೆರೆದ. "ಅಂಥಾದ್ದೇನೂ ಇಲ್ಲಮ್ಮ. ಭಾರತ-ಪಾಕಿಸ್ತಾನದ ಜೋಡಿ ಕ್ರಿಕೆಟ್ ಆಟ ಆದಂಗಿತ್ತು. ಕಪಿಲ್‌ದೇವ್ ಸಿಕ್ಸರ್ ಬಾರಿಸಿದ್ದ" ಅಂದ. ಕಪಿಲ್‌ದೇವ್‌ನಂತೆ, ಅಷ್ಟೇ ಜೋರಾಗಿ, ಕಮಲಕ್ಕ ವಾಜಿಯ ಕೆನ್ನೆಗೆ ಬೀಸಿದ್ದಳು. "ಪುಣ್ಯ ಕ್ಷೇತ್ರಕ್ಕೆ ಬಂದಾಗಲೂ ಆ ಹಾಳು ಕ್ರಿಕೆಟ್ ಆಟದ ಬಗ್ಗೆ ಯೋಚ್ನೇ ಮಾಡ್ತೀಯಲ್ಲೋ..." ಎಂದು ಕೋಪದಿಂದ ಕಿರುಚಿದ್ದಳು. ವಾಜಿಯ ಕೆನ್ನೆಯ ಮೇಲೆ ಕಮಲಕ್ಕನ ಕೈ ಬೆರಳ ಗುರುತುಗಳು ಕೆಂಪಗೆ ಮೂಡಿದ್ದವು. ತಾನೇನೂ ತಪ್ಪು ಮಾಡದಿದ್ದರೂ ಅಮ್ಮ ಹೀಗೆ ಹೊಡೆದಿದ್ದಕ್ಕೆ ವಾಜಿಗೆ ಕೋಪ ಹಾಗೂ ಅಳು ಬಂದಿತ್ತು. "ಇವತ್ತು ನಾನು ಸೇವೆ ಮಾಡಂಗಿಲ್ಲ ಹೋಗು" ಅಂತ ಕೂಗಿ ಹೊರಗೆ ಹೋದ.

ಸ್ವಲ್ಪ ಸಮಯದ ನಂತರ ಕಮಲಕ್ಕಗೆ ಏನೋ ಹೊಳೆದಂತಾಯ್ತು. ಮೈಯಲ್ಲಿ ಭೂತ ಸಂಚಾರವಾದರೇನೇ ಸಿಕ್ಸರ್ ಬಾರಿಸಲಿಕ್ಕೆ ಸಾಧ್ಯ. ಅಂದರೆ ಭೂತರಾಯರು ಕಪಿಲ್‌ದೇವ್ ರೂಪದಲ್ಲಿ ಬಂದಿದ್ರಾ? ಸಿಕ್ಸರ್ ಬಾರಿಸೋದು ಅಂದ್ರೆ ಆಟದಲ್ಲಿ ಗೆಲ್ಲೋ ಲಕ್ಷಣ. ಜೊತೆಗೆ ಪಾಕಿಸ್ತಾನಿಗಳು ನಮ್ಮ ವೈರಿಗಳು - ಅಂದ್ರೆ ತೊನ್ನು ಇದ್ದಂಗೆ. ಅವರ ಮೇಲೆ ಗೆಲುವನ್ನು ಸಾಧಿಸೋದು ಅಂದ್ರೆ, ವಾಜಿಯ ಬಿಳಿಯ ಕಲೆಗಳು ಮಾಯವಾಗುತ್ತವೆ ಎಂದೇ ಅರ್ಥ ಅಲ್ಲವಾ? ಈ ವಿವರಣೆ ಸ್ವಲ್ಪ ಸಮಾಧಾನ ನೀಡಿತಾದರೂ, ಸಂಪೂರ್ಣ ತೃಪ್ತಿಯನ್ನು ಕೊಡಲಿಲ್ಲ.

ಮರುದಿನ ವಾಜಿಯ ಪರವಾಗಿ ಕಮಲಕ್ಕನೇ ಸೇವೆಯನ್ನು ಪ್ರಾರಂಭಿಸಿದಳು. 'ಭೂತರಾಯ, ನನ್ನ ಮಗ ಸಣ್ಣೋನು. ಇನ್ನೂ ತಿಳುವಳಿಕೆ ಬಂದಿಲ್ಲ. ಅವನು ಸಿಟ್ಟು ಮಾಡ್ಕೊಂಡ್ರೆ ಹೊಟ್ಟಾಗೆ ಹಾಕ್ಕೋ. ಅವನ ಬದಲಿ ನನ್ನ ಸೇವಾ ಸ್ವೀಕಾರ ಮಾಡು. ಈ ಸೇವೆಯ ಫಲವೆಲ್ಲಾ ಅವನಿಗೇ ಸೇರಲಿ. ತಾಯಿ ಹಾಗೂ ಮಗನಲ್ಲಿ ಯಾರು ಸೇವೆ ಮಾಡಿದ್ರೂ ಒಂದೇ ಅಲ್ಲೇನು?' ಎಂದು ಪ್ರಾರ್ಥಿಸಿ ಸೇವೆಯನ್ನು ಮೊದಲಿಟ್ಟಳು.

ಮೊದಲನೆಯ ದಿನವೇ ಕಮಲಕ್ಕಗೆ ಕನಸು ಬಿತ್ತು. ಅದೂ ಬೆಳಗಿನ ಜಾವದಲ್ಲಿ! ಕಮಲಕ್ಕ ಪುಷ್ಕರಿಣಿಯ ಕಡೆಯ ಮೆಟ್ಟಿಲ ಬಳಿ ನಿಂತಂತೆ, ವಾಜಿ ಅವಳ ಪಕ್ಕದಲ್ಲಿ ಇದ್ದಂತೆ. ಅಲ್ಲೇ ಹತ್ತಿರದಲ್ಲಿ ಒಬ್ಬ ಆಜಾನುಬಾಹು ವ್ಯಕ್ತಿ ನಿಂತಿದ್ದಾನೆ. ಅವನ ಪಕ್ಕದಲ್ಲಿ ಕಸಬರಿಗೆಯೊಂದಿದೆ. ಅವನಿಗಿಂತಲೂ ಮೇಲೆ, ಕೆಲವೇ ಮೆಟ್ಟಿಲುಗಳ ಅಂತರದಲ್ಲಿ, ಸುಂದರನಾದ ಒಬ್ಬ ಬ್ರಾಹ್ಮಣ ಕುಳಿತಿದ್ದಾನೆ. ಬ್ರಾಹ್ಮಣನ ಹತ್ತಿರದಲ್ಲೇ ಬಿಳಿಯ ಕುದುರೆಯೊಂದು ಓಡಾಡುತ್ತಿದೆ. ಆ ಕುದುರೆಯ ಬಿಳುಪು ಕಣ್ಣಿಗೆ ಕುಕ್ಕುವಷ್ಟು ಶೋಭಾಯಮಾನವಾಗಿದೆ. ಆ ಆಜಾನುಬಾಹು ವ್ಯಕ್ತಿ ಕಮಲಕ್ಕನನ್ನು ಉದ್ದೇಶಿಸಿ ಮಾತನಾಡಲಾರಂಭಿಸಿದ. 'ಕಮಲಕ್ಕಾ ಹೆದರಬೇಡ, ನಿನ್ನ ಮಗ ವಾಜಿಗೆ ಏನೂ ಆಗಿಲ್ಲ. ಅದು ತೊನ್ನೇ ಅಲ್ಲ. ಅವನು ಎಲ್ಲಾ ದೇವರ ಕಾರ್ಯದಾಗೂ ಇರಬಹುದು. ನೀ ಪುಣ್ಯ ಮಾಡಿದ್ದಿ. ನಿನ್ನ ಮಗ ಮುಂದೆ ದೊಡ್ಡ ಮನುಷ್ಯ ಆಗ್ತಾನೆ'. ಆಜಾನುಬಾಹುವಿನ ಮಾತಿಗೆ ಹೌದೆನ್ನುವಂತೆ ಬ್ರಾಹ್ಮಣನೂ ತಲೆಯಾಡಿಸಿದ. ಅವನ ಹತ್ತಿರದಲ್ಲೇ ಇದ್ದ ಕುದುರೆ ಕೇಂಕರಿಸಿತು. ಬ್ರಾಹ್ಮಣ ಕಮಲಕ್ಕನ ಕಡೆ ನೋಡಿ 'ಇಲ್ಲಿ ಬಾ' ಅಂತ ಕಣ್ಣಿಂದಲೇ ಆಜ್ಞೆ ಮಾಡಿದಂತಾಯ್ತು. ಕಮಲಕ್ಕಗೆ ಮಡಿಹೆಂಗಸು ಬ್ರಾಹ್ಮಣನ ಬಳಿ ಹೋಗ್ಬೇಕೋ, ಬೇಡವೋ ಅಂತ ಅನುಮಾನವಾಯ್ತು. ಅದಕ್ಕಾಗಿ ವಾಜಿಯನ್ನು

ಆ ಬ್ರಾಹ್ಮಣನ ಹತ್ತಿರ ಕಳುಹಿಸಿದಳು. ಆ ಬ್ರಾಹ್ಮಣ 'ಕೈ ಹಿಡಿಯೋ' ಅಂತ ಆಜ್ಞೆ ಮಾಡಿದ. ವಾಜಿ ಕೈ ಒಡ್ಡಿದ. ಬ್ರಾಹ್ಮಣ ತನ್ನ ಮುಷ್ಟಿಯಲ್ಲಿದ್ದ ಫಲಮಂತ್ರಾಕ್ಷತೆಯನ್ನು ವಾಜಿಯ ಕೈಗೆ ಹಾಕಿದ್ದ.

ತಕ್ಷಣ ಕಮಲಕ್ಕಗೆ ಎಚ್ಚರವಾಯ್ತು. ಎಚ್ಚರವಾದ ನಂತರವೂ ಸ್ವಲ್ಪ ಹೊತ್ತು ಆ ಕನಸಿನ ಪ್ರಪಂಚದಲ್ಲೇ ಇದ್ದಂತಿತ್ತು. ಕೆಲವು ನಿಮಿಷಗಳ ನಂತರ ಕಮಲಕ್ಕಗೆ ಎಲ್ಲಾ ಸ್ಪಷ್ಟವಾಯ್ತು. ಕನಸಿನ ಅರ್ಥ ಸಂಪೂರ್ಣವಾಗಿ ಹೊಳೆದುಬಿಟ್ಟಿತ್ತು. ಆ ಆಜಾನುಬಾಹು ವ್ಯಕ್ತಿ ಬೇರ್‍ಯಾರೂ ಅಲ್ಲ, ಸಾಕ್ಷಾತ್ ಭೂತರಾಜರು. ಅದಕ್ಕೇ ಅವರ ಹತ್ತಿರದಲ್ಲಿ ಕಸಬರಿಗೆಯೂ ಇದೆ. ಇನ್ನು ಆ ಬ್ರಾಹ್ಮಣನ ದಿವ್ಯ ತೇಜಸ್ಸಿನಿಂದಲೇ ಗೊತ್ತಾಗುತ್ತೆ, ಅವರು ಸಾಕ್ಷಾತ್ ವಾದಿರಾಜರು ಅಂತ. ಸ್ವಾದಿಯಲ್ಲಿ ದಿವ್ಯ ತೇಜಸ್ಸಿನ ಬ್ರಾಹ್ಮಣ ಬೇರೆ ಯಾರು ತಾನೆ ಆಗಿರಲಿಕ್ಕೆ ಸಾಧ್ಯ? ಸಾಕ್ಷಿಯಾಗಿ ಹಯವೂ ಬಳಿಯಲ್ಲಿ ನಿಂತಿದೆ. ವಾದಿರಾಜರ ಬಳಿ ಕುದುರೆ ನಿಂತಿದೆಯೆಂದ ಮೇಲೆ ಅದು ದೇವರಲ್ಲದೆ ಮತ್ತಿನ್ಯಾರು? 'ಅಂತೂ ಬಡರಂಡೆಯ ಮೇಲೆ ಕಣ್ತೆರೆದೆಯಲ್ಲಪ್ಪಾ' ಎಂದು ಮನಸಾ ವಂದಿಸಿ ಬಳ್ಳಾರಿಗೆ ವಾಪಾಸಾದಳು.

ಸಾಕ್ಷಾತ್ ವಾದಿರಾಜರೇ ವಾಜಿಯ ಬಿಳಿಯ ಕಲೆಗಳನ್ನು ತೊನ್ನಲ್ಲವೆಂದು ದೃಢೀಕರಿಸಿದರೂ, ಸಮಾಜ ಎಳ್ಳಷ್ಟೂ ನಂಬಿಕೆ ತೋರಲಿಲ್ಲ. ಬಳ್ಳಾರಿಗೆ ಬಂದ ನಂತರ ಕಮಲಕ್ಕ ತನ್ನನ್ನು ಕಾಣಲು ಬಂದವರಿಗೆ ಹಾಗೂ ತಾನೇ ಕಾಣಲು ಹೋದಾಗ ಸ್ವಾದಿ ಯಾತ್ರೆ ಹಾಗೂ ಕನಸನ್ನು ವರ್ಣರಂಜಿತವಾಗಿ ವಿವರಿಸಿದಳು. ಭೂತರಾಯರು 'ಅದು ತೊನ್ನೇ ಅಲ್ಲ' ಅಂತ ಅಂದ ಮಾತನ್ನು ಎರಡೆರಡು ಬಾರಿ ಹೇಳಿದಳು. ಗುಡಿ ಬೀದಿಯ ರುಕ್ಮಿಣಮ್ಮ ಕಮಲಕ್ಕನ ಯಾತ್ರೆ ಹಾಗೂ ಕನಸನ್ನು ಸವಿಸ್ತಾರವಾಗಿ ಕೇಳಿ "ಏನ್ ಪುಣ್ಯಾ ಮಾಡಿ ಕಮಲಕ್ಕಾ, ವಾದಿರಾಜರಿಂದ ಫಲಮಂತ್ರಾಕ್ಷತೆ ಪಡೆಯೋದಂದರೆ ಸಾಮಾನ್ಯ ಆತೇನು?" ಎಂದಳು. ಆದರೆ ಮನೆಗೆ ಹಿಂತಿರುಗುವಾಗ, ಅಲ್ಲೇ ಕುಳಿತಿದ್ದ ವಾಜಿಯನ್ನು ನೋಡಿ "ಏನಪ್ಪಾ ವಾಜಿ, ಸೊಂಟಕ್ಕೆ ಕಾಯಿ ಕಟ್ಟಿಕೊಂಡು ಸೇವಾ ಮಾಡ್ದೇನು?" ಎಂದಳು. ರುಕ್ಮಿಣಮ್ಮ ವಾಜಿಯನ್ನು 'ವಾಜಿ' ಎಂದು ಸಂಬೋಧಿಸಿದ್ದನ್ನು ಕಂಡು ಕಮಲಕ್ಕಗೆ ಹೊಟ್ಟೆಯಲ್ಲಿ ಬೆಂಕಿ ಇಟ್ಟಂತಾಯ್ತು!

"ಯಾಕವ್ವಾ ರುಕ್ಮಿಣಿ, ಇಷ್ಟು ದಿನ 'ಅಳಿಯ', 'ಅಳಿಯ' ಅಂತಿದ್ದಾಕಿ ಈವೊತ್ತು 'ವಾಜಿ' ಅಂತೀಯಲ್ಲ? ನನ್ನ ಮಗ ಅಳಿಯ ಆಗೋದು ಇಷ್ಟ ಆಗಂಗಿಲ್ಲೇನು?"

"ಹಂಗಲ್ಲೆ ಕಮಲಕ್ಕ. ಈಗ ಕಾಲ ಬದಲಾಗ್ತ ಅದೆ. ಈಗಿನ ಕಾಲದ ಹುಡುಗರು ತಮ್ಮ ಮನಸ್ಸಿಗೆ ಬಂದ ಹಾಗೆ ನಡ್ಕೊಳ್ಳಿಕ್ಹತ್ತಾರೆ. ಅಂಥಾದ್ರಾಗೆ ಸುಮ್‌ಸುಮ್ನೆ ಈಗ್ಲಿಂದ್ಲೇ ನಾವ್ಯಾಕೆ ಹೆಸರು ಹಚ್ಚಬೇಕ್ಹೇಳು?" ರುಕ್ಮಿಣಮ್ಮ ತಿಪ್ಪೆ ಸಾರಿಸಿದಳು.

"ಒಮ್ಮಿಂದೊಮ್ಮೆಲೆ ಈವೊತ್ತೇ ನಿಂಗೆ ಹಿಂಗನಿಸ್ಲಿಕ್ಹತ್ತದಲ್ಲಾ? ಇಲ್ಲೀ ತನಕ ನಿಂಗೆ ಕಾಲ ಬದಲಾಗ್ಯದೆ ಅಂತ ಅನಿಸ್ಲೇ ಇಲ್ಲೇನು?" ರುಕ್ಮಿಣಮ್ಮ ಹೆಚ್ಚು ಮಾತನಾಡದೆ ಹೊರಟು ಹೋಗಿಬಿಟ್ಟಿದ್ದಳು.

ಇನ್ನೊಂದು ದಿನ ಗಾಂಧಿಬಜಾರದಲ್ಲಿರುವ ಹನುಮಂತಾಚಾರ್ ಕಮಲಕ್ಕನ ಮನೆಗೆ ಬಂದು, ಆಕೆಯ ಯಾತ್ರೆ ಮತ್ತು ಕನಸನ್ನು ಸವಿಸ್ತಾರವಾಗಿ ಕೇಳಿದ ನಂತರ, "ನಾಳೆ ನಮ್ಮನ್ಯಾಗೆ ನನ್ನ ಮಗನ ಮುಂಜಿ ಅದೆ. ಮಡೀ ಅಡಿಗೀಯೆಲ್ಲಾ ನಿಂದೇ ನೋಡು ಕಮಲಕ್ಕಾ. ಐವತ್ತು ಎಲಿ ಆಗ್ತದೆ" ಅಂದ.

"ಹಂಗೇ ಆಗ್ಲೇಳು ಹನುಮ್ಯಾ. ಆದ್ರೆ ನಂಗೂ ವಯಸ್ಸಾಯ್ತು ನೋಡು. ಒಬ್ಬಾಕಿ ಕೈಯಿಂದ್ಲೇ ಎಲ್ಲಾ ಬಗೆ ಹರಿಯಂಗಿಲ್ಲ. ವಾಜೀನ್ನೂ ಕರ್ಕೊಂಬರ್ತೀನಿ. ಹೂರ್ಣನಾದ್ರೂ ರುಬ್ಬಿ ಕೊಡ್ತಾನೆ" ಅಂತ ಅವನನ್ನು ಸಂದಿಗ್ಧಕ್ಕೆ ಸಿಕ್ಕಿಸಿದಳು.

ಐವತ್ತು ಜನಕ್ಕಲ್ಲ, ನೂರು ಜನಕ್ಕಾದರೂ ಕಮಲಕ್ಕ ಯಾರ ಸಹಾಯವಿಲ್ಲದೆ ಅಡಿಗಿ ಮಾಡಬಲ್ಲಳು ಎನ್ನುವುದು ಹನುಮಂತಾಚಾರ್‌ಗೂ ಗೊತ್ತು, ಕಮಲಕ್ಕಗೂ ಗೊತ್ತು. ತೊನ್ನಿನ ಹುಡುಗನ ಕೈಲೆ ಅಡಿಗಿ ಮಾಡಿಸ್ಲಿಕ್ಕೆ ಹುನ್ನಾರ ಮಾಡ್ಯಾಳೆ ಅಂತ ಹನುಮಂತಾಚಾರ್‌ಗೆ ಸಿಟ್ಟು ಬಂತು. ಹಾಗಂತ ಮಾತಿನಲ್ಲಿ ಖಾರ ತುಂಬುವುದು ಅವನ ಜಾಯಮಾನವಲ್ಲ. ಒಂದೆರಡು ನಿಮಿಷ ಸುಮ್ಮನಿದ್ದು, ಅನಂತರ ಕೆಮ್ಮಿ, ಹೊರಗೆ ಹೋಗಿ ಕಾಲುವೆಯಲ್ಲಿ ಕಫ ಉಗುಳಿ ಬಂದು, "ನೋಡವ್ವಾ ಕಮಲಕ್ಕಾ..." ಅಂತಂದು ಒಂದಷ್ಟು ಹೊತ್ತು ಸುಮ್ಮನಾದ.

"ವಾದಿರಾಜರೇ ಅದು ತೊನ್ನಲ್ಲ ಅಂತ ಹೇಳ್ಯಾರಂದ್ಮೇಲೆ 'ಹೌದು' ಅನ್ಲಿಕ್ಕೆ ನಾನೆಷ್ಟರವನಾಗ್ತೀನಿ? ಅಷ್ಟಕ್ಕೂ ಎಷ್ಟಾದ್ರೂ ವಾಜಿ ನಮ್ಮ ಹುಡುಗ. ನನ್ನ ಕಡಿಂದ ಏನೂ ತಕರಾರಿಲ್ಲ ನೋಡು".

"ಖರೇ ಮಾತಂತಿ ನೋಡು. ವಾದಿರಾಜರಿಗೆ ಎದುರು ಮಾತಾಡ್ಲಿಕ್ಕೆ ನಾನೂ–ನೀನೂ ಎಷ್ಟರವರ್ಲೇಳು? ಅವರು ಕಾಲಿಂದ ಅಪ್ಪಣೆ ಮಾಡಿದ್ದನ್ನು ನಾವು ತಲೆಯಿಂದ ಮಾಡಬೇಕು".

"ಆದರೆ ಎಲ್ಲಾ ಮಂದೀನೂ ನಮ್ಮ ಥರಾನೇ ಇರ್ತಾರೆ ಅಂತ ಹೆಂಗೆ ಹೇಳಾದು ಕಮಲಕ್ಕ? ಅದರಾಗೆ ಗುಡೇಕೋಟಿ ಗೋವಿಂದಾಚಾರ್ ಬರ್ತಿದ್ದಾನೆ. ಮಡಿ, ಮಡಿ ಅಂತ ಎಗರಿ ಎಗರಿ ಕುಣೀತಾನೆ. ನಿಂಗೊತ್ತದಲ್ಲಾ? ಅಂಥಾತ ಸುಮ್ನಿರ್ತಾನೇನವ್ವಾ? ಅಷ್ಟೇ ಅಲ್ಲ, ಸ್ಮಾರ್ತ ಮಂದೀನೂ ಬರ್ತದೆ. ಅವರಿಗೆ ವಾದಿರಾಜರಂದ್ರೆ ನಂಬಿಕೀನೂ ಇರಂಗಿಲ್ಲ. ಅದ್ಕೇ, ಸುಮ್ನೆ ನೀನೊಬ್ಬಾಕೀನೇ ಅಡಿಗಿ ಮಾಡು ಕಮಲಕ್ಕ. ಹೂರ್ಣ ರುಬ್ಬಲಿಕ್ಕೆ ಬೇಕಂದ್ರೆ ನನ್ಹೆಣ್ತಿಗ್ಹೇಳ್ತೀನಿ".

ಒಳ್ಳೆ ಮಾತಾಡಿ ಕುಂಡಿ ಚಿವುಟ್ತಾನೆ ರಂಡೆಗಂಡ. ಇರ್ಲಿ, ಬಳ್ಳಾರಿನಾಗೆ ಹುಟ್ಟಿದವ್ನೆ ಇಷ್ಟು ಚಾಲಾಕಿನ ಮಾತಾಡಿದ್ರೆ, ನಾನು ಹರಪನಹಳ್ಳಿಯಾಕಿ, ಸುಮ್ನೆ ಇರಂಗಿಲ್ಲ.

"ನಿನ್ನಿಷ್ಟ ನೋಡು ಹನುಮ್ಯಾ, ನಾನು ಅಡಿಗಿ ಮಾಡಿದ್ರೆ ವಾಜಿನ್ನೂ ಕರ್ಕೊಂಬರಾಕಿ. ವಾದಿರಾಜರ ಮಾತಿಗೆ ದ್ರೋಹ ಮಾಡಿ ಪಾಪ ಕಟ್ಗೊಳ್ಳಿಕ್ಕೆ ನಾನಂತೂ ತಯಾರಿಲ್ಲ".

ಹನುಮಂತಾಚಾರ್ ಮತ್ತೆ ಮಾತಾಡಲಿಲ್ಲ. ಹಾಗೇ ಎದ್ದು ಹೋಗಿದ್ದ. ಕಮಲಕ್ಕಗೆ ಏನೋ ವಿಜಯ ಸಾಧಿಸಿದಂತಾದರೂ, ಸುಮ್‌ಸುಮ್ನೆ ನೂರು ರೂಪಾಯಿ ಆದಾಯ ಕಳ್ಕೊಂಡ್ನಲ್ಲಾ ಅಂತ ಮನಸ್ಸಿಗೆ ಚುರ್ ಅನ್ನಿಸ್ತು. ಅಲ್ಲೇ ಕುಳಿತಿದ್ದ ವಾಜಿಯನ್ನು ನೋಡಿದ್ದೇ ಕಮಲಕ್ಕಗೆ ಸಿಟ್ಟು ಬಂದು, "ದೊಡ್ಡವರ ಮಾತು ಕೇಳ್ಕೊಂತಾ ಕೂತಿಯಲ್ಲೋ ಹುಚ್ಚ, ಪುಸ್ತಕ ಓದಿ ಉದ್ಧಾರ ಮಾಡು ಹೋಗು" ಅಂತ ಬೈಯ್ದುಬಿಟ್ಟಳು.

ಇತ್ತೀಚೆಗೆ ಕೆಲವೊಮ್ಮೆ ಅನಾವಶ್ಯಕವಾಗಿ ಕಮಲಕ್ಕ ವಾಜಿಯ ಮೇಲೆ ಸಿಟ್ಟು ಮಾಡಿಕೊಳ್ಳುತ್ತಾಳೆ. ಎಷ್ಟೋ ವೇಳೆ ಮಡಿಯಲ್ಲಿದ್ದೇನೆಂಬ ಅರಿವಿಲ್ಲದೆ ಅವನನ್ನು ಹೊಡೆದು ನಂತರ ಮತ್ತೊಮ್ಮೆ ಬಾವಿಗೆ ಹೋಗಿ ಎರಡು ಬಿಂದಿಗೆ ನೀರು ಸುರುವಿಕೊಂಡು ಬರ್ತಾಳೆ. ಹೊಡಿಸಿಕೊಂಡು ವಾಜಿ ಮೂಲೆಯಲ್ಲಿ ಅಳುತ್ತಾ ಕುಳಿತಾಗ, 'ನಂಗೇನು ಹೋಗೋ ರೋಗ ಬಂದಿತ್ತು ಅಂತೀನಿ.

ಸುಮ್‌ಸುಮ್ನೆ ಕೂಸಿನ್ನ ಹೊಡದ್ನಲ್ಲಾ' ಅಂತ ಪಶ್ಚಾತ್ತಾಪವಾಗಿ ಸಮಾಧಾನ ಮಾಡುತ್ತಾಳೆ. ರಾತ್ರಿ ಮಲಗಿದಾಗ ನಿದ್ದೆ ಬರದ ಹೊತ್ತಿನಲ್ಲಿ 'ವಾಜಿ ಅಪ್ಪಂಗೇನಾದ್ರೂ ತೊನ್ನಿತ್ತಾ?' ಅಂತ ಯೋಚಿಸುತ್ತಾಳೆ. 'ಇರ್ಲೇ ಇಲ್ಲ' ಅಂತ ಖಡಾಖಂಡಿತವಾಗಿ ಹೇಳೋದಕ್ಕೆ ಕಷ್ಟವೆನ್ನಿಸುತ್ತದೆ. ಆತನ ಪೂರ್ತಿ ಮೈಯನ್ನು ಪೂರ್ತಿಯಾಗಿ ಬೆಳಕಿನಲ್ಲಿ ಎಂದಾದರೂ ನೋಡಿದ್ದೇನೆಯೆ? ರಾತ್ರಿ ಕತ್ತಲಾದ ಮೇಲೆ, ಎಲ್ಲರೂ ಮಲಗಿಯಾಯ್ತೆಂದು ಎರಡೆರಡು ಬಾರಿ ಗೊರಕೆಯ ಸದ್ದನ್ನು ಆಲಿಸಿ ದೃಢೀಕರಿಸಿಕೊಂಡು, ದೀಪವಾರಿಸಿದ ಮೇಲೆಯೆ ಅವರ ಮೈ ಮುಟ್ಟಲು ಧೈರ್ಯವಾಗುತ್ತಿತ್ತು. ಅದೂ ತಾನ್ಯಾವುದೋ ಕೊಲೆಯಂತಹ ಅಪರಾಧ ಮಾಡುತ್ತಿದ್ದಂತೆ, ಬೇರೆ ಯಾರಾದರೂ ನೋಡಿ ಬಿಟ್ಟರೆ ಸಿಕ್ಕು ಬೀಳುತ್ತೇನೆಂಬ ಭಯದಲ್ಲಿ ಭಾಗವಹಿಸುತ್ತಿದ್ದೆ. ಅವರ ಮೈಯ ಗುಪ್ತಭಾಗಗಳ ಸ್ಪರ್ಶ ಜ್ಞಾನವಿತ್ತೇ ಹೊರತು ಕಣ್ಣಿಂದ ನೋಡಿದ್ದಿಲ್ಲ. ನನ್ನಲ್ಲಿ ಸುಖದ ಸೂರೆ ಹೊಡೆಯಬೇಕೆಂಬ ಬಯಕೆ, ಧೈರ್ಯ ಮೂಡುವ ವೇಳೆಗೆ ಹಜಾಮರವನ ಮುಂದೆ ತಲೆಯೊಡ್ಡಿಯಾಗಿತ್ತು!

ಬೋಳು ತಲೆಯ ಮೇಲೆ ಕೆಂಪು ಸೀರೆಯನ್ನೆಳೆದುಕೊಂಡ ಎರಡನೆಯ ದಿನವೇ ವಾಂತಿ ಶುರುವಾಗಿತ್ತು. ಅಳಿಯ ಸತ್ತಾಗಲೂ ದುಃಖ ನುಂಗಿಕೊಂಡಿದ್ದ ಅಪ್ಪ, ನಾನು ಬಸಿರೆಂದು ತಿಳಿದಾಗ "ಎಂಥಾ ದುರದೃಷ್ಟನೇ ಕಮ್ಲೀ ನಿಂದು" ಎಂದು ಅತ್ತಿದ್ದ. ಹದಿನೈದು ವರ್ಷವಾಯ್ತು! ಹಪ್ಪಳ ಮಾರಿ ಜೀವನ ಸಾಗಿಸುವ ಮಗಳನ್ನು ನೋಡಿ ಹೊಟ್ಟೆ ತಂಪು ಮಾಡಿಕೊಳ್ಳಲು ಅಪ್ಪ-ಅಮ್ಮನೂ ಇಲ್ಲ, ಮಗನನ್ನು ನುಂಗಿ ನೀರು ಕುಡಿದ ಸೊಸೆಯು ಈಗ ಮಂದಿ ಮನೆಗೆ ಮಡಿ ಅಡಿಗಿ ಮಾಡುವುದನ್ನು ನೋಡಲು ಅತ್ತೆ-ಮಾವಂದಿರೂ ಇಲ್ಲ. ಬೆನ್ನಿಗೆ ಬಿದ್ದ ಅಣ್ಣನೊಬ್ಬನಿದ್ದಾನೆ. "ನೀನೇನೂ ಯೋಚ್ನೆ ಮಾಡ್ಬೇಡಪ್ಪಾ, ಕಮ್ಲೀ ನಂಗೆ ಭಾರ ಆಗ್ತಾಳೇನು?" ಅಂತಂದ ಅಣ್ಣನ ಮಾತನ್ನು ಕೇಳಿ ಅಪ್ಪ ನೆಮ್ಮದಿಯಿಂದ ಕಣ್ಣು ಮುಚ್ಚಿದ್ದ. ಗೋಪಣ್ಣ ಆಡಿದ ಮಾತಿನಂತೆ ನಡೆದುಕೊಳ್ಳುವವನಾದ್ರೂ, ರಾಧಕ್ಕನನ್ನು ಎದುರಿಸಿ ನಿಲ್ಲಬಲ್ಲ ಗಂಡೆದೆಯವನಲ್ಲ. ಅವನಾದ್ರೂ ಏನು ಮಾಡಿಯಾನು, ಕಮ್ಲೀ ಅದೃಷ್ಟಾನೇ ಕೆಟ್ಟದ್ದು. ಬರೀ ಹೂಬತ್ತಿ ಹೊಸೆದು, ಮಂದಿ ಮನಿ ನೀರು ಅಡಿಗಿ ಮಾಡಿ, ಹಪ್ಪಳ ಮಾರಿ ಬದುಕುವುದೇ ಹಣೆಯಲ್ಲಿ ಬರೆದಿದೆ.

ಆದರೆ ಇದ್ಯಾವುದಕ್ಕೂ ಹೆದರುವ ಹೆಣ್ಣು ಕಮಲಕ್ಕನಲ್ಲ. ಗಂಡಿನಂತೆ ದುಡಿಯುವ ಶಕ್ತಿಯಿದೆ, ಧೈರ್ಯವಿದೆ, ಜಗಳವಾಡುವ ಗಯ್ಯಾಳಿತನವೂ ಇದೆ. ಆದರೆ ಈ ಬಿಳಿಯ ಕಲೆಗಳು ಮಾತ್ರ ಆಕೆಯ ಜಂಘಾಬಲವನ್ನೇ ಉಡುಗಿಸಿಬಿಟ್ಟಿವೆ. ವಾಜಿ ಮುಂದೆ ದೊಡ್ಡವನಾದ ಮೇಲೆ ಹೆಣ್ಣು ಕೊಡುವವರೂ ದಿಕ್ಕಿಲ್ಲದಂತೆ ತಬ್ಬಲಿಯಾದಂತೆ ಭಾಸವಾಗಿ ಬಾಯಿಕಟ್ಟಿಬಿಡುತ್ತದೆ. ಇಲ್ಲದಿದ್ದರೆ ಆ ದಿನ ಸ್ವಾಮಿಗಳು, 'ತಳ್ರೋ ಈ ಚಾಂಡಾಲನ್ನ ಹೊರಗೆ, ತಳ್ರೋ' ಅಂತ ಕೂಗಿದಾಗ ಒಂದೂ ಮಾತನಾಡದೆ, ಎದುರು ಜವಾಬೂ ಕೊಡದೆ ಸುಮ್ಮನಿರುತ್ತಿದ್ದಳೆ?

'ವಾಜೀಗೂ ಮುದ್ರಾಧಾರಣ ಆಗ್ಲಿ' ಅಂತ ಅಂದ್ಕೊಂಡು, ಅವನು ಶಾಲೆಗೆ ಹೋಗುವುದನ್ನು ತಪ್ಪಿಸಿ, ಮಠಕ್ಕೆ ಕರೆದುಕೊಂಡು ಹೋಗಿದ್ದಳು. ನಿಗಿನಿಗಿ ಕೆಂಡದಲ್ಲಿ ಕಾದ ಬೆಳ್ಳಿಯ ಶಂಖ, ಚಕ್ರದ ಮುದ್ರೆಗಳು ಕೆಂಪಗೆ ಕಾಣುತ್ತಿದ್ದವು. ವಾಜಿ ಅವನ್ನು ನೋಡಿ ಹೆದರಿ ಅಳಲಾರಂಭಿಸಿದಾಗ ಕಮಲಕ್ಕ ಸಮಾಧಾನ ಮಾಡಿದ್ದಳು. "ಹಂಗೆಲ್ಲಾ ಅಳಬಾರ್ದೋ ರಾಜ, ಮೈಮೇಲೆ ಮುದ್ರೆ ಹಾಕಿಸ್ಕೊಂಡ್ರೆ

ಒಂಚೂರೂ ಸುಡಂಗಿಲ್ಲ, ತಣ್ಣಗಿರ್ತದೆ" ಅಂತ ಸುಳ್ಳನ್ನೂ ಹೇಳಿದ್ದಳು. ಹೆದರುತ್ತಲೇ ವಾಜಿ ಬೆತ್ತಲೆ ಎದೆಯನ್ನು ಸ್ವಾಮಿಗಳ ಮುಂದೆ ಚಾಚಿದಾಗ, ಸ್ವಾಮಿಗಳು ಅವನ ಕೆನ್ನೆಯನ್ನು ನೋಡಿದ್ದೇ, "ತಳ್ರೋ ಈ ಚಾಂಡಾಲನ್ನ ಹೊರಗೆ, ತಳ್ರೋ" ಅಂತ ಕೂಗಿಬಿಟ್ಟಿದ್ದರು. ಶಿಷ್ಯರೊಂದಿಬ್ಬರು ವಾಜಿಯ ರಟ್ಟೆಯನ್ನು ಹಿಡಿದು ದರದರನೆ ಹೊರಗೆ ಎಳೆದುಕೊಂಡು ಹೋಗಿಬಿಟ್ಟಿದ್ದರು. ಮತ್ತೊಂದಿಬ್ಬರು "ಬುದ್ಧೀ ಶಾಂತ ಆಗ್ರಿ. ನಾವು ಎಷ್ಟು ಹೇಳಿದ್ರೂ ಈ ಹೆಣ್ಮಗಳು ನಮ್ಮ ಮಾತು ಕೇಳ್ಲಿಲ್ಲ" ಅಂತ ಕಮಲಕ್ಕನನ್ನು ತೋರಿಸಿದ್ದರು. ಸ್ವಾಮಿಗಳು ರೌದ್ರಾವತಾರವನ್ನೇ ತಾಳಿ, "ಹುಚ್ಚುರಂಡೆ, ಮೂಲ ರಾಮದೇವರನ್ನು ಪೂಜೆ ಮಾಡಿದ ಕೈಲೆ ತೊನ್ನು ಮೈಯವನಿಗೆ ಮುದ್ರೆ ಹಾಕಿಸಿ ನರಕಕ್ಕೆ ಕಳಿಸಬೇಕಂತ ಮಾಡೀಯೇನು?" ಎಂದು ಗುಡುಗಿದ್ದರು. ಕಮಲಕ್ಕನ ಬಾಯಿ ಕಟ್ಟಿ ಹೋಗಿತ್ತು. ಒಂದೂ ಮಾತಾಡದೆ ಮನೆಗೆ ಬಂದು ಬಿಟ್ಟಿದ್ದಳು. 'ಕೂಡ್ಲಿಗಿ ಸೂಳೇರ ಪಕ್ಕ ಮಲ್ಕೊಂಡು ಬರೋ ಗುಡೇಕೋಟಿ ಗೋವಿಂದಾಚಾರ್‌ಗೆ ಮುದ್ರೆ ಹಾಕ್ತೀರಿ ಬುದ್ಧಿ. ನನ್ನ ಕೂಸು ಮಾಡಿರೋ ತಪ್ಪಾದ್ರೂ ಏನು?' ಅಂತ ತಾನ್ಯಾಕೆ ಕೇಳಲಿಲ್ಲ ಅಂತ ಮನೆಗೆ ಬಂದ ಮೇಲೆ ಆಶ್ಚರ್ಯವಾಗಿತ್ತು.

ಆದರೆ ಇಂದಿನ ಪರಿಸ್ಥಿತಿಯೇ ಬೇರೆ. 'ವಾದಿರಾಜರೇ ಅದು ತೊನ್ನಲ್ಲ ಅಂತ ಹೇಳ್ಯಾರೆ. ಅವರನ್ನೇ ತಪ್ಪು ಅಂತೀರಾ ಬುದ್ಧಿ' ಅಂತ ಸವಾಲೆಸೆಯುವಷ್ಟು ಧೈರ್ಯ ಬಂದಿದೆ. ಅಷ್ಟಕ್ಕೂ ಸಂಡೂರಲ್ಲಿ ನನ್ನ ಮಾತಿನ ಹೊಡೆತಕ್ಕೆ ನಿಲ್ಲೋ ಗಂಡಸು ಯಾರಿದ್ದಾರೆ? ನಾನೂ ನೋಡೇ ಬಿಡ್ತೀನಿ. ಈ ಸಲ ವಾಜಿ ಮಡಿ ಅಡಿಗಿಯಲ್ಲಿ ಸೇರ್ಕೊಂಡೇ ಸೇರ್ಕೊಳ್ತಾನೆ, ಅಲಂಕಾರದ ಬ್ರಾಹ್ಮಣರಿಗೂ ಬಡಿಸ್ತಾನೆ. ಹೀಗಂತ ಕಮಲಕ್ಕ ನಿರ್ಧಾರಕ್ಕೆ ಬರುವುದಕ್ಕೆ ಸರಿಯಾಗಿ ಡ್ರೈವರ್ ಬಸ್ ಹತ್ತಿ ಒಮ್ಮಿಂದೊಮ್ಮೆಲೆ ಸ್ಟಾರ್ಟ್ ಮಾಡಿದ್ದರಿಂದ ಸೀಟಿನಿಂದ ನೂಕಿದಂತಾಗಿ, ಕಮಲಕ್ಕನ ಕೆಂಪು ಸೀರೆಯ ಸೆರಗು ತಲೆಯ ಮೇಲಿಂದ ಜಾರಿ ಬಿದ್ದು, ತುಂಡು ತುಂಡೇ ಕಪ್ಪು-ಬಿಳುಪು ಕೂದಲು ತುಂಬಿದ್ದ ಬೋಡು ತಲೆ ಪ್ರದರ್ಶನಗೊಂಡಿತ್ತು. ಸೆರಗು ತಲೆಯಿಂದ ಜಾರಿದ ವಿಷಯ ಮನಸ್ಸಿಗೆ ಗೊತ್ತಾಗುವುದಕ್ಕೆ ಮುಂಚೆಯೇ ದೇಹ ಪ್ರತಿಕ್ರಿಯಿಸಿ, ಕೈ ಮತ್ತೆ ಸೆರಗನ್ನು ತಲೆಯ ಮೇಲೆ ಹೊದ್ದಿಸಿಬಿಟ್ಟಿತ್ತು. ನಿದ್ದೆ ಮಾಡುವ ಮನುಷ್ಯನನ್ನು ಸೊಳ್ಳೆ ಕಚ್ಚಿದಾಗ ಕೈ ತಾನೇ ತಾನಾಗಿಯೇ 'ಫಟ್' ಎಂದು ಹೊಡೆದು ಆ ಸೊಳ್ಳೆಯನ್ನು ಕೊಲ್ಲುವಂತೆ!

ಬಸ್ಸು ಸಂಡೂರನ್ನು ತಲುಪಿದಾಗ ಸಂಜೆಯಾಗಿತ್ತು. ಮೈನ್ಸ್ ಲಾರಿಗಳ ಓಡಾಟದಿಂದ ಎದ್ದ ಧೂಳು (ಗೋಧೂಳಿಯಲ್ಲ, ಲಾರಿಧೂಳಿ) ಕ್ರಮೇಣವಾಗಿ ಭೂಮಿಗೆ ಸೇರಿಕೊಂಡು ವಾತಾವರಣ ಸ್ವಚ್ಛವಾಗುತ್ತಿತ್ತು. ಮನೆಗೆ ಬಂದಾಗ ಕಮಲಕ್ಕನನ್ನು ಮೊದಲು ನೋಡಿದ್ದು ರಾಧಕ್ಕ. ಅಂಗಳಕ್ಕೆ ನೀರು ಹಾಕುತ್ತಿದ್ದಳು.

"ಬಾ ಕಮಲಕ್ಕ. ಮಧ್ಯಾಹ್ನದಿಂದ ಹಾದಿ ಕಾಯ್ತಿಕ್ಹತ್ತೀವಿ. ಈಗ ಬರ್ತಾಳೆ, ಇನ್ನು ಸ್ವಲ್ಪ ಹೊತ್ತಿಗೆ ಬರ್ತಾಳೆ ಅಂತ. ಬಸ್ಸಿನಾಗೆ ಸೀಟ್ ಸಿಕ್ಕಿತ್ತೇನು?"

"ವಾಜಿ ಇದ್ನಲ್ಲ ವೈನಿ, ಹೊಡದಾಡಿ ಸೀಟ್ ಹಿಡಿದ". ಕಮಲಕ್ಕಗೆ ವಾಜಿಯ ಮೇಲೆ ಅಭಿಮಾನ. ರಾಧಕ್ಕ ಅಲ್ಲಿಯವರೆಗೆ ವಾಜಿಯನ್ನು ಗಮನಿಸಿರಲಿಲ್ಲ. ತರಕಾರಿ ಚೀಲವನ್ನು ಹೊತ್ತು ನಿಂತ ಅವನನ್ನು ನೋಡಿದ ತಕ್ಷಣ ಕಮಲಕ್ಕನ ಸಂಚು ಅರ್ಥವಾಯ್ತು.

"ಏನಪ್ಪಾ ವಾಜಿ, ಸಾಲಿ ಚಕ್ಕರ್ರಾ?" ಅಂತ ಹಂಗಿಸಿದಳು. ವಾಜಿ ನಾಚಿ ನೀರಾದ. "ಇಲ್ಲ ವೈನಿ, ನಾನು ಬರಂಗಿಲ್ಲ ಅಂದೆ. ಆದ್ರೆ ಅಮ್ಮ ಬೈದು ಕರ್ಕೊಂಬಂದ್ಲು" ಅಂತಂದ. ಕಮಲಕ್ಕಗೆ ಇಂತಹ ಏಟು-ಪೋಟು ಮಾತುಗಳು ಅರ್ಥವಾಗುವುದಿಲ್ಲವೆ?

"ಯಾಕವ್ವಾ ವೈನಿ, ಅವನೂ ಚೂರು ಪಾರು ಸೇವಾ ಮಾಡೋದು ಬ್ಯಾಡ ಅಂತೀ ಏನು?"

"ನಾನೆಲ್ಲಿ ಹಂಗದ್ನೆ ಕಮಲಕ್ಕ. ಅವ್ನೂ ಮಾಡ್ಲೇಳು. ರಾಯರ ಆರಾಧನೆಗೆ ಗಂಡು ಹುಡುಗರಲ್ದೆ ನಾವು ಹೆಂಗಸರು ಕೆಲ್ಸ ಮಾಡ್ಲಿಕ್ಕಾಗ್ತದೇನು? ಈಗ ಮೊದಲು ಒಳಗೆ ನಡಿ. ಇವ್ರು ಆವಾಗ್ಲಿಂದ ನಿನ್ನ ಹಾದಿ ನೋಡ್ಲಿಕ್ಹತ್ತಾರೆ".

ಗೋಪಣ್ಣ ಒಳ ಮನೆಯಲ್ಲಿ ತೆಂಗಿನಕಾಯಿ ಸುಲಿಯುತ್ತಿದ್ದ. ಕಮಲಕ್ಕನನ್ನು ಕಂಡೊಡನೆ ಅವನಿಗೆ ಖುಷಿಯಾಗಿದ್ದು ಅವನ ಮುಖದಲ್ಲಿ ಅರಳಿದ ನಗುವಿನಿಂದಲೇ ಗೊತ್ತಾಗುತ್ತಿತ್ತು. ತಲೆಯ ಮೇಲಿನ ಜುಟ್ಟನ್ನು ತುರುಬಿನಂತೆ ಸುತ್ತಿಕೊಳ್ಳುತ್ತಾ ಮಾತಾಡಿದ. "ಬಾ ಕಮ್ಲಿ. ಆವಾಗ್ಲಿಂದ ನಿನ್ನ ಹಾದೀನೇ ಕಾಯ್ತಾ ಇದ್ದೀನಿ ನೋಡು. ಮೊದ್ಲು ಬಾವಿ ಮೇಲೆ ಸ್ನಾನ ಮಾಡೇಳು. ಸ್ವಲ್ಪ ಹಾಯ್ ಅನಿಸ್ತದೆ. ಚುಕ್ಕಿ ಬಾಳೇಹಣ್ಣು ತಂದೀನಿ. ಮಡಿ ಉಟ್ಗೊಂಡು ತಿನ್ವಂತಿ. ಮತ್ತೆ ನಾಳೆ ಎಷ್ಟು ಹೊತ್ತಿಗೆ ಊಟಾನೋ ಏನ್ ಕತೀನೋ. ಅಲಂಕಾರದ ಬ್ರಾಹ್ಮಣರು ಊಟ ಆಗೋ ತನ್ಕಾ ಉಪಾಸ ಇರ್ಬೇಕು".

ಕಮಲಕ್ಕ ಬಾವಿಯ ಮೇಲ್ ಸ್ನಾನ ಮಾಡುವಾಗ ಹಂದಿಯೊಂದು ಹಿತ್ತಲಿಗೆ ಬಂತು. ಮುಟ್ಟಿದರೆ ಮೈಲಿಗೆಯಾದೀತೆಂದು ಕಮಲಕ್ಕ 'ಹಚಾ' ಎಂದಳು. ಕಮಲಕ್ಕನ ಧ್ವನಿ ಅಡಿಗಿ ಮನೆಯಲ್ಲಿದ್ದ ರಾಧಕ್ಕನಿಗೆ ಕೇಳಿಸಿಬಿಟ್ಟಿತು. ಆಕೆ ಅನಾಹುತವಾದಂತೆ, ಮಾಡುತ್ತಿದ್ದ ಕೆಲಸವನ್ನು ಬಿಟ್ಟು ಹಿತ್ತಲಿಗೆ ಓಡಿ ಬಂದಳು. ಹಂದಿಯನ್ನು ನೋಡಿದ್ದೇ "ರ್ರೀ, ಬರ್ರೀ ಹಂದಿ ಬಂದದೆ" ಎಂದು ಕಿರುಚಲಾರಂಭಿಸಿದಳು. ರಾಧಕ್ಕನ ಧ್ವನಿ ಕೇಳಿದ್ದೆ ಗೋಪಣ್ಣ ಕೂಡಾ ಹಿತ್ತಲಿಗೆ ಓಡಿ ಬಂದು 'ಹಚಾ' ಎಂದು ಹಂದಿಯನ್ನು ಓಡಿಸಲಾರಂಭಿಸಿದ. ಅಷ್ಟೇ ಅಲ್ಲದೆ ಅಕ್ಕ-ಪಕ್ಕದ ಮನೆಯ ಹುಡುಗರೂ ಬಂದು ಅದಕ್ಕೆ ಕಲ್ಲಿಂದ ಹೊಡೆಯಲಾರಂಭಿಸಿದರು. ಅಷ್ಟು ಜನರನ್ನು ಕಂಡಿದ್ದೇ ಹಂದಿಗೆ ದಿಕ್ಕು ತೋಚದಂತಾಗಿ ಭಯದಿಂದ ಕಿರುಚಲಾರಂಭಿಸಿತು. ಗೇಟಿನಿಂದ ಹೊರಗೆ ಹೋಗಲೂ ಅದಕ್ಕೆ ತಿಳಿಯದಂತಾಯ್ತು. ಅಷ್ಟರಲ್ಲಿ ವಾಜಿಯೂ ಹಿತ್ತಲಿಗೆ ನುಗ್ಗಿದ್ದ. ಸಂಡೂರಿನ ಬಸ್ಸಲ್ಲಿ ಸೀಟನ್ನು ಹಿಡಿದು ಪರಾಕ್ರಮವನ್ನು ಮೆರೆದಿದ್ದ ವಾಜಿ ಇಲ್ಲಿ ಸುಮ್ಮನಿದ್ದಾನೆಯೆ? ಸ್ವಲ್ಪ ದೊಡ್ಡ ಕಲ್ಲನ್ನೇ ತೆಗೆದುಕೊಂಡು ಇದ್ದ ಬದ್ದ ಶಕ್ತಿಯನ್ನೆಲ್ಲಾ ಸೇರಿಸಿ ಹಂದಿಗೆ ಬೀಸಿದ್ದ. ಗುರಿ ತಪ್ಪಲೇ ಇಲ್ಲ. ಕಮಲಕ್ಕ "ಅದನ್ಯಾಕೆ ಹೊಡಿತೀಯೋ..." ಅಂತ ಕೂಗಿದ್ದು ಅವನಿಗೆ ಕೇಳಿಸಲಿಲ್ಲ. ಕಲ್ಲು ಸ್ವಲ್ಪ ಚೂಪಾಗಿದ್ದರಿಂದ ಅದು ಹಂದಿಯ ದಪ್ಪ ಚರ್ಮವನ್ನು ಭೇದಿಸಿ ರಕ್ತವನ್ನು ಚಿಮ್ಮಿಸಿಬಿಟ್ಟಿತು. ಕಪ್ಪು ಚರ್ಮದ ಹಂದಿಯ ಮೈಯಲ್ಲಿ ಕೆಂಪು ರಕ್ತವಿತ್ತು. ಹಂದಿ ನೋವಿನಿಂದ, ಎಂಥ ಕಠಿಣರ ಹೃದಯದಲ್ಲೂ ಕರುಣಾರಸ ಸ್ರವಿಸುವಂತೆ, ಆರ್ತನಾದಗೈಯುತ್ತಾ ಗೇಟಿನಿಂದ ಓಡಿಹೋಯ್ತು. ತಕ್ಷಣ ರಾಧಕ್ಕ ಗೇಟನ್ನು ಹಾಕಿ "ಊರಾಗಿನ ಹಂದಿಗಳೆಲ್ಲಾ ಬ್ರಾಹ್ಮಣರ ಕೇರ್ಯಾಗೆ ಬಂದು ಸಾಯ್ತವೆ. ಕೊಂದು ತಿನ್ನೋ ರಂಡೆಗಂಡರು ಹಾಯಾಗಿ ಅವರ ಮನ್ಯಾಗೆ ಮಲ್ಕೊಂಡಾರೆ. ಏನೇನೆಲ್ಲ ದರಿದ್ರಗಳನ್ನು ನಾವು ಅನುಭವಿಸಬೇಕೋ..." ಎಂದು ವಟಗುಟ್ಟಿದಳು.

ಕಮಲಕ್ಕಗೆ ಈ ದೃಶ್ಯ ತೀರಾ ವಿಚಿತ್ರವೆನ್ನಿಸಿತು. ಸಂಡೂರಿನ ಓಣಿಗಳಲ್ಲಿ, ಹಿತ್ತಲಲ್ಲಿ ಹಂದಿಗಳು ಓಡ್ಯಾಡುವುದು ಸರ್ವೇ ಸಾಮಾನ್ಯ. ಗೋಪಣ್ಣನ ಹಿತ್ತಲಿಗೂ ಬರುತ್ತಲೇ ಇರುತ್ತವೆ. ಆದರೆ ಎಂದೂ ರಾಧಕ್ಕನಾಗಲಿ, ಗೋಪಣ್ಣನಾಗಲಿ ಈ ತರಹ ಹಂದಿಯನ್ನು ಹೊರಗೋಡಿಸಲು ಪ್ರಯತ್ನ ಪಟ್ಟಿದ್ದಿಲ್ಲ. ಈವೊತ್ತೇನಪಾ ಹೊಸದು?

"ಗೋಪಣ್ಣ, ಹಂದಿನ್ಯಾಕೆ ಅಂಥಾ ಪರಿ ಹೊಡ್ದು ಓಡಿಸ್ತೀರೋ. ಏನೋ ಪಾಪ ಹಿತ್ತಲಾಗಿನ ಎಂಜಲೆಲಿ ಆಸಿಗೆ ಬಂದಿರಬೇಕು".

ಕಮಲಕ್ಕನ ಮಾತಿಗೆ ಉತ್ತರಿಸಿದ್ದು ರಾಧಕ್ಕ. "ನೋಡ್ಲಿಲ್ಲಾ ಕಮಲಕ್ಕಾ, ಆ ಹಂದಿ ಬಸುರಾಗ್ಯದೆ".

"ಅದು ಬಸುರಾದ್ರೆ ಏನಾಯ್ತು ವೈನಿ?"

"ಅದಕ್ಕೆ ದಿನಾ ತುಂಬ್ಯಾವೆ. ಹಡೀಲಿಕ್ಕೆ ಜಾಗ ಹುಡುಕ್ಲಿಕತ್ತದೆ. ನಮ್ಮ ಮನಿ ಹಿತ್ತಲು ಬೆಚ್ಚಗದ್ನೋಡು, ಅದ್ಕೇ ಹೊಂಚು ಹಾಕಿ ಆ ಜಾಗದಾಗೆ ಹಡೀಲಿಕ್ಕೆ ಪ್ರಯತ್ನ ಮಾಡ್ಲಿಕತ್ತದೆ. ಹತ್ತು ಹತ್ತು ಮರಿ ಅದು ಹಡದ್ರೆ, ಅದರ ಸಂಸಾರೆಲ್ಲಾ ನಮ್ಮನಿ ಹಿತ್ಲಾಗೆ ಆಗ್ತದೆ. ಆಮೇಲಕ್ಕೆ 'ಜಪ್ಪಯ್ಯ' ಅಂದ್ರೂ ಅದು ಕದಲಂಗಿಲ್ಲ. ಓಡಿಸ್ಲಿಕ್ಹೋದ್ರೆ ನಮ್ಮ ಮೈಮ್ಯಾಲೆ ಜಗಳಕ್ಕೆ ಬರ್ತದೆ. ಮರಿ ಹಾಕಿದ್ಮೇಲೆ ಹಂದೀಗೆ ಎರಡರಷ್ಟು ಶಕ್ತಿ ಬರ್ತದೆ. ಏನ್ ಮಾಡ್ಲಿಕ್ಕೂ ಹೇಸಂಗಿಲ್ಲ".

"ಅಯ್ಯೋ ಪಾಪ, ಬಸುರದೇನು? ಅಲ್ಲ ವೈನಿ, ನಾವು ಹಿಂಗೆ ಓಡಿಸಿದ್ರೆ ಅದು ಎಲ್ಲಿ ಹೋಗಿ ಹಡೀಬೇಕಂತೀನಿ? ಅದೇನು ಕಾಡ್ನಾಗಿರೋ ಪ್ರಾಣಿ ಏನು – ಊರು ಬಿಟ್ಟು ಹೋಗು ಅನ್ನಿಕ್ಕೆ? ಬ್ರಾಹ್ಮಣರ ಕೇರ್‍ಯಾಗೆ ಸುತ್ತಿಗೊಂಡಿರ್ತವೆ".

"ನಮ್ಮನಿ ಹಿತ್ತಲೇ ಆಗಬೇಕಂದರೆ ಹೆಂಗ್ಹೇಳು ಕಮಲಕ್ಕ? ಊರಾಗೆ ಬೇರೆ ಜಾಗಿಲ್ಲೇನು ಅವಕ್ಕೆ? ತಿಪ್ಯಾಗೆ ಕೂತು ಹಡೀಬೇಕವ್ವ".

ಕಮಲಕ್ಕ ಮತ್ತೆ ಮಾತಾಡಲಿಲ್ಲ. ಆದರೆ ತಿಪ್ಪೆಯಲ್ಲಿ ನಾಯಿ ಕಾಟ ಜಾಸ್ತಿ ಅಂತ ಅನ್ನಿಸ್ತು. ಸ್ನಾನ ಮಾಡುವಾಗ ಹೇಳಿಕೊಳ್ಳುತ್ತಿದ್ದ, "ಗಂಗೇಚ, ಯಮುನೇಚ..." ಮಂತ್ರವೂ ಮರೆತು ಹೋಗಿ, "ಹಂದಿ ಎಲ್ಲಿ ಹಡೀತದೋ ಏನೋ..." ಎಂದು ಅದರ ಬಗ್ಗೆಯೇ ಯೋಚಿಸಲಾರಂಭಿಸಿದಳು.

ಆ ರಾತ್ರಿ ಉಂಡ ಎಂಜಲೆಲೆಯನ್ನು ಬಿಸಾಡಲು ರಾಧಕ್ಕ ತಿಪ್ಪೆಯ ಕಡೆಗೆ ಹೋದಾಗ, ಅದೇ ಸಮಯವನ್ನು ಕಾಯುತ್ತಿದ್ದಂತೆ ಕಮಲಕ್ಕ 'ಗೋಪಣ್ಣ' ಅಂತ ಮೆತ್ತಗೆ ಅಣ್ಣನನ್ನು ಕರೆದಳು.

"ಏನವ್ವಾ ಕಮ್ಲಿ?"

"ನಾಳೆ ಮಡೀ ಅಡಿಗಿನಾಗೆ ವಾಜಿ ಕೂಡಾ ಇರ್ಲೋ... ವಾದಿರಾಜರೇ ಅಪ್ಪಣೆ ಕೊಡಿಸ್ಯಾರೆ".

ಗೋಪಣ್ಣ ಬೀಸಿಕೊಳ್ಳುತ್ತಿದ್ದ ಬೀಸಣಿಗೆಯನ್ನು ನಿಲ್ಲಿಸಿದ.

"ಕಮ್ಲಿ, ಆಚಾರ್ ಮಂದಿ ಒಪ್ಗೊಳ್ಳಂಗಿಲ್ಲ. ತೊನ್ನು ಇದ್ದವರು ಮಡೀಗೆ ಬರಂಗಿಲ್ಲ ಅಂತಾರೆ".

"ಅದು ತೊನ್ನೇ ಅಲ್ಲ ಅಂತ ವಾದಿರಾಜರೇ ಹೇಳ್ಯಾರಲ್ಲೋ, ಇನ್ನು ಇವರದೆಲ್ಲ ಮಾತು ಯಾಕೆ ಕೇಳ್ಬೇಕಂತೀನಿ?"

"ನಿನ್ನ ಕನಸಿನಾಗೆ ಹೇಳಿದ್ದು ಅವರಿಗ್ಹೆಂಗವ್ವಾ ಗೊತ್ತಾಗ್ತದೆ?"

"ಹಂಗಂತ ವಾದಿರಾಜರು ಪ್ರತ್ಯಕ್ಷ ಬರ್ಲಿಕ್ಕಾಗ್ತದೇನು ಗೋಪಣ್ಣಾ?"

"ಕಮ್ಲಿ, ಯಾಕೆ ಹಿಂಗೆ ಹಟ ಮಾಡ್ತಿ? ಬರೀ ಮಡಿ ಅಡಿಗಿ ಮಾಡಿದ್ರೇನೇ ರಾಯರ ಸೇವಾ ಅಂತಾರೇನು? ಮೈಲಿಗಿ ಕೆಲಸ ರಾಶಿರಾಶಿ ಇರ್ತದೆ. ಅದೆಲ್ಲಾ ಮಾಡ್ಲೇಳು".

ಒಮ್ಮಿಂದೊಮ್ಮೆಲೆ ಕಮಲಕ್ಕ ಬಿಕ್ಕಳಿಸಲಾರಂಭಿಸಿದಳು. "ಬೆನ್ನಿಲೆ ಬಿದ್ದ ನೀನೆ ವಾಜಿನ್ನ ದೂರ ಇಟ್ರೆ ಮಂದಿ ಸುಮ್ನಿರ್ತಾರೇನೋ? ಮಂದಿ ಎಲ್ಲಾ ವಾಜಿನ್ನ ಹೊಲೆಮಾದಿಗನಂತೆ ದೊಬ್ಬಿದ್ರೆ ನಾ ಹೆಂಗೆ ಬದುಕಿರ್ಲೋ?"

ಗೋಪಣ್ಣಗೆ ಕಮಲಕ್ಕ ಅಳುವುದನ್ನು ನೋಡಿ ಸಂಕಟವಾಯ್ತು. ಎಷ್ಟಾದರೂ ಸ್ವಂತ ತಂಗಿ, ಕಷ್ಟಪಡುತ್ತಿರುವ ಜೀವ. "ಅಳ್ಬೇಡ ತೆಗಿ ಕಮ್ಲಿ. ರಾತ್ರಿ ಹೊತ್ನಾಗ್ಯಾಕೆ ಕಣ್ಣೀರು ಹಾಕ್ತಿ. ಆಯ್ತೇಳು, ಮಂದಿ ನಿನ್ನ ನಂಬದಿದ್ರೂ ನಾನು ನಿನ್ನ ನಂಬ್ತೀನಿ. ವಾಜಿ ಅಲಂಕಾರದ ಬ್ರಾಹ್ಮಣರಿಗೆ ಬಡಸಲೇಳು. ಯಾರಾದ್ರೂ ಏನಾದ್ರೂ ಅಂದ್ರೆ ಸ್ವಲ್ಪ ಗಟ್ಟಿ ಮಾತಾಡಿ ಬಾಯಿ ಮುಚ್ಚಿಸಿದ್ರಾಯ್ತು. ಒಂದೈವತ್ತು ರೂಪಾಯಿ ದುಡ್ಡು ಕೊಟ್ರಾಯ್ತು, ಸುಮ್ನಾಗ್ತಾರೆ. ಆದ್ರೆ ವಾಜಿ ಇನ್ನೂ ಸಣ್ಣ ಹುಡುಗ. ಅಡಿಗಿ ಮಾಡ್ಲಿಕ್ಕೆ ಗೊತ್ತಾಗಂಗಿಲ್ಲ. ಅದ್ಕೇ, ಬಡಸ್ಲಿ ಅಂದಿದ್ದು. ಯಾವ್ದಾದ್ರೂ ಒಂದೇ ನೋಡು. ಒಟ್ಟಾರೆ ಮಡಿಯೊಳಗೆ ಸೇರಿಸ್ಕೊಂಡ್ರಾಯ್ತು".

ಗೋಪಣ್ಣನ ಮಾತು ಕಮಲಕ್ಕಗೆ ಸಮಾಧಾನವನ್ನು ನೀಡಿತು. "ನೀ ಹೇಳ್ದಂಗಾಗ್ಲೇಳು ಗೋಪಣ್ಣ" ಎಂದು, ತನ್ನ ಸೊಂಟದಲ್ಲಿ ಕಟ್ಟಿದ ಬಾಳೇಕಾಯಿ ಗಂಟಿನಿಂದ ಐವತ್ತರ ಐದು ನೋಟುಗಳನ್ನು ತೆಗೆದು ಗೋಪಣ್ಣನ ಮುಂದಿಟ್ಟು "ದಕ್ಷಿಣೀಗೆ" ಎಂದು ಹೇಳಿದಳು.

ಎಲೆ ಬಿಸಾಡಿ ರಾಧಕ್ಕ ಮನೆಯೊಳಗೆ ಬಂದಾಕ್ಷಣ ಕಮಲಕ್ಕ-ಗೋಪಣ್ಣ ಸುಮ್ಮನಾಗಿಬಿಟ್ಟರು. ರಾಧಕ್ಕನಿಗೆ ಇದು ಅರ್ಥವಾಗದಿರುತ್ತದೆಯೆ?

"ಏನ್ರಿ, ಕಮಲಕ್ಕ ಏನಾಂತಾಳೆ?"

"ಏನೂ ಇಲ್ಲೇಳು. ಹಿಂಗೇ ಸುಮ್ನೆ ಕಷ್ಟ-ಸುಖ ಮಾತಾಡ್ಕೊಳ್ತಿದ್ವಿ" ಗೋಪಣ್ಣ ಮರೆಮಾಚಿದ. ರಾಧಕ್ಕ ಧಡಧಡ ಹೆಜ್ಜೆಗಳನ್ನಿಡುತ್ತಾ ಅಡಿಗಿ ಮನೆಗೆ ಹೋದಳು.

ಮರುದಿನ ಬೆಳಿಗ್ಗೆ ಎರಡು ಗಂಟೆಯಿಂದಲೇ ಗಡಿಬಿಡಿ ಪ್ರಾರಂಭವಾಯ್ತು. ಗಂಡಸರಾಗಲೇ ಗಣೇಶನನ್ನು ಸ್ಮರಿಸಿ ಒಲೆ ಹಚ್ಚಿದ್ದರು. ಒಲೆಯ ಪಕ್ಕದಲ್ಲಿಯೇ ಮತ್ತೊಬ್ಬರು ಶ್ಯಾವಿಗೆ ಮಾಡುತ್ತಿದ್ದರು. ಬರೀ ಗಂಡಸರೇ ಅಡಿಗಿ ಮಾಡಬೇಕು. ಹೆಂಗಸರು ಕೈ ಹಚ್ಚುವಂತಿಲ್ಲ. ಸನ್ಯಾಸಿಗಳಿಗೆ ಹೆಂಗಸರು ಮಾಡಿದ ಅಡಿಗೆ ನಿಷಿದ್ಧ. ಕಮಲಕ್ಕ ಅಡಿಗೆ ಮಾಡುತ್ತಿದ್ದವರಿಗೆ 'ಮೈಸೂರು ಪಾಕ ಇನ್ನೂ ಚೂರು ಹದಕ್ಕೆ ಬರ್ಲಿ', 'ಶ್ಯಾವಿಗಿ ಎಳಿ ಇನ್ನೂ ಸ್ವಲ್ಪ ತೆಳ್ಳಗಾಗ್ಲಿ' ಅಂತ ನಿರ್ದೇಶನವನ್ನು ಕೊಡುತ್ತಿದ್ದಳು. ಅವರಿಗೆ ಅಡಿಗೆಗೆ ಬೇಕಾದ ಎಲ್ಲಾ ಪದಾರ್ಥಗಳನ್ನು ತಾನೇ ಉತ್ಸಾಹದಿಂದ ಒದಗಿಸುತ್ತಿದ್ದಳು. ರಾಧಕ್ಕ ಅಕ್ಕಪಕ್ಕದ ಹೆಂಗಸರೊಡನೆ ಸೇರಿ ಹೂ ಕಟ್ಟುತ್ತಿದ್ದಳು. ಇಂತಹ ಸಂದರ್ಭದಲ್ಲಿ ಜನ ಎಷ್ಟಿದ್ದರೂ ಕಮ್ಮಿ. ಹತ್ತು ಕೈ ಸೇರಿದರೆ ಇನ್ನಿಪ್ಪತ್ತು ಕೆಲಸ ಹುಟ್ಕೊಳ್ತವೆ.

ಹುಡುಗರೆಲ್ಲಾ ಏಳುವ ವೇಳೆಗೆ ರಾಧಕ್ಕ ಉಪ್ಪಿಟ್ಟು ಮಾಡಲಾರಂಭಿಸಿದಳು – ಮಕ್ಕಳು ಮತ್ತು ಹೆಂಗಸರಿಗಾಗಿ. ಊಟ ಆಗುವುದು ಮಧ್ಯಾಹ್ನ ಎರಡು ಅಥವಾ ಮೂರು ಗಂಟೆಗೆ – ಅಲ್ಲಿಯವರೆಗೆ ಹಸಿವೆ ತಡೆಯಲು ಏನಾದರೂ ಬೇಕಲ್ಲ? ಮಡಿಯಲ್ಲಿರುವ ಗಂಡಸರಿಗೆ ಉಪ್ಪಿಟ್ಟಿಲ್ಲ, ಕೇವಲ ಬಿಸಿ

ಹಾಲು ಕುಡಿಯಬಹುದು – ಅಷ್ಟೇ! ಕಮಲಕ್ಕ ಹಾಗೂ ಗೋಪಣ್ಣ 'ಅಪ್ಪನ ಕಾಲಕ್ಕೆ ಹಾಲೂ ಕುಡೀತಿದ್ದಿಲ್ಲ. ಈಗ ಕಾಲ ಬದಲಾಗ್ಯದೆ' ಎನ್ನುತ್ತಾರೆ. ಮಠದಲ್ಲಿ ಅಷ್ಟೋತ್ತರ ಮುಗಿಸಿಕೊಂಡು ಬಂದ ಗೋಪಣ್ಣ 'ಕಮ್ಲೀ' ಅಂತ ಕೂಗಿದ. ಕಮಲಕ್ಕ ಕೋಣೆಯಿಂದ ಹೊರಬಂದಳು.

"ಹೆಂಗೋ ಏನೋ, ವಾಜಿ ಮಡೀಲೆ ಬಡಿಸ್ಲಿಕ್ಕಿರ್ತಾನೆ ಅಂತ ಗುಡೇಕೋಟಿ ಗೋವಿಂದಾಚಾರ್ಯರಿಗೆ ಗೊತ್ತಾಗ್ಯದೆ. ಆಗ್ಲೇ ಗುಸುಗುಸು, ಪಿಸಪಿಸ ನಡಿಸ್ಯಾನೆ. ಆದರೆ ನಾನೇ ಎಲ್ಲಾರ ಮುಂದೆ ಕಮಲಕ್ಕ ಐವತ್ತು ರೂಪಾಯಿ ದಕ್ಷಿಣಿ ಕೊಡ್ತಾಳೆ ಅಂತ ಹೇಳಿ ಬಂದೀನಿ" ಅಂದ.

"ಎಲ್ಲಾ ಸುಮ್ನಾಗ್ತಾರೇಳು ಗೋಪಣ್ಣ. ಯಾರಾದ್ರೂ ಕಿಮಕ್-ಕುಮಕ್ ಅಂದ್ರೆ ನಾನು ಮಾತಾಡ್ತೀನಿ, ನೀನು ಯೋಚ್ನೆ ಮಾಡ್ಬೇಡ" ಎಂದು ಆತ್ಮವಿಶ್ವಾಸದ ಮಾತನಾಡಿ, ಮತ್ತೆ ಕಮಲಕ್ಕ ಅಡಿಗಿ ಮಾಡುವವರಿಗೆ ನಿರ್ದೇಶನ ಕೊಡಲಾರಂಭಿಸಿದಳು.

ಯಾವುದೋ ವಸ್ತು ಬೇಕೆಂದು ಅಡಿಗೆಯವರು ಕೇಳಿದಾಗ, ಕಮಲಕ್ಕ ಕೋಣೆಗೆ ಬಂದವಳೆ ಹೌಹಾರಿಬಿಟ್ಟಳು. ರಾಧಕ್ಕ ಒಂದು ತಟ್ಟೆಗೆ ಉಪ್ಪಿಟ್ಟನ್ನು ಹಾಕಿ ವಾಜಿಗೆ ಕೊಡುತ್ತಿದ್ದಳು! ಕಮಲಕ್ಕ ವಾಜಿಯ ಕಡೆ ಧಾವಿಸಿ, ಅವನ ತಟ್ಟೆಯನ್ನು ಕಿತ್ತುಕೊಂಡಳಲ್ಲದೆ ಕೆನ್ನೆಗೆ ಎರಡೇಟು ಬಿಗಿದಳು.

"ಹುಚ್ಚು ರಂಡೆಗಂಡ, ನೀನು ಮಡೀಲೆ ಬಡಿಸ್ಬೇಕು ಅಂತ ನಾನು ಜೀವ ತೇಯ್ತಾ ಇದ್ದೀನಿ. ನೀನಿಲ್ಲಿ ಉಪ್ಪಿಟ್ಟು ತಿನ್ಲಿಕ್ಕೆ ತಯಾರಾಗಿಯೇನೋ?" ಎಂದು ಸಂಕಟದಿಂದ ಮತ್ತೆರಡು ಏಟನ್ನು ಕೆನ್ನೆಗೆ ಬಿಗಿದಳು. ಕಮಲಕ್ಕಗೆ ಸಿಟ್ಟು ನೆತ್ತಿಗೇರಿತ್ತು. ರಾಧಕ್ಕನನ್ನು ನೋಡಿ –

"ವೈನಿ, ಅವ್ನು ಮಡೀಲೆ ಬಡಿಸ್ಬೇಕು ಅಂತ ಗೊತ್ತಿಲ್ಲೇನು? ಅವನಿಗ್ಯಾಕೆ ಉಪ್ಪಿಟ್ಟು ಕೊಡ್ತಿದ್ದಿ?" ಅಂತ ದಬಾಯಿಸಿದಳು. ರಾಧಕ್ಕ ತಪ್ಪು ಮಾಡಿ ಸಿಕ್ಕಿ ಬಿದ್ದವರಂತಾಗಿದ್ದಳು.

"ಸಣ್ಣ ಹುಡುಗ, ಉಪ್ಪಿಟ್ಟು ತಿನ್ತೀನಿ ಅಂದ್ರೆ ಬ್ಯಾಡ ಅನ್ಲೇನು? ಅವ್ನೇ ಕೇಳ್ದ, ಅದ್ಕೇ ಕೊಟ್ಟೆ".

"ಹೆಂಗಾರ ಮಾಡಿ ಅವ್ನ ಮೈಲಿಗಿ ಮಾಡ್ಸಿ, ಮಡೀಲೆ ಬರದ್ಹಂಗೆ ಮಾಡಾದೆ ನಿನ್ನ ಉದ್ದೇಶ ಅಲ್ಲಾ ವೈನಿ?"

ರಾಧಕ್ಕ ಈಗ ಅಳಲಾರಂಭಿಸಿದಳು. ಕಣ್ಣಲ್ಲಿ ನೀರು ತರಿಸುವುದರಲ್ಲಿ ಮಹಾಚತುರೆ.

"ನಂದೇ ತಪ್ಪಾದ್ಹಂಗೆ ಆಡ್ತೀ ಅಲ್ಲಾ ಕಮಲಕ್ಕ. ಮಕ್ಕಳಿಗೆ ತಿನ್ಲಿಕ್ಕೆ ಕೊಟ್ರೂ ತಪ್ಪಾಗಿಬಿಡ್ತದೇನವ್ವಾ? ನಮ್ಮ ಮನ್ಯಾಗೆ ನಾನೇ ಪರದೇಶಿ ಆದ್ನೋಡು".

ಗೋಪಣ್ಣ ಅಲ್ಲಿಗೆ ಬಂದ. ಹೆಂಡತಿಯ ಮಾತಿನಿಂದಲೇ ನಡೆದ ಘಟನೆ ಅರ್ಥವಾಯ್ತು. ಆದರೆ ರಾಧಕ್ಕಗೆ ಎದುರು ಮಾತನಾಡಲಾರ. ಸುಮ್ಮನೆ ಹಿಂತಿರುಗಿ ಅಡುಗೆಯ ಮನೆಯಲ್ಲಿ ಕೆಲಸದಲ್ಲಿ ಮಗ್ನನಾದ. ಕಮಲಕ್ಕ ಅನಂತರ ವಾಜಿಯ ಮೇಲೆ ಒಂದು ಕಣ್ಣನ್ನಿಟ್ಟಳು. ಅವನು ಹಾಲು ಮಾತ್ರ ಕುಡಿಯಬಹುದಿತ್ತು, ಬೇರೇನೂ ತಿನ್ನುವಂತಿರಲಿಲ್ಲ.

ಆರಾಧನೆಗೆ ಪ್ರತಿ ವರ್ಷದಂತೆ ಈ ವರ್ಷವೂ ಕಳೆದ ವರ್ಷಕ್ಕಿಂತ ಹೆಚ್ಚು ಜನ ಸೇರಿತ್ತು. ಮಕ್ಕಳ ಅಳು-ನಗು, ಹೆಂಗಸರ ಹರಟೆ, ಮೈಕಾಸುರನ ಹಾವಳಿ ಏಕಕಾಲಕ್ಕೆ ಸಮ್ಮಿಶ್ರಣಗೊಂಡು ಒಂದು ಆಹ್ಲಾದಕರ ಗಲಾಟೆಯನ್ನು ಸೃಷ್ಟಿಸಿದ್ದವು. ರಾಯರಂತೂ ಹೂವಿನ ಹಾರದಲ್ಲಿ ಮುಳುಗಿ ಹೋಗಿದ್ದರು. ಹೊದಿಸಿದ ರೇಶ್ಮೆ ಶಲ್ಯ ಮಿರಮಿರನೆ ಮಿಂಚುತ್ತಿತ್ತು. ಅಡುಗೆ ಸಾಲೆಯಿಂದ ಭಟ್ಟರ

ಬೂದುಗುಂಬಳಕಾಯಿಯ ಹುಳಿಯ ವಾಸನೆ ಘಮ್ಮೆಂದು ಮೂಗಿಗೆ ಬಡಿದಾಗ, 'ಇನ್ನೂ ಊಟ ಎಷ್ಟು ತಡಾನೋ ಏನೋ' ಎಂದು ಜನ ಮಾತನಾಡಿಕೊಳ್ಳುತ್ತಿದ್ದರು.

ವಾಜಿಯ ಮಡಿ ಸ್ನಾನಕ್ಕೆ ಗೋಪಣ್ಣನೇ ಬಾವಿಯಿಂದ ನೀರು ಸೇದಿ ಹಾಕಿದ. ಕಮಲಕ್ಕ ಬಾವಿಯ ಕಟ್ಟೆಯಮೇಲೆ ನಿಂತು, ವಾಜಿಯ ಬೆನ್ನು ಸರಿಯಾಗಿ ತೊಯ್ದಿದೆಯೋ ಇಲ್ಲವೋ ಅಂತ ಪರೀಕ್ಷಿಸಿದಳು. ಮೈಯ ಪ್ರತಿಯೊಂದು ಭಾಗವೂ ನೀರಿನಿಂದ ತೊಯ್ದಾಗಲೇ ಮಡಿ, ಇಲ್ಲದಿದ್ದರೆ ಮೈಲಿಗೆ. ತನ್ನಂತಹ ಹತ್ತು ಜನರು ಸೇರಿ ಉಡಬಹುದಾದಂತಹ ಬಿಳಿಯ ಧೋತ್ರವನ್ನು ಎರಡು ಮಡತೆ ಮಡಿಸಿ, ಕಚ್ಚೆ ಹಾಕಿ ವಾಜಿ ಉಟ್ಟುಕೊಂಡ. ನಂತರ ಕೈಯಲ್ಲಿ ಮಡಿನೀರಿನ ತಂಬಿಗೆ ಹಿಡಿದುಕೊಂಡು, ಮಠಕ್ಕೆ ಹೋಗುವ ಹಾದಿಯಲ್ಲಿ ಹೆಜ್ಜೆಹೆಜ್ಜೆಗೂ ನೀರನ್ನು ಹಾಕುತ್ತಾ, ನೀರು ಹಾಕಿದ ಜಾಗದಲ್ಲೇ ಕಾಲನ್ನೂರುತ್ತಾ ವಾಜಿ ನಡೆಯವುದನ್ನು ಕಂಡು ಹೃದಯ ತುಂಬಿಬಂತು. ಅವನ ಹಿಂದೆಯೇ ಅವಳೂ ನಡೆದಳು.

ಮಠದಲ್ಲಿ ಅಲಂಕಾರದ ಊಟ ಸ್ವಲ್ಪ ತಡವಾಗಿಯೇ ಪ್ರಾರಂಭವಾಯ್ತು. ಮಠದಲ್ಲಿ ನಡೆದ ಒಂದು ಚಿಕ್ಕ ಜಗಳವೇ ಇದಕ್ಕೆಲ್ಲಾ ಕಾರಣ. ಅರ್ಚಕರು ತೆಂಗಿನ ಕಾಯನ್ನು ಒಡೆದ ನಂತರ ಮೇಲಿನ ಬಟ್ಟಲನ್ನು ತಾವಿಟ್ಟುಕೊಂಡು, ಕೆಳಗಿನ ಜುಟ್ಟಿರುವ ಬಟ್ಟಲನ್ನು ಮಾತ್ರ ಭಕ್ತಾದಿಗಳಿಗೆ ಕೊಡುತ್ತಿದ್ದರು. ಅಷ್ಟೇ ಅಲ್ಲದೆ, ಬಹು ಚಾಕಚಕ್ಯತೆಯಿಂದ ಮೇಲಿನ ಬಟ್ಟಲು ದೊಡ್ಡದಾಗುವಂತೆಯೂ, ಜುಟ್ಟು ಇರುವ ಕೆಳಭಾಗದ ಬಟ್ಟಲು ಚಿಕ್ಕದಾಗುವಂತೆಯೂ ಕಾಯನ್ನು ಒಡೆಯುತ್ತಿದ್ದರು. ಅಲ್ಲದೆ ಈ ರೀತಿ ಸಂಗ್ರಹಿಸಿದ ಎಲ್ಲಾ ಕೊಬ್ಬರಿ ಬಟ್ಟಲುಗಳನ್ನು ಊರಿನ 'ಹರಿಪ್ರಸಾದ್' ಹೋಟೆಲ್ಲಿಗೆ ಮಾರಿಕೊಳ್ಳುತ್ತಿದ್ದರು. ಇದನ್ನು ಯಾರೋ ಕಿಡಿಗೇಡಿ ಭಕ್ತಾದಿಗಳು ಪ್ರತಿಭಟಿಸಿದ್ದೇ ಜಗಳ ಪ್ರಾರಂಭವಾಗಿಬಿಟ್ಟಿತ್ತು. ಹೀಗೆ ಪ್ರಾರಂಭವಾದ ಜಗಳ ಯಾವು ಯಾವುದೋ ತಿರುವುಗಳನ್ನು ಪಡೆದುಕೊಂಡು, ಕೊನೆಗೆ ಕೆಲವೊಂದು ಜನ ಸ್ಮಾರ್ತ-ವೈಷ್ಣವರ ಜಗಳಕ್ಕೂ, ಮತ್ತೂ ಕೆಲವು ಜನರು ಉತ್ತರಾದಿ ಮಠ- ರಾಯರ ಮಠದ ಜಗಳಕ್ಕೂ, ಮತ್ತೂ ಕೆಲವೊಂದು ಜನ ಇನ್ನೊಂದು ಹೆಜ್ಜೆ ಮುಂದೆ ಹೋಗಿ ಯಾವುದೋ ತಮ್ಮ ಮನೆಯ ಆಸ್ತಿಯ ವಿಚಾರವಾಗಿ ಜಗಳವಾಡುವುದಕ್ಕೂ ನಾಂದಿಯಾಗಿಬಿಟ್ಟಿತ್ತು. ಹಾಗೇ ಸುಮ್ಮನಿದ್ದರೆ ಜಗಳ ಸಂಜೆಯವರೆಗೆ ಮುಂದುವರೆಯುವಷ್ಟು ಶಕ್ತಿಯುತವಾಗಿತ್ತು. ಆದರೆ ಯಾರೋ ಬುದ್ಧಿವಂತರು ರಾಯರಿಗೆ ಮಂಗಳಾರತಿ ಮಾಡಿ, ಪತ್ತಾರು ಹುಡುಗರ ಕೈಲೆ ಜಾಗಟೆಯನ್ನು ಏಕಪ್ರಕಾರವಾಗಿ ಹತ್ತು ಹದಿನೈದು ನಿಮಿಷ ಬಾರಿಸಿದರು. ಜಾಗಟೆಯಿಂದ ಮೂಡಿದ ಶಬ್ದದಿಂದಾಗಿ ಜನರು ಸುಮ್ಮನಾದರು. ಭಕ್ತಾದಿಗಳು ತಮ್ಮ ಜಗಳ ನಿಲ್ಲಿಸಿ, ಕೈಗಳನ್ನು ಜೋಡಿಸಿಕೊಂಡು, ಮಂಗಳಾರತಿ ಮಾಡುವಾಗ ರಾಯರ ಮುಖ ಕಣ್ಣಿಗೆ ಬಿದ್ದರೆ ಸಾಕೆಂದು ಕತ್ತನ್ನು ಗುಂಪಿನಲ್ಲಿ ತೂರಿಸುವ ಸಾಹಸ ಮಾಡಲಾರಂಭಿಸಿದರು. ಅಂತೂ ರಾಯರಿಗೆ ನೈವೇದ್ಯವಾಗಿ, ಅಲಂಕಾರದ ಬ್ರಾಹ್ಮಣರಿಗೆ ಎಲೆ ಹಾಕುವ ವೇಳೆಗೆ ಮಧ್ಯಾಹ್ನ ಎರಡು ಗಂಟೆಯಾಗಿತ್ತು.

ಐದು ಜನ ಬ್ರಾಹ್ಮಣರಿಗೆ, ಪ್ರತಿಯೊಬ್ಬರಿಗೂ ಐದೈದು ಎಲೆಗಳನ್ನು ಜೋಡಿಸಿ ದೊಡ್ಡ ಎಲೆಯನ್ನು ಮಾಡಲಾಗಿತ್ತು. ಎಲೆಯ ಮುಂದೆ ಬಣ್ಣದ ರಂಗೋಲಿಯಿಂದ ಚಿತ್ತಾರವನ್ನು ಬಿಡಿಸಿದ್ದರು. ಸುವಾಸನೆ ಭರಿತ ಊದಿನ ಕಡ್ಡಿಗಳನ್ನು ಪ್ರತಿಯೊಂದು ಎಲೆಯ ಪಕ್ಕದಲ್ಲೂ ಅಕ್ಕಿ

ತುಂಬಿದ ಲೋಟದಲ್ಲಿ ಚುಚ್ಚಿಡಲಾಗಿತ್ತು. ಐದು ಎಲೆ ಹಾಕಿದ ಹಿಂಭಾಗದಲ್ಲಿದ್ದ ಗೋಡೆಯ ಮೇಲೆ ಪ್ರದ್ಯುಮ್ನ, ಅನಿರುದ್ಧ, ಅಧೋಕ್ಷಜ, ನಾರಾಯಣ ಹಾಗೂ ವಾಸುದೇವ ಎಂದು ಕೆಂಪುಬಣ್ಣದಿಂದ ಬರೆಯಲಾಗಿತ್ತು. ಎಲ್ಲಕ್ಕೂ ಮುಖ್ಯವಾಗಿ, ಕಮಲಕ್ಕನ ಐವತ್ತು ರೂಪಾಯಿ ನೋಟುಗಳು ಕಣ್ಣು ಕೋರೈಸುವಂತೆ ತಾಂಬೂಲದಲ್ಲಿದ್ದವು.

ಇನ್ನೇನು ಬಡಿಸಲು ಪ್ರಾರಂಭಿಸಬೇಕು ಎನ್ನುವಾಗ, ರಾಧಕ್ಕನ ಪಕ್ಕದ ಮನೆಯ ಚಿಕ್ಕ ಹುಡುಗಿಯೊಬ್ಬಳು ಬಣ್ಣಬಣ್ಣದ ರೇಶ್ಮೆ ಲಂಗ ಉಟ್ಟುಕೊಂಡು 'ಅಜ್ಜಿ, ಇಕೋ ತುಪ್ಪ' ಅಂತ ತುಪ್ಪದ ಬಟ್ಟಲನ್ನು ತಂದು ರಾಧಕ್ಕನ ಮುಂದೆ ಹಿಡಿದಳು. ಹಿಂದೆ ಮುಂದೆ ನೋಡದೆ ಓಡಿ ಬಂದಿದ್ದ ಹುಡುಗಿ, ಅಲ್ಲೇ ನಿಂತಿದ್ದ ವಾಜಿಯ ತೀರಾ ಹತ್ತಿರದಿಂದ ನುಗ್ಗಿ ಬಿಟ್ಟಿದ್ದಳು. ಅದನ್ನು ನೋಡಿದ್ದೇ ಗುಡೇಕೋಟಿ ಗೋವಿಂದಾಚಾರ್, "ಅಯ್ಯೋ ವಾಜಿನ್ನ ಮುಟ್ಟಿಬಿಟ್ಟೆಯಲ್ಲೇ ಹುಡುಗಿ. ವಾಜಿ, ನಿಂಗೆ ಮೈಲಿಗಿಯಾಯ್ತಪ್ಪ. ಹೊರಗೆ ಹೋಗು" ಎಂದುಬಿಟ್ಟ. ಅವರು ಆ ಮಾತಂದಿದ್ದೇ ತಡ ರಾಧಕ್ಕನೂ "ಹೌದ್ಹೌದು. ಪರಕ್ಯಾರ ತಾಕ್ತು. ನಾನೂ ನೋಡೀನಿ" ಎಂದು, ಅತ್ಯಂತ ಪ್ರೀತಿಯಿಂದೆಂಬಂತೆ ವಾಜಿಯ ತಲೆ ಸವರಿಬಿಟ್ಟಳು. ಹುಡುಗಿಯ ಪರಕ್ಯಾರ ವಾಜಿಗೆ ತಾಕಿತ್ತೋ ಇಲ್ಲವೋ, ಈಗಂತೂ ರಾಧಕ್ಕ ವಾಜಿಯ ತಲೆಯ ಮೇಲೆ ಕೈ ಸವರಿದ್ದರಿಂದ ಖಂಡಿತವಾಗಿಯೂ ಮೈಲಿಗೆಯಾಗಿಬಿಟ್ಟಿದ್ದ. ಕಮಲಕ್ಕಗೆ ಒಂದು ಕ್ಷಣ ಏನಾಯ್ತೆಂದು ಅರ್ಥವಾಗಲಿಲ್ಲ. ನಂತರ ಗುಡೇಕೋಟಿ ಗೋವಿಂದಾಚಾರ್ಯರ ಹುನ್ನಾರ ತಿಳಿದುಹೋಯ್ತು.

"ಸುಮ್‌ಸುಮ್ನೆ ಮೈಲಿಗಿ ಆಯ್ತಂತ ಅಂತೀರಲ್ರೀ ಗೋವಿಂದಾಚಾರ್ರೇ. ಆ ಹುಡುಗಿ ಪರಕ್ಯಾರ ತಾಕ್ಲೇ ಇಲ್ಲ, ನಾನೂ ನೋಡೀನಿ" ಅಂತ ದಬಾಯಿಸಿದಳು.

"ನಾನ್ಯಾಕೆ ಸುಳ್ಳು ಹೇಳ್ಲಿ ಕಮಲಕ್ಕ. ಬೇಕಂದ್ರೆ ಕೃಷ್ಣಾಚಾರ್ಯರ್ನ ಕೇಳು. ಏನಪ್ಪಾ ಕಿಟ್ಟಣ್ಣ, ನೀನೇನಂತಿ?"

ಗಲಿಬಿಲಿಗೊಂಡ ಕೃಷ್ಣಾಚಾರ್ಯರು, ಕನ್ನಡಕವನ್ನು ಕಣ್ಣಿಗೇರಿಸಿ, "ಹೌದ್ಹೌದು, ಪರಕ್ಯಾರ ತಾಕ್ತು. ನಾನೂ ನೋಡೀನಿ. ಅಷ್ಟಕ್ಕೂ ರಾಧಕ್ಕ ಕೂಡಾ ವಾಜಿ ತಲಿ ಸವರಿಬಿಟ್ಳಲ್ಲ? ಈಗ ವಾಜಿ ಬಾವಿ ಮೇಲೆ ಒಂದು ಮುಳುಗು ಹಾಕ್ಲೇ ಬೇಕು" ಎಂದು ಹೂಂಗುಟ್ಟಿದ.

ಕಮಲಕ್ಕ ಎಷ್ಟೇ ಗಯ್ಯಾಳಿಯಾದರೂ, ಮೈಲಿಗೆಯಾದ ಹುಡುಗನಿಂದ ಅಲಂಕಾರದ ಬ್ರಾಹ್ಮಣರಿಗೆ ಬಡಿಸಿ ನರಕಕ್ಕೆ ಹೋಗಲು ತಯಾರಾಗಿರಲಿಲ್ಲ. ಆದರೂ ಇವರೆಲ್ಲರ ಕುತಂತ್ರದಿಂದ ದಿಕ್ಕು ತೋಚದಂತಾಗಿತ್ತು.

"ಗೋಪಣ್ಣ, ನೀನಾರ ಹೇಳು. ಆ ಹುಡುಗಿ ಪರಕ್ಯಾರ ತಾಕ್ತೇನು?"

ಗೋಪಣ್ಣಗೆ ಯಾರ ಪರ ವಹಿಸಬೇಕೆಂದು ತಿಳಿಯಲಿಲ್ಲ. "ಕಮ್ಲಿ, ನಾನು ಆ ಕಡಿ ನೋಡ್ಲೇ ಇಲ್ಲ. ಮತ್ತೆ ಹೆಂಗೇಳ್ಲಿ? ಈಗಂತೂ ವಾಜಿ ಮೈಲಿಗೆ ಆಗ್ಯಾನಲ್ಲ, ಹೋಗಿ ಒಂದು ಕೊಡ ನೀರು ಸುರುವಿಕೊಂಡು ಬರ್ಲಿ. ಬಾವಿ ಹತ್ತಿರದಾಗೇ ಅದಲ್ಲ?"

ಕಮಲಕ್ಕಗೆ ಬರೀ ವಾದ ಮಾಡಿ ಪ್ರಯೋಜನವಿಲ್ಲವೆನ್ನಿಸಿತು. ವಾಜಿಯ ಕೈ ಹಿಡಿದುಕೊಂಡು ಹೊರಗೆಳೆದುಕೊಂಡು ಬಂದಳು. ಅಲ್ಲಿಯೇ ಹತ್ತಿರದಲ್ಲಿ ವಾಜಿಯನ್ನು ಮೈಲಿಗೆ ಮಾಡಿದ ಹುಡುಗಿ

ಗಾಬರಿಯಾಗಿ ನಿಂತಿತ್ತು. ಅದರ ತಲೆಗೊಂದು ಮುಷ್ಟಿಯಿಂದ ಮೊಟುಕಿದ ಕಮಲಕ್ಕ, "ಹುಚ್ಚು ರಂಡೆ, ಮೈಮೇಲೆ ಅರಿವಿಲ್ಲದಂಗೆ ನುಗ್ಗಿ ಬಂದ್ಯಲ್ಲೇ" ಅಂತ ಬೈಯ್ದು ಬಿಟ್ಟಳು. ಅನಿರೀಕ್ಷಿತ ಆಕ್ರಮಣದಿಂದ ಕಂಗೆಟ್ಟ ಹುಡುಗಿ 'ಹೋ' ಎಂದು ಅಳಲಾರಂಭಿಸಿದಳು.

ಮಠದ ಬಳಿಯಲ್ಲೇ ಇದ್ದ ಬಾವಿಯ ಬಳಿ ವಾಜಿಯನ್ನು ಕರೆದುಕೊಂಡು ಬಂದಾಗ ಅಲ್ಲಿ ಆಗಲೇ ಹತ್ತಾರು ಬ್ರಾಹ್ಮಣ ವಟುಗಳು ಸ್ನಾನ ಮಾಡಲು ಸಿದ್ಧರಾಗಿದ್ದರು. "ನಮ್ಮ ವಾಜಿಗೊಂದಿಷ್ಟು ನೀರು ಸೇದಿ ಹಾಕ್ರಪ್ಪ, ಅಲಂಕಾರದ ಬ್ರಾಹ್ಮರಿಗೆ ಬಡಿಸ್ಬೇಕು" ಎಂದು ಅಲ್ಲಿದ್ದವರನ್ನು ಕೇಳಿದಳು.

ಆ ಬ್ರಾಹ್ಮಣ ವಟುಗಳೇನು ಸಾಮಾನ್ಯರೆ? ಅವರಿಗೆ ಕಮಲಕ್ಕನ ಸಂಚು ಗೊತ್ತಿಲ್ಲವೆ? ತೊನ್ನು ಮೈಯ ಹುಡುಗನಿಂದ ಬ್ರಾಹ್ಮರಿಗೆ ಬಡಿಸಲು ತಯಾರಾಗಿರುವ ಕಮಲಕ್ಕಗೆ ಸಹಾಯ ಮಾಡಿ, ಬ್ರಾಹ್ಮಣಿಕೆಯನ್ನೇ ನಾಶಮಾಡಲು ಸಾಧ್ಯವಿರಲಿಲ್ಲ.

"ಆಗಂಗಿಲ್ಲ ಕಮಲಕ್ಕ, ನಮ್ದೆಲ್ಲಾ ಸ್ನಾನ ಆಗೋತನ್ಕಾ ಕಾಯ್ಬೇಕ್ನೋಡು. ಆಗ್ಲೇ ಹೊತ್ತಾಗ್ಯದೆ. ನಾವೂ ತಾಸೊತ್ತಿಂದ ಕಾಯ್ಕೊಂಡೀವಿ".

"ಒಂದೆರಡು ಕೊಡ ನೀರು ಸೇದಿ ಹಾಕಿದ್ರೆ ನಿಮ್ಮ ಕೈಯೇನೂ ಸೇದಿ ಹೋಗಲ್ಲ. ಹಂಗ್ಯಾಕೆ ಇಲ್ಲ ಅಂತೀರೋ?" ಕಮಲಕ್ಕನ ಅಸಹಾಯಕ ಮಾತು.

"ಆಗಂಗಿಲ್ಲ ಅಂದ್ರೆ ಆಗಂಗಿಲ್ಲ. ನೀ ಏನ್ ಮಾಡ್ತೀಯೋ ಮಾಡ್ಕೋ" ಎಂದುಬಿಟ್ಟರು. ಕಮಲಕ್ಕಗೆ ಆ ಸಂದರ್ಭದಲ್ಲಿ ಜಗಳವಾಡಲು ಸಮಯವಿರಲಿಲ್ಲ. ವಾಜಿಯನ್ನು ಓಡು ನಡಿಗೆಯಲ್ಲಿ ಮನೆಗೆ ಕರೆದುಕೊಂಡು ಬಂದಳು. ತಮ್ಮ ಮನೆಯ ಬಾವಿಯಲ್ಲಿ ತನ್ನನ್ನು ತಡೆಯುವರ‍್ಯಾರು?

ತಾನೇ ಬಾವಿಯ ಗಾಲಿಗೆ ಹಗ್ಗ ಹಾಕಿ, ಒಂದು ಚೂರೂ ನೀರಿರದಂತೆ ಒರೆಸಿದ ತಾಮ್ರದ ಕೊಡಕ್ಕೆ ಕುಣಿಕೆಯನ್ನು ಕಟ್ಟಿ, "ಬಡ ಬಡ ಸೇದಿ ಮೂರು ಕೊಡ ನೀರು ಹಾಕ್ಕೋ, ಅಲ್ಲಾಗ್ಲೇ ಹೊತ್ತಾಗಿ ಹೋಗ್ಯದೆ" ಎಂದು ಅವಸರಿಸಿದಳು. ವಾಜಿ ಸಲೀಸಾಗಿ ಬಾವಿಯ ತಳದ ತನಕ ಕೊಡವನ್ನು ಬಿಟ್ಟು ತುಂಬಿಸಿದ. ಆದರೆ ತುಂಬಿದ ಕೊಡವನ್ನು ಎಳೆಯಲು ಪ್ರಯತ್ನಿಸಿದಾಗಲೇ ಅದು ಹೆಣ ಭಾರವಾಗಿದೆ ಎಂದು ಗೊತ್ತಾದದ್ದು. ಎಷ್ಟೇ ತಿಣುಕಿದರೂ ಆ ತುಂಬಿದ ಕೊಡವನ್ನು ಮೇಲೆತ್ತಲಾಗಲಿಲ್ಲ.

"ಅಮ್ಮಾ, ಬಾಳ ಭಾರ ಅದೆ. ಎಳೀಲಿಕ್ಕಾಗ್ತಾ ಇಲ್ಲ" ಎಂದು ಗೋಗರೆದ. ಕಮಲಕ್ಕ ಇದನ್ನು ನಿರೀಕ್ಷಿಸಿರಲಿಲ್ಲ. ಅವಸರದಲ್ಲಿ ಕೈಗೆ ಸಿಕ್ಕ ಕೊಡವನ್ನೇ ಕುಣಿಕೆಗೆ ಕಟ್ಟಿ ಬಿಟ್ಟಿದ್ದಳು. ಈಗ ಮಾಡುವುದಾದರೂ ಏನು? ಹೆಂಗಸಾದ ತಾನು ಅವನಿಗೆ ಮಡಿನೀರು ಸೇದಿ ಸ್ನಾನ ಮಾಡಿಸುವಂತಿಲ್ಲ. ರಾಯರ ಸೇವೆಗೆ ಹೆಂಗಸರ ಮಡಿ ಸಲ್ಲುವುದಿಲ್ಲ. ಮನೆಯಲ್ಲಿ ಬೇರೆ ಗಂಡಸರ‍್ಯಾರೂ ಇಲ್ಲ, ಎಲ್ಲರೂ ಮಠಕ್ಕೆ ಹೋಗಿದ್ದಾರೆ.

"ಹಂಗೆ ಒಂಚೂರು ಶಕ್ತಿ ಹಾಕಿ ಎಳಿಯಪ್ಪಾ, ಬರ್ತದೆ" ಎಂದು ಹುರಿದುಂಬಿಸಿದಳು. ವಾಜಿ ಪ್ರಯತ್ನಿಸಿದನಾದರೂ ಸಾಧ್ಯವಾಗಲಿಲ್ಲ. ಈಗಾಗಲೇ ಕೊಡ ತುಂಬಿರುವುದರಿಂದ ಅದರಲ್ಲಿನ ನೀರನ್ನು ಚೆಲ್ಲುವಂತೆಯೂ ಇಲ್ಲ. ಕಮಲಕ್ಕಗೆ ಬೇರೆ ದಾರಿಯಿಲ್ಲದೆ ತಾನೇ ಹಗ್ಗಕ್ಕೆ ಕೈ ಹಾಕಿ ಕೊಡವನ್ನು ಮೇಲೆ ತಂದಳು.

ಮತ್ತೆ ಮನೆಯೆಲ್ಲಾ ಹುಡುಕಾಡಿದರೂ ತಾಮ್ರದ ಬಿಂದಿಗೆಯಿರಲಿಲ್ಲ. ಬರೀ ದೊಡ್ಡ ದೊಡ್ಡ ಕೊಡಗಳಿದ್ದವೇ ಹೊರತು, ಚಿಕ್ಕ ಬಿಂದಿಗೆ ಇರಲಿಲ್ಲ. ಇದ್ದ ಒಂದು ಸಣ್ಣ ಬಿಂದಿಗೆಯನ್ನು ಮಠಕ್ಕೆ ಒಯ್ದು ಬಿಟ್ಟಿದ್ದರು. ಕಮಲಕ್ಕ ಕೈಗೆ ಸಿಕ್ಕ ತಾಮ್ರದ ತಂಬಿಗೆಯನ್ನೇ ವಾಜಿಗೆ ಕೊಟ್ಟಳು. ವಾಜಿ ತಂಬಿಗೆಯನ್ನು ಬಾವಿಗೆ ಬಿಟ್ಟು ಸೇದಿದನಾದರೂ, ಒಂದು ತಂಬಿಗೆಯ ನೀರು ತುಂಬಾ ಸ್ವಲ್ಪವಾಯ್ತು. ಪೂರ್ತಿ ಮೈಯೆಲ್ಲಾ ತೊಯ್ಯಲು ಕನಿಷ್ಠ ಹದಿನೈದು ಬಾರಿಯಾದರೂ ತಂಬಿಗೆಯನ್ನು ಬಾವಿಯಿಂದ ಎಳೆಯಬೇಕಾಯ್ತು. ಕಡೆಕಡೆಗಂತೂ ಅವನ ಕೈ ಸೋತು ಹೋಗಿ, ಹಗ್ಗವನ್ನು ಎಳೆದದ್ದರಿಂದ ಅಂಗೈ ಕೆಂಪಗಾಗಿ ಉರಿಯಲಾರಂಭಿಸಿತ್ತು. ಅದಾಗಲೇ ಹೊತ್ತು ಮೀರಲಾರಂಭಿಸಿದ ಕಾರಣ ಕಮಲಕ್ಕ ಚಡಪಡಿಸಲಾರಂಭಿಸಿದಳು. ಅಲಂಕಾರ ಬ್ರಾಹ್ಮಣರ ಊಟ ಮುಗಿದೇ ಹೋಗಿರುತ್ತೋ ಏನೋ ಎಂಬ ಅನುಮಾನ ಪ್ರಾರಂಭವಾಯ್ತು. ಕಡೆಯ ಪಕ್ಷ ವಾಜಿ ಮೊಸರನ್ನವನ್ನಾದರೂ ಒಡಿಸಿದರೂ ಸಾಕು ಎಂದುಕೊಂಡಳು.

ಮಧ್ಯಾಹ್ನದ ರಣರಣ ಬಿಸಿಲಿನಲ್ಲಿ, ಕಾವಲಿಯಂತೆ ಕಾದ ನೆಲದ ಮೇಲೆ ವಾಜಿಯನ್ನು ಬರಿಗಾಲಿನಿಂದ ಮಠಕ್ಕೆ ಕರೆದುಕೊಂಡು ಬರುವ ವೇಳೆಗೆ ಕಮಲಕ್ಕನ ಅನುಮಾನ ನಿಜವಾಗಿ ಹೋಯ್ತು. ಆಗಲೇ ಸಾರ್ವಜನಿಕರ ಊಟಕ್ಕೆ ಪ್ರಾರಂಭವೆಂಬಂತೆ 'ವೆಂಕಟರಮಣ ಗೋವಿಂದ, ಗೋವಿಂದ...' ಎಂದು ಕಿರುಚಿದ್ದು ಕಿವಿಗಪ್ಪಳಿಸಿತು. ಅಲಂಕಾರ ಬ್ರಾಹ್ಮಣರು ತಿನ್ನದೇ ಚೆಲ್ಲಿದ್ದ ಮಂಡಿಗೆ, ಚಕ್ಕುಲಿ, ಪೇಣಿ, ರವೆ ಉಂಡೆ, ಮೈಸೂರು ಪಾಕು, ಬೇಸನ್ನು ಮುಂತಾದವುಗಳನ್ನು ಅವರ ಹೆಂಡಂದಿರು ತೆಗೆದುಕೊಳ್ಳುತ್ತಿದ್ದರು. ಅವುಗಳನ್ನು ರಾಯರ ಪ್ರಸಾದವೆಂದು ಸ್ವೀಕರಿಸಲು ಹೊರಗಡೆ ಎಷ್ಟೋ ಭಕ್ತಾದಿಗಳು ಕಾಯುತ್ತಿದ್ದರು. ಕೆಲವೊಂದು ಹೆಂಗಸರು ತಮ್ಮ ಎಳೆಯ ಕಂದಮ್ಮಗಳ ಮೈಮೇಲಿನ ಬಟ್ಟೆಗಳನ್ನೆಲ್ಲಾ ಬಿಚ್ಚಿ, ಅಲಂಕಾರ ಬ್ರಾಹ್ಮಣರ ಎಂಜಲೆಲೆಯಲ್ಲಿ ಹೊರಳಾಡಿಸಿ ಮುಂದೆ ಎಂದೆಂದೂ ಆ ಕಂದಮ್ಮಗಳಿಗೆ ಚರ್ಮವ್ಯಾಧಿ ಬರದಂತೆ ರಾಯರ ಅನುಗ್ರಹ ಪಡೆಯಲು ಸಿದ್ಧರಾಗಿದ್ದರು.

ಕಮಲಕ್ಕ ಮಡಿಯಲ್ಲಿದ್ದ ವಾಜಿಯನ್ನು ತಬ್ಬಿಕೊಂಡು, ಅವನನ್ನು ಮೈಲಿಗೆ ಮಾಡಿ "ಮೋಸ ಮಾಡಿದ್ರಲ್ಲೋ ವಾಜಿ" ಅಂತ ಅತ್ತುಬಿಟ್ಟಳು. ಗೋಪಣ್ಣಗೆ ಆ ದೃಶ್ಯವನ್ನು ನೋಡಲಾಗಲಿಲ್ಲ. ರಾಧಕ್ಕಗೂ ಹೊಟ್ಟೆಯಲ್ಲಿ ಸಂಕಟವಾಯ್ತು.

"ಕಮ್ಲಿ, ಯಾಕೆ ಅಸಮಾಧಾನ ಆಗ್ತಿ ಬಿಡು. ಹೆಂಗೂ ಮುಂದಿನ ವರ್ಷ ಆರಾಧನೆ ಬಂದೇ ಬರ್ತದಲ್ಲ, ಆಗ ವಾಜಿ ಕೈಲಿ ಸೇವಾ ಮಾಡಿಸೋಣಂತೇಳು" ಎಂದು ಗೋಪಣ್ಣ ಹೇಳಿದ.

"ಕಮಲಕ್ಕಾ, ಸಮಾಧಾನ ಮಾಡ್ಕೋ. ಆದಿದ್ದಾಯ್ತು, ಈಗೇನು ಮಾಡ್ಲಿಕ್ಕದೆ? ನಡಿ, ಊಟ ಮಾಡ್ವಂತಿ. ಕೂಸು ವಾಜಿ ಕೂಡಾ ಹಸ್ಗೊಂಡದೆ. ಆಗ್ಲೇ ಮೂರು ಗಂಟ್ಯಾಯ್ತು" ಅಂತ ರಾಧಕ್ಕನೂ ಸಮಾಧಾನದ ಮಾತುಗಳನ್ನಾಡಿದಳು.

ಆದರೆ ಕಮಲಕ್ಕ ಸಮಾಧಾನದ ನುಡಿಗಳನ್ನು ಸ್ವೀಕರಿಸುವ ಸ್ಥಿತಿಯಲ್ಲಿರಲಿಲ್ಲ. ಕಣ್ಣುಗಳನ್ನು ಒರೆಸಿಕೊಂಡು, ನಿರ್ಧಾರದ ಧ್ವನಿಯಲ್ಲಿ, ವಾಜಿಯ ಕೈ ಹಿಡಿದು "ನಡಿಯೋ ಹೋಗಾಣ" ಅಂತ ಎಳೆದುಕೊಂಡು ಹೊರಟೇಬಿಟ್ಟಳು. "ಎಲ್ಲಿಗ್ಹೊಂಟಿ ಕಮ್ಲೀ" ಅಂತ ಗೋಪಣ್ಣ ಕೂಗಿದರೂ

ಓಗೊಡಲಿಲ್ಲ. ಕಮಲಕ್ಕನನ್ನು ಕೈ ಹಿಡಿದು ನಿಲ್ಲಿಸಬೇಕೆಂದರೂ, ತಾನು ಮಡಿಯಲ್ಲಿದ್ದುದು ನೆನಪಾಗಿ ಗೋಪಣ್ಣ ಸುಮ್ಮನಾಗಿಬಿಟ್ಟ.

ವಾಜಿಯನ್ನು ದರದರನೆ ಎಳೆದುಕೊಂಡು ಮನೆಗೆ ಬಂದ ಕಮಲಕ್ಕ ತನ್ನ ಹಾಗೂ ವಾಜಿಯ ಬಟ್ಟೆಗಳನ್ನು ಗಂಟುಕಟ್ಟಿಕೊಂಡಳು.

"ವಾಜಿ, ಬಳ್ಳಾರಿಗ್ಹೋಗೋಣ. ಇಲ್ಲಿ ಬ್ಯಾಡ" ಎಂದಳು.

"ಹಸಿವಾಗ್ಲಿಕ್ಹತ್ತದೆ. ಊಟ ಮಾಡಿ ಹೋಗಾಣ" ವಾಜಿ ಹೆದರಿಕೆಯ ಧ್ವನಿಯಲ್ಲಿ ಹೇಳಿದ.

"ಇಲ್ಲಿ ಬ್ಯಾಡ. ಬಳ್ಳಾರಿಗ್ಹೋಗಿ ಅಡಿಗಿ ಮಾಡ್ಕೊಂಡು ಊಟ ಮಾಡಾಣ. ಈವೊತ್ತು ಏಕಾದಶಿ ಅಂದ್ಕೊ" ಎಂದುಬಿಟ್ಟಳು.

ಸರಿಯಾಗಿ ಅದೇ ಸಮಯಕ್ಕೆ ಹಿತ್ತಲಿನಲ್ಲಿ ಸದ್ದಾಯ್ತು. ಯಾರೋ ಹಿತ್ತಲಿನ ಬೇಲಿಯ ಬಾಗಿಲನ್ನು ತೆರೆಯುತ್ತಿರುವಂತೆ ಭಾಸವಾಯ್ತು. ಕಮಲಕ್ಕ ಹಿತ್ತಲಿಗೆ ಹೋದಳು. ವಾಜಿಯೂ ಹಿಂಬಾಲಿಸಿದ. ಅಲ್ಲಿ ಬೆಳಿಗ್ಗೆ ವಾಜಿಯಿಂದ ಕಲ್ಲಿನೇಟು ತಿಂದ ಹಂದಿ ಗೇಟನ್ನು ನೂಕುತ್ತಿತ್ತು. ಕಮಲಕ್ಕಗೆ ಅದೇನನ್ನಿಸಿತೋ ಏನೋ, ಸೀದಾ ಹೋಗಿ ಗೇಟನ್ನು ತೆರೆದುಬಿಟ್ಟಳು. ಹಂದಿ ಒಳ ನುಗ್ಗಿ ಮಲ್ಲಿಗೆಯ ಹಂದರದ ಕೆಳಗೆ ಸ್ವಲ್ಪ ಮಣ್ಣು ಕೆದರಿ ಕುಳಿತುಕೊಂಡುಬಿಟ್ಟಿತು. ಕಮಲಕ್ಕ ಆ ಹಂದಿಯನ್ನು ನೋಡಿ "ರಾಯರೆ, ಹಂದಿ ಹಡವಣಿಗಿ ಸುಸೂತ್ರ ಆಗ್ಲಪ್ಪ" ಅಂತ ಮನಸ್ಸಿನಲ್ಲೇ ಪ್ರಾರ್ಥಿಸಿ, ವಾಜಿಯ ಕೈ ಹಿಡಿದುಕೊಂಡು ಬಸ್ ನಿಲ್ದಾಣದ ಕಡೆ ಹೊರಟುಬಿಟ್ಟಳು. ಆದರೆ ಹಸಿವು ಮತ್ತು ಅವಮಾನಗಳಿಂದ ಕಂಗಾಲಾದ ವಾಜಿ ಈಗ ಬಸ್ಸಿನಲ್ಲಿ ಸೀಟನ್ನು ಹಿಡಿಯುತ್ತಾನೆಂಬುದು ಸಂಶಯದ ವಿಷಯ.

28ನೇ ಸೆಪ್ಟೆಂಬರ್ 1997

ಮನೀಷೆ

ಸುಮ್ಮನೆ ಕುಳಿತರೆ ಯಮಧರ್ಮರಾಯನ ದೂತರೆಳೆಯರೆ?
ನರಿ, ನಾಯಿ ಜನ್ಮದಿ ಬಾರದೆ ಈ ನರ ಜನ್ಮದಿ ಬಂದಿರುವೆ
– ಪುರಂದರ ದಾಸರು

ಹೊಸ್ತಿಲು ದಾಟಿ ಸ್ಕೂಟರ್ ಬಳಿ ಹೋದವನು ಮತ್ತೆ ಹಿಂದಕ್ಕೆ ಬಂದ. ಹೆಂಡತಿ ಮತ್ತೇನು ಎಂದು ಕೇಳಿದಾಗ, ಏನೆಂದು ತೋಚದೆ ಕಕ್ಕಾಬಿಕ್ಕಿಯಾದ. ಏನೋ ಮರೆತು ಹೋದೆ ಅನ್ನಿಸ್ತು ಅಂತ ಮೈಯೆಲ್ಲಾ ಮುಟ್ಟಿ ನೋಡಿಕೊಂಡ. ಸ್ಕೂಟರ್ ಕೀ, ಪರ್ಸ್, ಕರ್ಚೀಪ್, ಹೆಲ್ಮೆಟ್... ಎಲ್ಲಾ ಇದೆ. ಹಾಗಿದ್ದರೆ ಮರೆತಿದ್ದೇನು? ಏನೂ ಇಲ್ಲ ಅಂತ ಹೇಳಿ ಸ್ಕೂಟರ್ ಪ್ರಾರಂಭಿಸಿ, ಕಾರ್ಖಾನೆಯ ದಾರಿ ಹಿಡಿದ. ಅರ್ಧ ದಾರಿಗೆ ಬರುವಷ್ಟರಲ್ಲಿ "ಪೆಟ್ರೋಲ್ ಏನಾದ್ರೂ ಸ್ಕೂಟರ್‌ನಲ್ಲಿ ಇಲ್ಲವಾ?" ಅಂತ ಅನುಮಾನವಾಯ್ತು. ಇಂಧನದ ಮಟ್ಟವನ್ನು ತೋರಿಸುವ ಮಾಪಕ ಕೆಟ್ಟು ಹೋಗಿದೆಯಾದ ಕಾರಣ, ಸ್ಕೂಟರ್ ನಿಲ್ಲಿಸಿ ಪೆಟ್ರೋಲ್ ಟ್ಯಾಂಕ್‌ನ ಮುಚ್ಚಳವನ್ನು ತೆಗೆದು ನೋಡಿದ. ಸದ್ಯ, ಪೆಟ್ರೋಲ್ ಸಾಕಷ್ಟಿತ್ತು.

ಕಾರ್ಖಾನೆಗೆ ಬಂದಾಗ ಅವನ ಟೇಬಲ್ ಮೇಲೆ ಆಗಲೇ ಎಂಟು ಅರ್ಜಿಗಳಿದ್ದವು. ಅವನೊಬ್ಬ ಯಂತ್ರ ನಿರ್ವಹಣಾ ಇಂಜಿನಿಯರ್. ಯಂತ್ರಗಳಲ್ಲಿ ಏನಾದರೂ ತೊಂದರೆ ಬಂದರೆ ಅದನ್ನು ಸರಿಪಡಿಸುವುದು ಅವನ ಜವಾಬ್ದಾರಿ. ಅವನ ಕೈಕೆಳಗೆ ಸುಮಾರು ಎಂಟು ಜನರಾದರೂ ಕೆಲಸ ಮಾಡುತ್ತಾರೆ. ಅವನು ಹೊಸತಾಗಿ ಕೆಲಸಕ್ಕೆ ಸೇರಿದಾಗ, ಅವನ ಕಾರ್ಖಾನೆಯೂ ಅದೇ ತಾನೇ ಪ್ರಾರಂಭವಾಗಿತ್ತು. ಅಂದರೆ ಈಗ ಹತ್ತು ವರ್ಷದ ಕೆಳಗಿನ ಮಾತು. ಅವನು ಓದುತ್ತಿದ್ದ ಕಾಲೇಜಿಗೇ ಬಂದಿದ್ದ ಈ ಕಂಪನಿ, ಅವನನ್ನು ಆಯ್ಕೆ ಮಾಡಿಕೊಂಡಿತ್ತು. ಅಂದಿನಿಂದ ಅವನು ಯಂತ್ರನಿರ್ವಹಣಾ ವಿಭಾಗದಲ್ಲಿದ್ದಾನೆ. ಸುಮಾರು ಹತ್ತು ಹನ್ನೆರಡು ಯಂತ್ರಗಳ ಮಧ್ಯದಲ್ಲಿ ಕುಳಿತುಕೊಳ್ಳುತ್ತಾನಾದ್ದರಿಂದ ಅವನನ್ನು ಹುಡುಕುವುದೇ ಕಷ್ಟ. ಕೆಲವೊಮ್ಮೆ ಅಷ್ಟೊಂದು ಯಂತ್ರಗಳ ಮಧ್ಯದಲ್ಲಿ ಕುಳಿತಿರುವ ಅವನು ಮತ್ತೊಂದು ಯಂತ್ರದಂತೆ ಕಂಡುಬಿಡುತ್ತಾನೆ.

ಕೆಲಸಕ್ಕೆ ಸೇರಿದ ಹೊಸತರಲ್ಲಿ ಯಂತ್ರಗಳು ಹೊಸತಾಗಿ ಕೊಂಡಿದ್ದರಿಂದ, ಅವುಗಳ ಪ್ರತಿಯೊಂದು ಸಮಸ್ಯೆಗಳನ್ನು ಅತ್ಯಂತ ಆಸಕ್ತಿಯಿಂದ ಪರಿಹರಿಸುತ್ತಿದ್ದ. ಆದರೆ ಈಗ ತುಂಬಾ ದಿನವಾದ್ದರಿಂದ ಸಾಮಾನ್ಯವಾಗಿ ಯಾವ ಯಂತ್ರದಿಂದ ಯಾವ ಸಮಸ್ಯೆಗಳು ಬರುತ್ತವೆಂದು ಅವನಿಗೆ ಗೊತ್ತು. ಅದಕ್ಕೆ ಪರಿಹಾರವೇನೆಂಬುದೂ ಅವನಿಗೆ ಗೊತ್ತು. ಅವನಂತೆಯೇ ಅವನ ಕೈ ಕೆಳಗಿನ ಕಾರ್ಮಿಕರಿಗೂ ಈ ಎಲ್ಲಾ ಯಂತ್ರಗಳ ಪರಿಚಯವಿದೆ. ಇವನು ಅರ್ಜಿಗೆ ಸಹಿ ಹಾಕಿದರಾಯ್ತು, ಮುಂದಿನದೆಲ್ಲಾ ಅವರೇ ನೋಡಿಕೊಳ್ಳುತ್ತಾರೆ.

ಅರ್ಧ ಗಂಟೆಯಲ್ಲಿ ಸುಬ್ಬುವಿನ ಫೋನ್ ಬಂತು. "ನೆನಪದಲ್ಲಾ? ಸಂಜೆ ಆರಕ್ಕೆ, ರವೀಂದ್ರ ಕಲಾಕ್ಷೇತ್ರದಲ್ಲಿ" ಸುಬ್ಬು ಮತ್ತೊಮ್ಮೆ ಎಚ್ಚರಿಸಿದ. "ಖಂಡಿತಾ ಬರ್ತೀನಿ" ಅಂತ ಹೇಳಿದ. "ವೈನೀನ್ನೂ ಕರ್ಕೊಂಬಾ" "ಶ್ಯೂರ್" "ಬೈ" "ಬೈ".

ನಿನ್ನೆ ಸಾಯಂಕಾಲವೇ ಮನೆಗೆ ಬಂದಿದ್ದ. ಮೂರು ವರ್ಷಕ್ಕೊಮ್ಮೆ ತಪ್ಪದಂತೆ ಮನೆ ಬದಲಾಯಿಸಿದರೂ ವಿಳಾಸ ಅದ್ಹೇಗೆ ಹುಡುಕಿದನೋ? ನೋಡಿದ ತಕ್ಷಣ ಗುರುತು ಸಿಕ್ಕಿತ್ತು. ಆಸಾಮಿ ಹೆಚ್ಚು ಬದಲಾಯಿಸಿಯೇ ಇಲ್ಲ. ಸ್ವಲ್ಪ ಮೈಕೈ ತುಂಬಿಕೊಂಡಿದ್ದಾನೆ, ಕಣ್ಣು ಮೊದಲಿಗಿಂತಲೂ ಹೆಚ್ಚು 'ಫಳಫಳ' ಹೊಳೆಯುತ್ತವೆ – ಅಷ್ಟೇ!

"ಅರೆರೆರೆ....ಸರಿಗಮ ಸುಬ್ಬು....ಬಾ, ಬಾ" ಅಂತಲೇ ಸ್ವಾಗತಿಸಿದ್ದ. ಹತ್ತು ವರ್ಷದ ನಂತರ ಗೆಳೆಯನೊಬ್ಬ ಸಿಕ್ಕರೆ ಯಾರಿಗೆ ತಾನೆ ಸಂತೋಷವಾಗಲ್ಲ? ಸುಬ್ಬುವೂ ಕಣ್ಣಲ್ಲಿ ಹೊಳಪನ್ನು ಕುಣಿಸಿ ಅವನ ಎರಡೂ ಹೆಗಲನ್ನೂ ಮೃದುವಾಗಿ ಅಮುಕಿ "ಹೆಂಗಿದ್ದೀಯೋ?" ಅಂತ ಕೇಳಿದ್ದ.

ಸುಬ್ಬು ಅವನ ಬಾಲ್ಯ ಸ್ನೇಹಿತ. ಇವನ ಮನೆಗಿಂತ ಹತ್ತು ಮನೆಗಳಾಚೆ ಅವನ ಮನೆಯಿತ್ತು. ಹತ್ತನೇ ತರಗತಿಯವರೆಗೆ ಮಾತ್ರ ಜೊತೆಯಲ್ಲಿಯೇ ಓದಿದ್ದಾರೆ. ಏಕೆಂದರೆ ಸುಬ್ಬು ಹತ್ತನೇ ತರಗತಿಯನ್ನು ದಾಟಲೇ ಇಲ್ಲ! ಇವನಿಗಿನ್ನೂ ಜ್ಞಾಪಕವಿದೆ, ಹತ್ತನೇ ತರಗತಿಯ ವಾರ್ಷಿಕ ಪರೀಕ್ಷೆಗೆ ಸುಬ್ಬು ಬಂದಿರಲೇ ಇಲ್ಲ. ಪರೀಕ್ಷೆ ಪ್ರಾರಂಭವಾಗುವುದಕ್ಕೆ ಒಂದು ಗಂಟೆ ಮುಂಚಿತವಾಗಿಯೇ ಹೋಗಿರುತ್ತಿದ್ದ ಇವನಿಗೆ ಅದು ನುಂಗಲಾರದ ಸತ್ಯವಾಗಿತ್ತು. ಪರೀಕ್ಷೆಗಳೆಲ್ಲಾ ಮುಗಿದ ಮೇಲೆ ಅವನ ಮನೆಗ್ಹೋಗಿ "ಯಾಕೋ, ಬರ್ಲೇ ಇಲ್ಲ" ಅಂತ ಆತಂಕದ ಧ್ವನಿಯಲ್ಲಿ ಕೇಳಿದ್ದ. ಸುಬ್ಬು ಒಂದು ಕಿರುನಗೆ ನಕ್ಕು "ಬಳ್ಳಾರಿಗ್ಹೋಗಿದ್ದೆ, ಬಾಲಮುರಳಿ ಕಛೇರಿ ಇತ್ತು" ಅಂತ ಶಾಂತವಾಗಿ ಹೇಳಿದ್ದ! ಅವನ ಅಪ್ಪ ಅಮ್ಮ ಕೂಡಾ ಅದನ್ನು ಅಷ್ಟಾಗಿ ಮನಸ್ಸಿಗೆ ಹಚ್ಚಿಕೊಂಡಿದ್ದಂತೆ ಕಾಣಲಿಲ್ಲ. ಇವನಿಗೆ ಮೈಚಿವುಟಿಕೊಳ್ಳುವಷ್ಟು ಆಶ್ಚರ್ಯವಾಗಿತ್ತು. ಆದರೆ ಇವನು ಅದೃಷ್ಟವಂತ, ಹಾಗೇನಾದರೂ ಇವನು ಪರೀಕ್ಷೆಗೆ ಹೋಗದಿದ್ದರೆ ಮನೆಯಲ್ಲಿ ಇವನನ್ನು ಸೀಳಿ ಹಾಕಿಯಾರು!

ಸುಬ್ಬುವಿಗೆ ಸಂಗೀತದ ಹುಚ್ಚು ಹುಟ್ಟಿನಿಂದಲೇ ಬಂದಿದ್ದೋ, ಬೆಳೆಯುತ್ತಾ ಅಂಟಿಕೊಂಡಿದ್ದೋ ಹೇಳುವುದು ಕಷ್ಟ. ಅಥವಾ ಅವನ ಅಪ್ಪ ಅಮ್ಮನಿಗೆ ಅವನನ್ನು ಸಂಗೀತಗಾರನನ್ನಾಗಿ ಮಾಡಬೇಕೆಂಬ ಆಸಕ್ತಿಯೇ ಕಾರಣವಿರಬಹುದು. ಏಳನೇ ತರಗತಿಯ ವೇಳೆಗೆ ಶಾಲೆಯ ಹುಡುಗರೆಲ್ಲಾ ಅವನನ್ನು 'ಸರಿಗಮ ಸುಬ್ಬು' ಎಂದು ಕರೆಯುತ್ತಿದ್ದರು. ನಂತರ ಅದೇ ಹೆಸರೇ ಶಾಶ್ವತವಾಗಿತ್ತು. ಶಾಲೆಯಲ್ಲಿ ವರ್ಷಕ್ಕೊಮ್ಮೆ ನಡೆಯುವ ಸಂಗೀತ ಸ್ಪರ್ಧೆಯ ಹೊರತಾಗಿ ಅವನು ಶಾಲೆಯ ಮತ್ಯಾವುದೇ

ಚಟುವಟಿಕೆಗಳನ್ನು ಗಂಭೀರವಾಗಿ ತೆಗೆದುಕೊಂಡಿರಲಿಲ್ಲ. ಹತ್ತನೇ ತರಗತಿಯಲ್ಲಿ ಒಮ್ಮೆ ನಪಾಸಾದ ನಂತರ ಶಾಲೆಯ ಕಡೆ ಮುಖವನ್ನೇ ಹಾಕಿರಲಿಲ್ಲ!

ಆದರೆ ಇವನು ಹಾಗಲ್ಲ. ಹತ್ತನೇ ತರಗತಿಯಲ್ಲಿ ಶೇಕಡಾ 78 ಅಂಕ ಪಡೆದು ಪಾಸಾಗಿದ್ದ. ನಂತರ ಪಿಯುಸಿ ಹಾಗೂ ಇಂಜಿನಿಯರಿಂಗಲ್ಲೂ ಡಿಸ್ಟಿನ್‌ಕ್ಷನ್ ಬಿಟ್ಟುಕೊಟ್ಟಿರಲಿಲ್ಲ. ಊರಿನ ಹಿರಿಯರೆಲ್ಲಾ ಇವನ ಬುದ್ಧಿವಂತಿಕೆಯನ್ನು ಹೊಗಳಿದ್ದರು. ಹುಟ್ಟಿದರೆ ಇಂತಹ ಮಕ್ಕಳು ಹುಟ್ಟಬೇಕೆಂದು ಹೇಳುತ್ತಿದ್ದರು. ಇಂಜಿನಿಯರಿಂಗ್ ಕಡೆಯ ವರ್ಷದಲ್ಲಿದ್ದಾಗಲೇ ಕೆಲಸ ಸಿಕ್ಕಾಗಲಂತೂ ಊರಿಗೆ ಊರೇ 'ಉಘೇ' ಎಂದಿತ್ತು. ಹೆಣ್ಣನ್ನು ಪಡೆದ ಪಾಪದ ತಂದೆ ತಾಯಿಗಳು ಇವನ ಮನೆಯ ಮುಂದೆ ಕ್ಯೂ ನಿಂತು ವರ್ಷವೊಂದರಲ್ಲಿ ಇವನಿಗೆ ಮದುವೆಯೂ ಮಾಡಿಸಿಬಿಟ್ಟಿದ್ದರು.

ಸುಬ್ಬು ಹತ್ತನೇ ತರಗತಿಯಲ್ಲಿ ನಪಾಸಾದ ನಂತರ ಏನು ಮಾಡಿದ ಎನ್ನುವುದು ಇವನಿಗೆ ಗೊತ್ತಿಲ್ಲ. ಅವನ ತಂದೆ-ತಾಯಿಯರು ಊರನ್ನೇ ಬಿಟ್ಟಿದ್ದರು. ಈಗ ಹತ್ತು ವರ್ಷದ ಹಿಂದೆಯೇ ಅವನನ್ನು ಮತ್ತೆ ನೋಡಿದ್ದು. ರಾತ್ರಿ ಸುಮಾರು ಎಂಟರ ಹೊತ್ತಿಗೆ ಮನೆಗೆ ಬಂದಿದ್ದ. ಕೆದರಿದ ಕೂದಲು, ಕೃಶ ಶರೀರ, ಮಾಸಲು ಬಟ್ಟೆಯ ವ್ಯಕ್ತಿಯನ್ನು ಇವನು 'ಸರಿಗಮ ಸುಬ್ಬು' ಎಂದು ಗುರುತಿಸಿದ್ದು ಅವನ ಕಣ್ಣಲ್ಲಿನ ಹೊಳಪನ್ನು ನೋಡಿಯೇ ಇರಬೇಕು! ದೇಹವನ್ನು ಸಂಕೋಚದಿಂದ ಹಿಡಿ ಮಾಡಿಕೊಂಡು, "ತುಂಬಾ ಕಷ್ಟದಲ್ಲಿದ್ದೀನಿ. ಒಂದು ಸಾವಿರ ರೂಪಾಯಿ ಕೊಡು" ಅಂತ ಕೇಳಿದ್ದ. ಹತ್ತನೇ ತರಗತಿಯ ತನಕ ಜೊತೆಯಲ್ಲಿಯೇ ಓದಿದವನೆಂತಲೋ ಏನೋ, ಬ್ಯಾಂಕಿನಿಂದ ಬಿಡಿಸಿ ತಂದಿದ್ದ 5000 ರೂಪಾಯಿಗಳಲ್ಲಿ 500ನ್ನು ತೆಗೆದುಕೊಟ್ಟಿದ್ದ. "ನನ್ನ ಹತ್ರ ಇರೋದೇ ಇಷ್ಟು" ಎಂದು ಹೇಳಿ, ಅನಂತರ ಅರ್ಧ ಗಂಟೆಯ ಕಾಲ ಅವನಿಗೆ ಕಡೆಯ ಪಕ್ಷ ಒಂದು ಬಿ.ಎ. ನಾದರೂ ಮಾಡು, ನಾನು ನಿನಗೆ ಯಾವುದಾದರೂ ಸರ್ಕಾರಿ ಆಫೀಸಿನಲ್ಲಿ ಗುಮಾಸ್ತನ ಉದ್ಯೋಗವನ್ನು ಕೊಡಿಸುತ್ತೇನೆಂದು ಉಪದೇಶ ಮಾಡಿದ್ದ. ಅವನಿಗೆ ಉದ್ಯೋಗವೊಂದನ್ನು ಕೊಡಿಸುವುದಕ್ಕಿಂತಾ ಹೆಚ್ಚಾಗಿ ತನಗೆ ಅಂತಹ ಉದ್ಯೋಗವೊಂದನ್ನು ಕೊಡಿಸಬಲ್ಲ ಶಕ್ತಿಯಿದೆಯೆಂದು ಅವನಿಗೆ ತಿಳಿಸುವುದು ಮುಖ್ಯವಾಗಿತ್ತು. ಆದರೆ ಸುಬ್ಬು ಹೆಚ್ಚೇನೂ ಮಾತನಾಡದೆ "ಸಂಗೀತ ಬಿಟ್ಟು ಬೇರೆದ್ರಲ್ಲಿ ನಂಗೆ ಆಸಕ್ತಿಯಿಲ್ಲ" ಅಂತ ದೃಢವಾದ ಧ್ವನಿಯಲ್ಲಿ ಹೇಳಿ ಹೊರಟು ಹೋಗಿದ್ದ.

ಬಹುಶಃ ಆಗ ಹಣ ಕೊಟ್ಟಿದ್ದರ ನೆನಪೇ ಇರಬೇಕು, ನಿನ್ನೆ ಅವನು ಮನೆಗೆ ಬಂದ ಕ್ಷಣದಿಂದ ಮನಸ್ಸು ಹಣವಿಲ್ಲವೆಂದು ಹೇಳಲು ಸರಿಯಾದ ಕಾರಣವನ್ನು ಹುಡುಕುತ್ತಿತ್ತು. ಅವನು ಬಾಯಿ ತೆರೆದು ಮಾತಾಡಲು ಪ್ರಾರಂಭಿಸಿದರೆ ಸಾಕು, ಅವನು ಈಗ ಹಣವನ್ನು ಕೇಳಿಯೇ ಕೇಳುತ್ತಾನೆ ಎಂದೆನ್ನಿಸುತ್ತಿತ್ತು. ಹಿಂದೊಮ್ಮೆ ತಾನು ಹಣ ಕೊಟ್ಟಿದ್ದರಿಂದ ಅವನ ಮೇಲೆ ತಾನು ಅಧಿಕಾರ ಚಲಾಯಿಸಬಹುದೆನ್ನಿಸಿರಬೇಕು. ಹೆಂಡತಿಯ ಮುಂದೆ "ಇವಳೇ, ನಮ್ಮ ಸುಬ್ಬುಗೆ ಎಂಥಾ ಸಂಗೀತದ ಹುಚ್ಚು ಗೊತ್ತಾ? ಹತ್ತನೇ ತರಗತಿ ವಾರ್ಷಿಕ ಪರೀಕ್ಷೆ ತಪ್ಪಿಸಿ ಬಾಲಮುರಳಿ ಕಛೇರಿಗಂತ ಬಳ್ಳಾರಿಗ್ಹೋಗಿದ್ದ" ಅಂತ ನಗುತ್ತಾ ಹೇಳಿ, ಸುಬ್ಬುವಿನ ಸಂಗೀತದ ಆಸಕ್ತಿ ಹಾಗೂ ಅವನು ಹತ್ತನೇ ತರಗತಿಯನ್ನೂ ಪೂರ್ತಿಗೊಳಿಸಿಲ್ಲವೆಂಬೆರಡೂ ವಿಷಯವನ್ನು ಏಕಕಾಲದಲ್ಲಿ ತಿಳಿಸಿದ್ದ. "ಯಾರು ಅಂತ ಗೊತ್ತಾಗ್ಲಿಲ್ಲೇನೆ? ಹತ್ತು ವರ್ಷದ ಕೆಳಗೆ ನಮ್ಮನಿಗೆ ಬಂದಿದ್ದ. ಆಗ ನಾವು

ತ್ಯಾಗರಾಜ ಕಾಲೋನಿಯಲ್ಲಿದ್ವಿ. ನೆನಪಾಯ್ತಾ?" ಅಂತ ತುಟಿಯಲ್ಲಿ ನಗೆಯನ್ನು ತುಳುಕಿಸುತ್ತಾ, ಅರ್ಥಗರ್ಭಿತವಾಗಿ ಹುಬ್ಬನ್ನು ಹಾರಿಸಿ ಹೆಂಡತಿಗೆ ಸುಬ್ಬುವನ್ನು ಪರಿಚಯಿಸಿದ್ದ. ಆಗ ಸುಬ್ಬು ಹಣ ಕೇಳಲು ಬಂದಿದ್ದನೆಂಬ ವಿಷಯ ಅವಳಿಗೆ ನೆನಪಿಲ್ಲವೆ?

ಆದರೆ ಸುಬ್ಬು ಇದ್ಯಾವುದೇ ಕೊಂಕು ಮಾತುಗಳಿಂದ ಘಾಸಿಗೊಂಡಂತೆ ಕಾಣಲಿಲ್ಲ. "ನಾಳೆ ಸಂಜೀಗೆ ನನ್ನ ಸಂಗೀತ ಕಾರ್ಯಕ್ರಮ ಅದೆ, ರವೀಂದ್ರ ಕಲಾಕ್ಷೇತ್ರದಲ್ಲಿ. ನೀನು, ವೈನಿ, ಹುಡುಗ್ರೂ ಎಲ್ಲಾ ಬರಬೇಕು" ಅಂತ ಹೇಳಿ, ಮನೆಯಿಂದ ಹೊರಡುವಾಗ ಗೇಟಿನ ಬಳಿಯಲ್ಲಿ ಇವನ ಕೈಯಲ್ಲಿ ಬಿಳಿಯ ಕವರೊಂದನ್ನಿಟ್ಟು, "ಕಷ್ಟದ ಕಾಲಕ್ಕೆ ಸಹಾಯ ಮಾಡಿದ್ದಿ, ಬರೀ ಹಣ ಹಿಂದಕ್ಕೆ ಕೊಟ್ಟು ಅದರ ಋಣ ಮುಗೀತು ಅಂತ ಹೇಳ್ಲಾರೆ" ಅಂತಂದು, ಅವನೆರಡೂ ಕೈಯನ್ನು ತನ್ನ ಕೈಗಳಲ್ಲಿ ಹಿಡಿದು, ತನ್ನೆರಡೂ ಕಣ್ಣಿಗೆ ಒತ್ತಿಕೊಂಡು ಮತ್ತೆ ಹಿಂದಕ್ಕೆ ತಿರುಗಿ ನೋಡದೆ ಹೋಗಿದ್ದ. ಇವನಿಗೆ ಕೆನ್ನೆಗೆ ಹೊಡೆದಂತೆ ಭಾಸವಾಗಿತ್ತು. ಬಾಲ್ಯದ ಗೆಳೆಯ ಮನೆಗೆ ಬಂದಾಗ ಅನಾವಶ್ಯಕವಾಗಿ ಕೊಂಕು ನುಡಿಯಬಾರದಿತ್ತೆಂದು ಮನಸ್ಸಿಗೆ ಖೇದವಾಗಿತ್ತು. ಅವನು ಹಣವನ್ನು ಹಿಂತಿರುಗಿಸಲೆಂದೇ ಮನೆಗೆ ಬಂದಿದ್ದು ಅಂತ ಅನ್ನಿಸಿಬಿಟ್ಟು ತನ್ನ ವ್ಯಕ್ತಿತ್ವ ಕುಸಿದು ಬಿದ್ದಂತೆ ಸಂಕಟವಾಗಿತ್ತು.

ಆದರೆ ಮನೆಯಲ್ಲಿ ಬಿಳಿಯ ಕವರನ್ನು ತೆಗೆದು ಹಣವನ್ನು ಎಣಿಸಿದಾಗ, ಅದರಲ್ಲಿ 500 ರೂಪಾಯಿಗೆ ಬದಲಾಗಿ 2000 ರೂಪಾಯಿಗಳಿದ್ದದ್ದು ನೋಡಿ ಸಿಟ್ಟು ಬಂದಿತ್ತು. ಸ್ನೇಹಭಾವದಿಂದ ಕಷ್ಟದ ಕಾಲದಲ್ಲಿ ಕೊಟ್ಟಿದ್ದ ಹಣವನ್ನು ಬಡ್ಡಿ ಸಮೇತ ಹಿಂತಿರುಗಿಸಿ, ಸಂಬಂಧವನ್ನು ವ್ಯವಹಾರ ಮಾಡಿಬಿಟ್ಟನಲ್ಲ ಅಂತ ಸುಬ್ಬುವಿನ ಮೇಲೆ ಅಸಾಧ್ಯ ಕೋಪ ಬಂದಿತ್ತು. ನಾಳೆಯೇ ಅವನ ಮುಖಕ್ಕೆ 1500 ರೂಪಾಯಿಗಳನ್ನು ಎಸೆದು "ನಾನು ಸ್ನೇಹಿತ ಕಣೋ, ಬ್ಯಾಂಕಲ್ಲ" ಎಂದು ಹೇಳಬೇಕೆಂದು ನಿಶ್ಚಯಿಸಿದ್ದ. ಆದರೆ ಆಶ್ಚರ್ಯವೆಂದರೆ ಸಾಯಂಕಾಲದೊಳಗಾಗಿ ಆ ಹಣವೆಲ್ಲಾ ಖರ್ಚಾಗಿ ಹೋಗಿತ್ತು. ಅನಂತರ ಅವನಿಗೆ ಸುಬ್ಬುವಿನ ಮೇಲೆ ಅಷ್ಟೊಂದು ಕೋಪ ಬರಲಿಲ್ಲ. ಮನಸ್ಸು 'ಸುಬ್ಬು ಮಾಡಿದ್ದು ಸರಿ' ಎಂದು ಹೇಳಲು ಸಾಕಷ್ಟು ಸಮಜಾಯಿಷಿಯನ್ನು ಹುಡುಕುತ್ತಿತ್ತು.

ಕೋಪ ಕಡಿಮೆಯಾದ್ದರಿಂದಲೇ ಇರಬೇಕು, ಆ ಬೆಳಿಗ್ಗೆ ಸುಬ್ಬು ಫೋನ್ ಮಾಡಿದಾಗ ಬೇರೇನೂ ಮಾತಾಡದೆ ಬರ್ತೀನಿ ಅಂತ ಒಪ್ಪಿಕೊಂಡಿದ್ದ. ಕಾರ್ಖಾನೆಯಿಂದ ನೇರವಾಗಿ ರವೀಂದ್ರ ಕಲಾಕ್ಷೇತ್ರಕ್ಕೆ ಹೋಗುವುದೆಂದು ನಿರ್ಧರಿಸಿದ್ದ. ಅವನ ಹೆಂಡತಿ "ನಾನಂತೂ ಬರಲ್ಲ, ಕುಯ್ಯೋ ಅಂತ ಗಂಟೆಗಟ್ಟಳೆ ಹಾಡ್ತಾರೆ" ಅಂತ ನಿರಾಕರಿಸಿಬಿಟ್ಟಿದ್ದಳು. ಹಾಗಂತ ಇವನಿಗೇನೂ ಶಾಸ್ತ್ರೀಯ ಸಂಗೀತದಲ್ಲಿ ಆಸಕ್ತಿಯಿಲ್ಲ. ಮನೆಯಲ್ಲಿ ನೂರಾರು ಕ್ಯಾಸೆಟ್ ಹಾಗೂ ಒಳ್ಳೆಯ ಮ್ಯೂಸಿಕ್ ಸಿಸ್ಟಮ್ ಇದೆಯಾದರೂ, ಅವೆಲ್ಲಾ ಬರೀ ಸಿನಿಮಾ ಹಾಡಿನ ಕ್ಯಾಸೆಟ್‌ಗಳು. ಬಜಾರಕ್ಕೆ ಹೋದಾಗಲೆಲ್ಲಾ ಆಗ ಪ್ರಚಾರದಲ್ಲಿರುವ ಸಿನಿಮಾದ ಕ್ಯಾಸೆಟ್ ಕೊಂಡು, ಮತ್ತೊಮ್ಮೆ ಬಜಾರಕ್ಕೆ ಹೋಗಿ ಹೊಸತೊಂದು ಸಿನಿಮಾದ ಕ್ಯಾಸೆಟ್ ತರುವವರೆಗೆ ಅದೊಂದನ್ನೇ ಹಾಕಿ ಕೇಳುತ್ತಾರೆ. ಅವನು, ಅವನ ಹೆಂಡತಿ, ಮಕ್ಕಳು ಎಲ್ಲರಿಗೂ ಸಿನಿಮಾ ಹಾಡುಗಳು ಬಾಯಿಪಾಠವಾಗಿವೆ.

ಸಾಯಂಕಾಲ ಒಂದು ಗಂಟೆ ಮುಂಚಿತವಾಗಿಯೇ ಹೊರಡಲು ಅನುಮತಿ ಪಡೆದುಕೊಂಡು, ಹೊರಡಲು ತಯಾರಾಗಿ ಸ್ಕೂಟರ್ ಸ್ಟಾರ್ಟ್ ಮಾಡುವ ವೇಳೆಗೆ ಸರಿಯಾಗಿ ಮತ್ತೊಮ್ಮೆ "ಏನೋ

ಮರೆತೆ” ಎಂಬ ಭಾವನೆ ಗಪ್ಪಂತ ಮುತ್ತಿಕೊಂಡಿತು. ಮತ್ತೊಮ್ಮೆ ಮೈಯೆಲ್ಲಾ ಮುಟ್ಟಿ ನೋಡಿಕೊಂಡ. ಸ್ಕೂಟರ್ ಕೀ, ಪರ್ಸ್, ಹೆಲ್ಮೆಟ್... ಎಲ್ಲಾ ಇತ್ತು. ಕಾರ್ಖಾನೆಯಲ್ಲಿ ಏನಾದರೂ ಮರೆತು ಬಂದೆನಾ ಅಂತ ಒಂದು ಕ್ಷಣ ಜ್ಞಾಪಿಸಿಕೊಂಡ, ಏನೂ ಹೊಳೆಯಲಿಲ್ಲ. “ಥೂ, ಇದ್ಯಾಕಿವತ್ತು ಹಿಂಗನಿಸ್ಲಿಕ್ಹತ್ತದೆ” ಅಂತ ಸಿಡಿಮಿಡಿಗೊಂಡು ಮತ್ತೊಮ್ಮೆ ಪೆಟ್ರೋಲ್ ಟ್ಯಾಂಕಿನ ಮುಚ್ಚಳವನ್ನು ತೆಗೆದು ನೋಡಿದ, ಸಾಕಷ್ಟಿತ್ತು. ಮನೆ ಕಾರ್ಖಾನೆಯಿಂದ ತುಂಬಾ ದೂರವಿಲ್ಲ.

ಒಂದು ಕಿಲೋಮೀಟರ್‌ನಷ್ಟು ಹೋಗಿದ್ದನೋ ಇಲ್ಲವೋ, ಒಮ್ಮಿಂದೊಮ್ಮೆಲೆ ‘ಗಕ್’ ಅಂತ ಸ್ಕೂಟರ್ ನಿಲ್ಲಿಸಿಬಿಟ್ಟ. ಮನೆಯಲ್ಲಿ ಹಾಗೂ ಕಾರ್ಖಾನೆಯಲ್ಲಿ, ಎರಡೂ ಕಡೆ ಏನೋ ಮರೆತಂತೆ ಅನ್ನಿಸಿದ್ದರೂ – ಎರಡೂ ಬಾರಿ ‘ಮರೆತೆ’ ಎಂದುಕೊಂಡ ವಸ್ತು ಒಂದೇ ಆಗಿತ್ತು. ಆದರೆ ಒಂದೇ ವಸ್ತುವನ್ನು ಎರಡು ಕಡೆ ಮರೆಯಲು ಸಾಧ್ಯವಿಲ್ಲ. ಅಂದಮೇಲೆ ತಾನ್ಯಾವುದೋ ಮಹತ್ವದ ವಸ್ತುವನ್ನು ಕಳೆದುಕೊಂಡಿರಬೇಕು ಅಂತ ಅನ್ನಿಸಿದ್ದೇ ಅವನು ಸ್ಕೂಟರನ್ನು ಹಾಗೆ ಏಕಾಏಕಿ ನಿಲ್ಲಿಸಿದ್ದ. ತಾನು ಕಳೆದುಕೊಂಡ ವಸ್ತು ತುಂಬಾ ಬೆಲೆ ಬಾಳುವುದು ಎನ್ನಿಸಿ ಹೆದರಿಕೆಯಾಗಲಾರಂಭಿಸಿತು. ತಕ್ಷಣ ಅಲ್ಲಿಯೇ ಹತ್ತಿರದಲ್ಲಿದ್ದ ಟೆಲಿಫೋನಿಂದ ಮನೆಗೆ ಫೋನ್ ಮಾಡಿದ.

“ಇವಳೇ, ಬೆಳಿಗ್ಗೆ ಮರೆತುಹೋದೆ ಅಂತ ಅಂದ್ನಲ್ಲ – ಆಫೀಸಿಗ್ಹೋಗೋದಕ್ಕೆ ಮುಂಚೆ – ಅದು ಮರ್ತಿದ್ದಲ್ಲ, ಏನೋ ಕಳ್ಕೊಂಡೀನಿ”.

“ಏನ್ರೀ ಅದು?”

“ಏನು ಅಂತ ನಂಗೆ ಇನ್ನೂ ಗೊತ್ತಾಗ್ತಿಲ್ಲ. ಆದರೆ ತುಂಬಾ ಬೆಲೆ ಬಾಳೋದು ಅನ್ನಿಸುತ್ತೆ”.

“ಹಣ ಏನಾದ್ರೂ ಕಳ್ಕೊಂಡ್ರೇನ್ರಿ?”

“ಅಲ್ಲ, ಅಲ್ಲ. ಅಂಥಾದ್ದಲ್ಲ. ನೀನು ಮನೆಯೆಲ್ಲಾ ಹುಡುಕು. ಸಿಕ್ಕರೂ ಸಿಗಬಹುದು. ನಾನೀಗ ಸಂಗೀತ ಕಛೇರಿಗೆ ಹೋಗ್ತಿದ್ದೀನಿ. ಬರೋದ್ರೊಳಗೆ ಸಿಕ್ಕರೆ ಮನಸ್ಸಿಗೆ ನೆಮ್ಮದಿ ಇರ್ತದೆ”.

ಹೆಚ್ಚು ಮಾತನಾಡದೆ ಫೋನ್ ಇಟ್ಟುಬಿಟ್ಟ. ಮತ್ತೆ ರವೀಂದ್ರ ಕಲಾಕ್ಷೇತ್ರದ ಬಳಿ ಬರುವವರೆಗೆ ಅವನು ತನ್ನ ಹೆಂಡತಿಗೆ ಅದು ಖಂಡಿತಾ ಸಿಕ್ಕೇ ಸಿಕ್ತದಲ್ವಾ? ಅಂತ ತನ್ನನ್ನು ತಾನು ಸಮಾಧಾನ ಮಾಡಿಕೊಳ್ಳುತ್ತಿದ್ದ. ಆದರೆ ಮತ್ತೊಂದು ಅನುಮಾನ ಶುರುವಾಯ್ತು. ಕಳುವಾಗಿರೋದು ನನ್ನ ವಸ್ತುವೇನೋ ಸರಿ, ಆದರೆ ಕಳೆದಿದ್ದು ನಾನೋ ಅಥವಾ ಹೆಂಡತಿಯೋ?

ರವೀಂದ್ರ ಕಲಾಕ್ಷೇತ್ರದ ಮುಂದೆ ನಿಂತಿದ್ದ ಹತ್ತಾರು ಕಾರುಗಳನ್ನು ನೋಡಿದಾಗಲೇ ಇವನಿಗೆ ತನ್ನ ಜೇಬಿನ ಮೇಲಿರುವ ಯಂತ್ರದ ಎಣ್ಣೆಯ ಕಲೆ ತುಂಬಾ ದೊಡ್ಡದಾಗಿ ಕಾಣಲಾರಂಭಿಸಿತು. ತನ್ನ ಬಟ್ಟೆಗಳು ತುಂಬಾ ಹಳೆಯವು ಎನ್ನಿಸಿ ಮನೆಗೆ ಹೋಗಿ ಬದಲಾಯಿಸಬೇಕಿತ್ತು ಎನ್ನಿಸಿತು. ಅವನಲ್ಲಿ ಸುಮಾರು 50 ಅಂಗಿ ಹಾಗೂ 20 ಪ್ಯಾಂಟ್‌ಗಳಿವೆ. ಅವನು ಮತ್ತು ಅವನ ಹೆಂಡತಿಗೆ ಶಾಂಪಿಂಗ್ ತುಂಬಾ ಇಷ್ಟ. ಸೆಕೆಂಡ್ಸ್ ಸೇಲ್ ಮಾರಾಟವಾದಾಗಲಂತೂ ತಪ್ಪದೆ ಭೇಟಿ ಕೊಡುತ್ತಾರೆ. ಕೊಂಡು ತಂದ ಸಾಮಾನುಗಳನ್ನೆಲ್ಲಾ ಮನೆಯಲ್ಲಿ ಪರಿಶೀಲಿಸಿ, ತಮಗೆ ಒಟ್ಟು ಎಷ್ಟು ಹಣ ಉಳಿತಾಯವಾಯಿತೆಂದು ಲೆಕ್ಕ ಹಾಕಿ ಸಂತೋಷ ಪಡುತ್ತಾರೆ. ಆದ್ದರಿಂದಲೇ ಅವನಿಗೆ ಕಾರ್ಖಾನೆಯಿಂದ ಮನೆಗೆ ನೇರವಾಗಿ ಬರಬಾರದಿತ್ತು ಎಂದು ಎನ್ನಿಸಿದ್ದು.

ಸಾಕಷ್ಟು ಜನರು ಬಂದಿದ್ದರು. ಆ ಗುಂಪನ್ನು ನೋಡಿಯೇ ಇವನಿಗೆ ಸುಬ್ಬು ತುಂಬಾ ಪ್ರಸಿದ್ಧಿಯಲ್ಲಿರಬೇಕು ಅನ್ನಿಸಿದ್ದು. ಪೇಪರಿನಲ್ಲಿ ಸಾಮಾನ್ಯವಾಗಿ ಸಿನಿಮಾ, ಆಟ, ಟಿ.ವಿ. ಕಾರ್ಯಕ್ರಮ ಬಿಟ್ಟರೆ ಮತ್ತೇನೂ ಓದದ ಕಾರಣ ಸುಬ್ಬುವಿನ ಬಗ್ಗೆ ಏನೂ ತಿಳಿದಿರಲಿಲ್ಲ. ಅಂತಹ ಗದ್ದಲದಲ್ಲೂ ಇವನನ್ನು ಕಂಡು "ವೈನಿ ಬರ್ಲಿಲ್ಲೇನು?" ಅಂತ ಸುಬ್ಬು ಮಾತನಾಡಿಸಿದ. ಬಾಂಡ್ ಪೇಪರಿನಷ್ಟು ಬಿಳಿಯ ಪೈಜಾಮ ಜುಬ್ಬ ಧರಿಸಿ, ಲಕಲಕನೆ ಹೊಳೆಯುತ್ತಿದ್ದ. "ಇಲ್ಲ, ಭಾರೀ ತಲೆ ನೋಯ್ಲಿಕ್ಹತ್ತದೆ ಅಂತಂದ್ಲು. ಅವ್ಳಿಗೂ ಬರಬೇಕು ಅಂತ ತುಂಬಾ ಇಷ್ಟ ಇತ್ತು" ಅಂತ ಅಗ್ಗದ ಸುಳ್ಳೊಂದನ್ನು ಹೇಳಿದ. ಸಲೀಸಾಗಿ ಸಂದರ್ಭಕ್ಕೆ ಸರಿಯಾಗಿ ಬಾಯಿಂದ ಹೊರಬರುತ್ತವೆ! ಎಷ್ಟೋ ಬಾರಿ ಹೆಂಡತಿಯ ಮುಂದೆ ತಾನು ಯಾವ ಯಾವ ಸಂದರ್ಭದಲ್ಲಿ ಎಂತಹ ಸುಳ್ಳನ್ನು ಹೇಳಿ ತಪ್ಪಿಸಿಕೊಂಡೆ ಎಂದು ಪ್ರತಾಪ ಕೊಚ್ಚಿಕೊಳ್ಳುತ್ತಾ ಅವಳನ್ನು ನಗಿಸುತ್ತಿರುತ್ತಾನೆ.

ಹತ್ತು ನಿಮಿಷದಲ್ಲಿ ಸಭೆ ಪ್ರಾರಂಭವಾಯ್ತು. ಊರಿನ ಗಣ್ಯರನೇಕರು ಸೇರಿ ದೀಪ ಬೆಳಗಿದರು. ಅವರಲ್ಲಿ ಒಬ್ಬರು ಮಂತ್ರಿಗಳು, ಅದು ಇವನಿಗೆ ಗೊತ್ತು. ಹಿಂದೊಮ್ಮೆ ಸೈಟ್ ಕೊಳ್ಳುವಾಗ ಉಂಟಾದ ತೊಂದರೆಯಿಂದಾಗಿ ಅವರ ಮನೆಗೆ ಸಾಕಷ್ಟು ಬಾರಿ ಅಲೆದಾಡಿದ್ದಾನೆ. ಮಹನೀಯರೊಬ್ಬರು "ಸುಬ್ರಹ್ಮಣ್ಯನವರನ್ನು ಪರಿಚಯಿಸುವ ಅಗತ್ಯವಿಲ್ಲ" ಎನ್ನುತ್ತಾ ಹದಿನೈದು ನಿಮಿಷ ಸುಬ್ಬುವಿನ ಬಗ್ಗೆ ತಿಳಿಸಿದರು. ಅವರ ಮಾತಿನಲ್ಲಿ ಮುಖ್ಯವಾಗಿ ಇವನ ಗಮನ ಸೆಳೆದಿದ್ದು, ಸುಬ್ಬು ಈಗಾಗಲೇ ಹತ್ತಾರು ದೇಶಗಳನ್ನು ಸುತ್ತಿ ಕಛೇರಿ ಕೊಟ್ಟಿದ್ದಾನೆಂಬುದು. ಮನೆಗೆ ಬಂದಾಗ ತಾನು ಫಾರಿನ್‌ಗೆ ಹೋಗಿ ಬಂದ ವಿಷಯ ಹೇಳ್ಲೇ ಇಲ್ವಲ್ಲಾ? ಅಂತ ಆಶ್ಚರ್ಯಪಟ್ಟ.

ಇವನು ಕಾರ್ಖಾನೆ ಸೇರಿದ ವರ್ಷದಿಂದಲೂ ಇವನನ್ನು ಹೊರದೇಶಕ್ಕೆ ಯಾವುದೋ ತರಬೇತಿಯ ಸಲುವಾಗಿ ಕಳುಹಿಸುತ್ತೇವೆಂದು ಹೇಳುತ್ತಿದ್ದಾರೆ. ಮೊದಲು ಲಂಡನ್ ಎನ್ನುತ್ತಿದ್ದರು, ಆಮೇಲಕ್ಕೆ ಜಪಾನ್ ಎನ್ನಲಾರಂಭಿಸಿದ್ದರು. ಇತ್ತೀಚೆಗೆ ಅಮೆರಿಕಾ ಎಂದು ಹೇಳುತ್ತಿದ್ದಾರೆ. ಇವನು ಬಂಧು-ಬಳಗ, ಸ್ನೇಹಿತರ ಮುಂದೆಲ್ಲಾ "ಈ ವರ್ಷ ಖಂಡಿತಾ ಫಾರಿನ್‌ಗೆ ಹೋಗ್ತೀನಿ" ಎಂದು ಹೇಳುತ್ತಿರುತ್ತಾನೆ.

ವಿನಾಯಕ ಸ್ತುತಿಯಿಂದ ಸುಬ್ಬು ಕಛೇರಿಯನ್ನು ಪ್ರಾರಂಭಿಸಿದ. ಇವನಿಗೆ ಆಲಾಪನೆ ಅರ್ಥವಾಗದ ಕಾರಣ ಸುತ್ತಲಿದ್ದ ಜನರ ಕಡೆ ನೋಡಲಾರಂಭಿಸಿದ. ಸಾಕಷ್ಟು ಜನರು ಗಾಳಿಯಲ್ಲಿ ಕೈ ಆಡಿಸುತ್ತಲೋ, ಗೋಣು ಹಾಕುತ್ತಲೋ, ನೆಲವನ್ನು ಪಾದದಿಂದ ತಟ್ಟುತ್ತಲೋ ಇದ್ದರು. ಇವನ ಪಕ್ಕದಲ್ಲಿ ಮುದುಕರೊಬ್ಬರು ಕುಳಿತಿದ್ದರು. ಹೆಸರು 'ಜವರಯ್ಯ' ಎಂದು ಅವರೇ ಪರಿಚಯ ಮಾಡಿಕೊಂಡರು. ಸುಬ್ಬುವಿನ ಒಂದೂ ಕಾರ್ಯಕ್ರಮವನ್ನು ತಪ್ಪಿಸಿಲ್ಲವಂತೆ, ಅವನ ಬಗ್ಗೆ ತುಂಬಾ ಗೊತ್ತಂತೆ. ಆಸಾಮಿ ತುಂಬಾ ವಾಚಾಳಿ! ಆದರೆ ಹಾಡು ಪ್ರಾರಂಭವಾಗಿದ್ದೇ ಕಣ್ಣನ್ನು ಮುಚ್ಚಿ ಹಾಡನ್ನು ಆಸ್ವಾದಿಸಲಾರಂಭಿಸಿದರು. ಅವರು ಈ ಲೋಕದಲ್ಲಿಯೇ ಇದ್ದಂತೆ ಕಾಣಲಿಲ್ಲ. ಇವನು ಅವರನ್ನೇ ನೋಡಲಾರಂಭಿಸಿದ.

ಮೊದಲನೆಯ ಹಾಡು ಮುಗಿಯುವ ಸ್ವಲ್ಪ ಮುಂಚೆಯೇ ಜನರೆಲ್ಲಾ ಕಿವಿಗಡಚಿಕ್ಕುವಂತೆ ಚಪ್ಪಾಳೆ ಬಾರಿಸಲಾರಂಭಿಸಿದರು. ಸುಬ್ಬು ಕೈ ಜೋಡಿಸಿ ಸಭಿಕರಿಗೆ ವಂದಿಸಿದ. ಹಾಡು ಮುಗಿಯುತ್ತದೆ

ಎಂದು ಇವರಿಗೆ ಹೇಗೆ ಗೊತ್ತಾಗುತ್ತದೆ? ಎಂದು ಅವನಿಗೆ ಆಶ್ಚರ್ಯವಾಯ್ತು. ಪಕ್ಕದಲ್ಲಿದ್ದ ಜವರಯ್ಯ ಕೈ ನೋವಾಗುತ್ತದೆಂಬುದನ್ನೂ ಲೆಕ್ಕಿಸದೆ ಚಪ್ಪಾಳೆ ತಟ್ಟುತ್ತಿದ್ದರು. ಉಳಿದ ಜನರು ನಿಲ್ಲಿಸಿದ ನಂತರವೂ ಚಪ್ಪಾಳೆ ಮುಂದುವರೆಸಿದ್ದರು. ಅವರ ಕಣ್ಣಿಂದ ನೀರು ಧಾರಾಕಾರವಾಗಿ ಸುರಿಯುತ್ತಿತ್ತು. ಕಣ್ಣನ್ನು ನಿಧಾನಕ್ಕೆ ತೆರೆದ ಜವರಯ್ಯ, ಇವನನ್ನು ನೋಡಿ, "ಗಂಧರ್ವ ಗಾಯನ ಕಣ್ರೀ, ಗಂಧರ್ವ ಗಾಯನ. ಎಲ್ಲರಿಗೂ ಸುಮ್ನೆ ಹಿಂಗೆ ಹಾಡ್ಲಿಕ್ಕೆ ಬರಲ್ಲ. ನಿಮಗೆ ಗೊತ್ತಾ? ಬೆಳಿಗ್ಗೆ ನಾಲ್ಕು ಗಂಟೆಗೆ ಎದ್ದು ಆಲಾಪನೆ ಮಾಡ್ತಾರಂತೆ. ಸಣ್ಣ ಹುಡುಗ ಇದ್ದಾಗಿಂದ ಒಂದು ದಿನಕ್ಕೂ ತಪ್ಪಿಸಿಲ್ಲವಂತೆ" ಎಂದರು.

ಸಣ್ಣವನಿದ್ದಾಗ ಸುಬ್ಬು ದಿನಾ ಬೆಳಿಗ್ಗೆ ನಾಲ್ಕಕ್ಕೆ ಎದ್ದು, ನದಿ ದಂಡೆಗೆ ಹೋಗಿ ನಡುಮಟ್ಟದ ನೀರಿನಲ್ಲಿ ನಿಂತು ಆಲಾಪನೆ ಮಾಡುತ್ತಿದ್ದ ವಿಷಯ ಇವನಿಗೂ ಗೊತ್ತು. ಪರೀಕ್ಷೆಯ ದಿನಗಳಲ್ಲಿ ಇವನೂ ಆ ಸಮಯಕ್ಕೆ ಎದ್ದು ಓದುತ್ತಿದ್ದ. ಅವನ ಅಮ್ಮ-ಅಪ್ಪ ಅವನನ್ನು ಹೊಡೆದು ಎಬ್ಬಿಸುತ್ತಿದ್ದರು. ಆದರೆ ಬಿ.ಇ. ಮುಗಿದು, ಕೆಲಸಕ್ಕೆ ಸೇರಿ, ಮದುವೆಯಾದ ನಂತರ 7-30ಕ್ಕಿಂತ ಮುಂಚೆ ಅವನು ಒಮ್ಮೆಯೂ ಎದ್ದಿಲ್ಲ. ಎದ್ದು ಮಾಡುವುದಾದರೂ ಏನು? ಅಷ್ಟಕ್ಕೂ ಬೆಳಗಿನ ಜಾವದ ಆ ಸಕ್ಕರೆ ನಿದ್ದೆಯ ಸಿಹಿಯನ್ನು ಅನುಭವಿಸಿದವನೇ ಬಲ್ಲ! 'ನಾನು ಸೂರ್ಯವಂಶಿ, ಸೂರ್ಯ ಹುಟ್ಟಿದ ನಂತರವೇ ಏಳೋದು' ಅಂತ ಗೆಳೆಯರ ಮುಂದೆ ಜೋಕ್ ಕಟ್ ಮಾಡ್ತಾನೆ. ಆದರೆ ಸುಬ್ಬು ಇನ್ನೂ ಬೆಳಿಗ್ಗೆ ಏಳುತ್ತಾನೆಯೆ?

ಜವರಯ್ಯ ಮತ್ತೆ ತಮ್ಮ ಮಾತನ್ನು ಮುಂದುವರಿಸಿದರು. "ಧ್ವನಿ ನೋಡಿ ಹೇಗಿದೆ? ಒಂದು ಚೂರೂ ಒಡಕಿಲ್ಲ. ಗಂಟೆ ಹೊಡೆದಂತೆ ಸ್ಪಷ್ಟವಾಗಿದೆ. ಧ್ವನಿಯಲ್ಲಿ ಒಡಕು ಬರಬಾರದಂತ ಎಣ್ಣೆ ಪದಾರ್ಥ ಒಂದೂ ತಿನ್ನಲ್ವಂತೆ, ಗೊತ್ತಾ?"

ಇವನೂರಿನಲ್ಲಿ ಒಂದು ಅಜ್ಜಿ ಇತ್ತು, ಮಡಿಹೆಂಗಸು. ಮಕ್ಕಳಿಗೆ ಕಥೆ ಹೇಳಿ ಚಕ್ಕುಲಿ, ಕೋಡುಬಳೆ, ಡಾಣಿಗಳನ್ನು ಕೊಡುತ್ತಿದ್ದಳು. ಆ ಅಜ್ಜಿಯ ಮನೆಗೆ ಇವನು ಸುಬ್ಬುವನ್ನು ತಪ್ಪದೇ ಕರೆದುಕೊಂಡು ಹೋಗುತ್ತಿದ್ದ. ಆಗಲೂ ಅವನು ಕರಿದ ವಸ್ತುಗಳನ್ನು ತಿನ್ನದೇ ಇವನಿಗೇ ಕೊಟ್ಟು ಬಿಡುತ್ತಿದ್ದ. ಇವನಿಗೆ ರುಚಿರುಚಿಯಾಗಿ ತಿನ್ನುವುದೆಂದರೆ ಪಂಚಪ್ರಾಣ. ಈಗಲೂ ಅಷ್ಟೇ, ಬೆಂಗಳೂರಿನಲ್ಲಿ ಯಾವಯಾವ ಹೋಟೆಲಿನಲ್ಲಿ ಯಾವ ಪದಾರ್ಥ ಹೆಚ್ಚು ರುಚಿಯಾಗಿರುತ್ತದೆಂದು ಹೇಳಬಲ್ಲ. ವಾರಕ್ಕೆ ಮೂರು ಬಾರಿಯಾದರೂ ಹೆಂಡತಿ ಮಕ್ಕಳೊಡನೆ ಹೊಸಹೊಸ ಹೋಟೆಲಿಗೆ ಹೋಗಿ ಗಂಟೆಗಟ್ಟಲೆ ಅಲ್ಲಿ ಕಾದು ಸಂತೃಪ್ತಿಯಾಗಿ ತಿಂದು ಬರುತ್ತಾನೆ. ಸುಬ್ಬುವಾದರೆ ಸಂಗೀತಗಾರ, ಅವನ ಕರ್ಮ. ಇವನಿಗೇನು?

ಸುಬ್ಬು ಮತ್ತೊಂದು ಹಾಡು ಪ್ರಾರಂಭಿಸಿದ. ಬೇರೆ ರಾಗವಂತೆ. ಆದರೆ ಇವನಿಗೆ ಮೊದಲ ಆಲಾಪನೆಗೂ ಇದಕ್ಕೂ ಹೆಚ್ಚು ವ್ಯತ್ಯಾಸ ಕಾಣಲಿಲ್ಲ. ಜವರಯ್ಯ ಯಥಾ ಪ್ರಕಾರ ಕಣ್ಣು ಮುಚ್ಚಿ, ಕೈಯನ್ನು ಗಾಳಿಯಲ್ಲಿ ತೇಲಿಸುತ್ತಾ ತಲ್ಲೀನರಾದರು. ಮತ್ತೊಮ್ಮೆ ಕಿವಿಗಡಚಿಕ್ಕುವಂತೆ ಚಪ್ಪಾಳೆ. ಎರಡನೇ ಹಾಡು ಮುಗಿಯಿತು. ಜವರಯ್ಯನ ಕಣ್ಣಲ್ಲಿ ನೀರು.

ಮತ್ತೊಮ್ಮೆ ಇವನೊಡನೆ ಮಾತನಾಡಲಾರಂಭಿಸಿದರು. ತಾನ್ಯಾರೆಂದು ಗೊತ್ತಿಲ್ಲದಿದ್ದರೂ ಇವರ್‍ಯಾಕೆ ನನ್ನೊಡನೆ ಹೀಗೆ ಮಾತನಾಡುತ್ತಾರೆ? 'ಮುದುಕಪ್ಪಾ ಬಾಯಿ ಮುಚ್ಚು' ಎಂದು

ಹೇಳಬೇಕೆನ್ನಿಸಿತು. ಆದರೆ ಮಾತನಾಡುವುದೇ ತನ್ನ ಕಾಯಕವೆಂಬಂತೆ ಜವರಯ್ಯ ಮಾತನಾಡ ತೊಡಗಿದರು.

"ಇದೇ ಹಾಡು, ಇಂತಹದೇ ಒಂದು ಸಂಜೆ... ಹನ್ನೆರಡು ವರ್ಷದ ಕೆಳಗೆ ಹಾಡಿದ್ರು. ಆಗ ಸಭೆಯಲ್ಲಿ ಎಷ್ಟು ಜನ ಇದ್ರು ಗೊತ್ತಾ? ಬರೀ ನಾಲ್ಕು! ಹೊಸದಾಗೊಬ್ಬರು ಹಾಡ್ತಾರಂದ್ರೆ ಯಾರು ಸ್ವಾಮಿ ಬರ್ತಾರೆ? ಕಛೇರಿನೇ ಕ್ಯಾನ್ಸಲ್ ಮಾಡಬೇಕೆಂದುಕೊಂಡಿದ್ವಿ. ಆದರೆ ಇವರದು ದೊಡ್ಡಗುಣ ನೋಡಿ, ಮೂರು ತಾಸು ಕಛೇರಿ ಮಾಡೇ ಬಿಟ್ರು! ನೀವು ನಾಲ್ಕು ಜನ ಬರದಿದ್ದರೂ ನಾನು ಹಾಡ್ತಿದ್ದೆ ಅಂದಿದ್ರು ಸ್ವಾಮಿ! ಈಗ ನೋಡಿ, ನೊಣ ಮುಕ್ಕರಿದಂತೆ ಜನ ಕೂತಾರೆ".

ಮದುವೆಯಾದ ಎರಡು ವರ್ಷಕ್ಕೇ, ಒಂದು ರಾತ್ರಿ ಇವನು ಹೆಂಡತಿಯನ್ನು ಹತ್ತಿರಕ್ಕೆ ಕರೆದಾಗ "ರ್‍ರೀ ದಪ್ಪ ಆಗ್ತಾ ಇದ್ದೀರ, ಹೊಟ್ಟೆ ಬಂದಿದೆ. ಸ್ವಲ್ಪ ವ್ಯಾಯಾಮ ಮಾಡಿ ಕರಗಿಸ್ರೀ" ಅಂತ ಹೇಳಿದ್ದಳು. ಮರುದಿನವೇ ನೂರು ರೂಪಾಯಿ ಕೊಟ್ಟು ಜಿಮ್‌ಗೆ ಸೇರಿದ್ದ. ಮೊದಲನೆಯ ದಿನ ಮೂರು ತಾಸು ಏಕಪ್ರಕಾರವಾಗಿ ವ್ಯಾಯಾಮ ಮಾಡಿ ಬಂದಿದ್ದ. ಆದರೆ ಮರುದಿನ ಇವನು ಏಳುವಾಗ, ಸೊಂಟದಲ್ಲಿ ಅಸಾಧ್ಯ ನೋವು ಉಂಟಾಗಿತ್ತು. ಆಫೀಸಿನ ಮೆಟ್ಟಿಲು ಹತ್ತುವಾಗ ಕುಸಿದು ಕುಳಿತಿದ್ದ. ಕೈ ಎತ್ತಲಾರದಂತೆ ನೋಯುತ್ತಿತ್ತು. ಎರಡು ದಿನ ಹೆಂಡತಿಯಿಂದ ಕಾವು ಕೊಡಿಸಿಕೊಂಡು "ನೀನೇನ್ ಕಮ್ಮಿ, ನನ್ನ ತರಹಾನೇ ದಪ್ಪ ಆಗ್ತಿದ್ದಿ" ಅಂತ ಹೇಳಿ ಮತ್ತೆಂದೂ ಜಿಮ್ ಕಡೆಗೆ ಮುಖ ಹಾಕಿರಲಿಲ್ಲ.

"ಒಂದು ಸಲ ಏನಾಯ್ತು ಅಂತೀರ – ಜನ ಹಾಡು ಕೇಳ್ತಾ ಕೇಳ್ತಾ ಎಷ್ಟು ಮೈಮರೆತರೆಂದರೆ, ಸಾಯಂಕಾಲ ಆರು ಗಂಟೆಗೆ ಸುರುವಾಗಿದ್ದು ಬೆಳಿಗ್ಗೆ ನಾಲ್ಕರವರೆಗೆ ಹಾಡಿದ್ರು ನೋಡ್ರಿ! ಚಪ್ಪಾಳಿ ಮೇಲೆ ಚಪ್ಪಾಳಿ. ಹತ್ತು ತಾಸು ಹಾಡಿದ್ರೂ ಕಂಠ ಚೂರೂ ತಗ್ಗಿರಲಿಲ್ಲ, ಜನರೊಬ್ಬರೂ ತೂಕಡಿಸಿರಲಿಲ್ಲ".

ಇವನಿಗೆ ಆಶ್ಚರ್ಯವಾಯ್ತು. ಹತ್ತು ತಾಸು ಏಕಪ್ರಕಾರವಾಗಿ! ಸಾಧ್ಯನಾ? ಅಂತ ಅನ್ನಿಸ್ತು. ಆದರೆ ಹಿಂದೆಯೇ 'ಅದೇನ್ ಮಹಾ?' ಅನ್ನಿಸಿಬಿಡ್ತು. ಎಷ್ಟು ಬಾರಿ ತಾನು ಕ್ರಿಕೆಟ್ ಮ್ಯಾಚ್ ನೋಡಿಲ್ಲ? ಆಫೀಸಿಗೆ ರಜೆ ಹಾಕಿ ಹೆಂಡತಿಯಿಂದ ಬಿಸಿ ಬಿಸಿಯಾಗಿ ಬೋಂಡಾ ಮಾಡಿಸಿಕೊಂಡು ತಿನ್ನುತ್ತಾ ಬಿಟ್ಟ ಕಣ್ಣು ಬಿಡದೆ ಮ್ಯಾಚ್ ನೋಡಿಲ್ಲ? ಇದುವರೆಗೆ ಸುಮಾರು 500 ಪಂದ್ಯಗಳನ್ನಾದರೂ ನೋಡಿರಬಹುದು. ಪ್ರತಿಯೊಂದು ಪಂದ್ಯವೂ ಸುಮಾರು ಹತ್ತು ತಾಸು!

ಮಾತಿನ ಮುದುಕ ವಟಗುಟ್ಟುತ್ತಲೇ ಹೋದ. "ನೀವು ಒಂದು ವಿಷಯ ಗಮನಿಸಿದ್ದೀರ? ಅವರು ಹಾಡುವಾಗ ಯಾವ ಹಾಡಿನ ಪುಸ್ತಕವೂ ಅವರ ಮುಂದಿರುವುದಿಲ್ಲ. ಸುಮಾರು 1000 ಹಾಡುಗಳು ಬಾಯಿಪಾಠವಂತೆ ಸ್ವಾಮಿ! ಅಷ್ಟಾದ್ರೂ ಇನ್ನೂ ಹೊಸಹೊಸ ಹಾಡುಗಳನ್ನು ಕಲಿಯುತ್ತಲೇ ಇದ್ದಾರಂತೆ".

ಇವನಿಗೂ ಜ್ಞಾಪಕ ಶಕ್ತಿ ಹೆಚ್ಚು. ಕಾಲೇಜಿನಲ್ಲಿ ಓದುವಾಗ ಗಣಿತದ ಸೂತ್ರಗಳನ್ನು, ರಸಾಯನ ಶಾಸ್ತ್ರದ ಸಮೀಕರಣಗಳನ್ನು ಅರಳು ಹುರಿದಂತೆ ಹೇಳುತ್ತಿದ್ದ. ನಿದ್ರೆಯಲ್ಲಿ ಎಬ್ಬಿಸಿ ಕೇಳಿದರೂ ತಪ್ಪಿಲ್ಲದಂತೆ ಹೇಳಿಬಿಡುತ್ತಿದ್ದ. ಆದರೆ ಈಗ ಕಾಲೇಜು ಮುಗಿದು, ಒಳ್ಳೆಯ ಕೆಲಸ ಸಿಕ್ಕಿ, ಮದುವೆಯೂ ಆಗಿದೆ. ಈಗ ನೆನಪಿನಲ್ಲಿ ಇಟ್ಟುಕೊಳ್ಳುವುದಾದರೂ ಏನು? ಅಷ್ಟಕ್ಕೂ ಅವನು ಈಗ

ಯಾವ ಪರೀಕ್ಷೆಯನ್ನು ಬರೆಯಬೇಕಿದೆ? ಸಾಕಷ್ಟು ಸಿನಿಮಾ ಹಾಡುಗಳನ್ನು ಬಚ್ಚಲು ಮನೆಯಲ್ಲಿ ಹಾಡುತ್ತಾನೆ, ಹೆಂಡತಿ ತರಲು ಹೇಳಿದ ಪಡಿತರವನ್ನು ಒಂದನ್ನೂ ಮರೆಯದೆ ತರುತ್ತಾನೆ, ಕರೆಂಟ್ ಬಿಲ್ ಕಟ್ಟುವ ಕೊನೆಯ ದಿನಕ್ಕಿಂತಾ ಮುಂಚೆಯೇ ಹಣ ಪಾವತಿ ಮಾಡುತ್ತಾನೆ, ಬ್ಯಾಂಕಿನಲ್ಲಿ ಇಟ್ಟಿರುವ ಹಣಕ್ಕೆ ಈ ದಿನಕ್ಕೆ ಎಷ್ಟು ಬಡ್ಡಿ ಬರುತ್ತದೆಂದು ಖಡಾಖಂಡಿತವಾಗಿ ಹೇಳುತ್ತಾನೆ.....ಹೀಗೆ!

ಇವನಿಗೆ ಜವರಯ್ಯನ ಮೇಲೆ ಸಿಟ್ಟು ಬರಲಾರಂಭಿಸಿತು. ಅನಾವಶ್ಯಕವಾಗಿ ಬಾಯಿಗೆ ಬಂದಂತೆ ಮಾತನಾಡುತ್ತಿದ್ದಾನೆ. ಅವನನ್ನು ಕತ್ತು ಹಿಡಿದು ಆಚೆ ತಳ್ಳಬೇಕೆನ್ನಿಸಿತು. ಆದರೆ ಆ ಮುದುಕ ತನಗಿಂತಾ ಗಟ್ಟಿ ಎನ್ನಿಸಿತು. ವಯಸ್ಸಾದರೂ ಅವನ ಕೂದಲನ್ನೂ ಕೊಂಕಿಸಲು ತನ್ನ ಕೈಯಿಂದ ಸಾಧ್ಯವಿಲ್ಲವೆಂದು ಭಾಸವಾಯ್ತು. ತನಗೊಂದೇ ಏಕೆ, ಅಲ್ಲಿರುವ ಯಾರಿಗೂ ಅವನ ನಿರಂತರ ಮಾತನ್ನು ನಿಲ್ಲಿಸುವುದು ಸಾಧ್ಯವಿಲ್ಲವೆಂದು ಮನಸ್ಸು ಹೇಳಲಾರಂಭಿಸಿತು. ತಾನೇ ಅವನಿಂದ ದೂರ ಹೋಗಬೇಕು, ಅವನ ಮಾತು ಕೇಳದಂತೆ ಓಡಿಹೋಗಬೇಕು ಎಂದುಕೊಂಡ. ಆದರೆ ಅದ್ಯಾವುದೋ ವಿಚಿತ್ರಶಕ್ತಿ ಆ ಮುದುಕನ ಬಳಿಯಲ್ಲಿರಬೇಕು, ಇವನಿಗೆ ಸೀಟಿನಿಂದ ಕದಲಲೂ ಆಗಲಿಲ್ಲ. ಜವರಯ್ಯ ಮಾಂತ್ರಿಕನೆ?

ಆದರೆ ಜವರಯ್ಯ ಇಲ್ಲಿಯವರೆಗೆ ಮಾತನಾಡುತ್ತಿದ್ದ ವಿಷಯವನ್ನೇ ಬದಲಾಯಿಸುವಂತೆ, "ಅಂದ ಹಾಗೆ ನೀವು ಯಾರು ಅಂತ ಪರಿಚಯವೇ ಆಗ್ಲಿಲ್ಲ" ಅಂತ ಕೇಳಿಬಿಟ್ಟ. ಇವನು ಹಾವನ್ನು ತುಳಿದಂತೆ ಬೆಚ್ಚಿ ಬಿದ್ದ. ಏನೆಂದು ಉತ್ತರ ಕೊಡಬೇಕೆಂದು ತೋಚದೆ ತೊದಲಲಾರಂಭಿಸಿದ. ತನಗೆ ಜವರಯ್ಯನನ್ನು ಕಂಡು ಗಾಬರಿಯೋ ಅಥವಾ ಆ ಪ್ರಶ್ನೆಗೆ ಉತ್ತರವೇ ತನಗೆ ಗೊತ್ತಿಲ್ಲವೋ? ದೇಹದಲ್ಲಿ ಸಣ್ಣನೆಯ ನಡುಕವೊಂದು ಹುಟ್ಟಿ ಮೈ ಬೆವರಲಾರಂಭಿಸಿತು. ಆ ಮುದುಕರ ಪ್ರಶ್ನೆಗೆ ಏನಂತ ಉತ್ತರ ಹೇಳುವುದು? ಜವರಯ್ಯ ಮತ್ತೊಮ್ಮೆ ಅದೇ ಪ್ರಶ್ನೆಯನ್ನು ಕೇಳಿದ – 'ನೀವ್ಯಾರು?' ಈಗ ಅವನಿಗೆ ಆ ಪ್ರಶ್ನೆಯನ್ನು ಕೇಳುತ್ತಿರುವವರು ಅವರೊಬ್ಬರೇ ಅಲ್ಲ, ಅಲ್ಲಿ ಕುಳಿತ ಎಲ್ಲಾ ಜನ ಅನ್ನಿಸಿಬಿಟ್ಟಿತು. ಹಾಡುತ್ತಿರುವ ಸುಬ್ಬು ಕೂಡ ತನ್ನ ಹಾಡನ್ನು ನಿಲ್ಲಿಸಿ 'ನೀನ್ಯಾರು?' ಅಂತ ಜಗತ್ತಿಗೇ ಕೇಳುವಂತೆ ತನ್ನ ಬಾಲ್ಯಸ್ನೇಹಿತನನ್ನು ಕೇಳಿಬಿಟ್ಟಂತೆ ಭಾಸವಾಯ್ತು! ಅಲ್ಲಿದ್ದ ಕುರ್ಚಿ, ಮೇಜು, ಮೈಕು, ತೆರೆ, ನಿಶಬ್ದ, ಗಾಳಿ ಎಲ್ಲಾ ಅವನನ್ನು ಅದೇ ಪ್ರಶ್ನೆ ಕೇಳಿದಂತಾಗಿ ಅವನು ನೂರಾರು ಪೊಲೀಸರ ನಡುವೆ ಸಿಕ್ಕಿಬಿದ್ದ ಅಪರಾಧಿಯಂತಾಗಿದ್ದ! ಅಲ್ಲಿ ಕುಳಿತಿರಲು ಸಾಧ್ಯವೇ ಇಲ್ಲ ಅನ್ನಿಸಿತು. ಯಾರೋ ತನ್ನನ್ನು ಅಟ್ಟಿಸಿಕೊಂಡು ಬಂದಂತೆ ಅಲ್ಲಿಂದ ಓಡಿ ಹೊರಬಂದ.

ಸ್ಕೂಟರ್ ಪ್ರಾರಂಭಿಸಿ ಮನೆಯ ಕಡೆ ಹೋಗುವಾಗಲೂ ಅವನಿಗೆ ತನ್ನ ಹಿಂದೆಯೇ ಜವರಯ್ಯನೂ ಬರುತ್ತಿದ್ದಾನೆಂದು ಭಾಸವಾಯ್ತು. ಸ್ಕೂಟರಿನ ವೇಗವನ್ನು ಹೆಚ್ಚಿಸಿದ. ಅವನು ರಸ್ತೆಯ ಮೇಲಿನ ವಾಹನವಾಗಲಿ, ವಾಹನಗಳ ಶಬ್ದಗಳಾಗಲೀ ಗೊತ್ತಾಗುವ ಸ್ಥಿತಿಯಲ್ಲಿರಲಿಲ್ಲ. ಅವನಿಗೆ ತನ್ನ ಸುತ್ತಲೂ ಕಾರ್ಖಾನೆಯ ಯಂತ್ರಗಳು ಸುತ್ತುತ್ತಿರುವಂತೆ ಭಾಸವಾಗುತ್ತಿತ್ತು. ಯಂತ್ರದ ತೊಂದರೆಯ ಅರ್ಜಿಯಲ್ಲಿನ ಅಕ್ಷರಗಳು ಅವನ ಸುತ್ತಲೂ ಹಾರಾಡುತ್ತಿದ್ದವು. ವಾರವಾರ ತಪ್ಪದೆ ನೋಡಿದ ಮಸಾಲೆ ಸಿನಿಮಾಗಳ ನಟರೆಲ್ಲಾ ಅಸಭ್ಯವಾಗಿ ಕುಣಿಯಲಾರಂಭಿಸಿದರು. ದಿನಗಟ್ಟಲೆ ಕುಳಿತು ನೋಡಿದ ಕ್ರಿಕೆಟ್ ಪಂದ್ಯದ ಬಾಲು ಸಿಕ್ಸರ್ ಬಾರಿಸಿದ ವೇಗದಲ್ಲಿ ಅಲ್ಲಿಂದಿಲ್ಲಿ ಇಲ್ಲಿಂದಲ್ಲಿ 'ಸುಂಯ್'

ಎಂದು ಹಾರಾಡುತ್ತಿತ್ತು. ಮನೆಯಲ್ಲಿನ ನೂರಾರು ಸಿನಿಮಾ ಹಾಡಿನ ಕ್ಯಾಸೆಟ್‌ಗಳು ಏಕಕಾಲಕ್ಕೆ ಕರ್ಕಶವಾಗಿ ಒದರಲಾರಂಭಿಸಿದವು. ಇನ್‌ಕ್ರಿಮೆಂಟ್, ಪ್ರಮೋಷನ್‌ಗಳ ಬಗ್ಗೆ ಗಂಟೆಗಟ್ಟಳೆ ಆಡಿದ ಮಾತುಗಳು, ಕೊಚ್ಚುತ್ತಿದ್ದ ಹರಟೆ, ರಜಾ ದಿನಗಳಲ್ಲಿ ಗಡದ್ದಾಗಿ ಉಂಡು ಮೈ ಭಾರವಾಗುವಂತೆ ಮಾಡಿದ ನಿದ್ದೆ, ಟಿ.ವಿ.ಯಲ್ಲಿ 'ಚೆನ್ನಾಗಿಲ್ಲ' ಎಂತಲೇ ನೋಡಿದ ಕೊಳಕು ಕಾರ್ಯಕ್ರಮಗಳು, ಕಂಡಕಂಡ ಹೋಟೆಲಿನಲ್ಲಿ ಗಂಟೆಗಟ್ಟಳೆ ಕಾದು ಬಾಯಲ್ಲಿ ನೀರೂರಿಸಿಕೊಂಡು ತಿಂದ ಉತ್ತರ ಭಾರತದ ತಿನಿಸುಗಳು, ಕ್ಲಬ್‌ನಲ್ಲಿ ಹಣ ಮತ್ತು ಕಾಲದ ಅರಿವಿಲ್ಲದಂತೆ ಆಡಿದ ಇಸ್ಪೀಟಾಟದ ಎಲೆಗಳು, ಕುಡಿದ ಬಿಯರ್ ಹಾಗೂ ವೈನ್‌ಗಳು, ಸ್ವಲ್ಪ ಹಣ ಉಳಿಸಬಹುದೆಂದು ಮನೆಯ ಬಳಿ ಕೊಳ್ಳದೆ, ಒಂದು ಗಂಟೆ ಪ್ರಯಾಣ ಮಾಡಿ ಮಾರ್ಕೆಟ್‌ಗೆ ಹೋಗಿ ಕೊಂಡ ತರಕಾರಿಗಳು, ಏನೂ ಮಾಡಲು ತೋಚದೆ ಕಿರಿಕಿರಿಯಾಗಿ ಹೆಂಡತಿಯೊಡನಾಡಿದ ಜಗಳ ಹಾಗೂ ಮೈಥುನಗಳು... ಹೀಗೆ ಅಸಂಬದ್ಧ ವಿಚಾರಗಳೆಲ್ಲ ಏಕಕಾಲಕ್ಕೆ ಅವನ ಮೇಲೆ ಲಗ್ಗೆ ಇಡಲಾರಂಭಿಸಿದವು. ಅವನ ಕಾರ್ಖಾನೆಯ ಯಂತ್ರಗಳೆಲ್ಲ ರಸ್ತೆಯ ಮೇಲೆ ತಮ್ಮ ಎಣ್ಣೆಯನ್ನು ಸುರಿದು, ಸ್ಕೂಟರ್‌ನಿಂದ ಜಾರಿ ಜಾರಿ ಬೀಳುವಂತಾಗುತ್ತಿತ್ತು.

'ಕೀಚ್...' ಎನ್ನುವ ಕಿವಿಗಡಚಿಕ್ಕುವ ಶಬ್ದ ಹಾಗೂ ಅದರ ಹಿಂದೆಯೇ ಅವಾಚ್ಯ ಪದಗಳು ಕೇಳಿಬಂದು, ಸ್ಕೂಟರ್ 'ಗಕ್' ಎಂದು ನಿಲ್ಲಿಸಿದ. ಮೈಯಲ್ಲಿ ತಣ್ಣನೆಯ ಸಾವಿನ ಭಯದ ಸೆಲೆಯೊಂದು ಹರಿದು ಹೋಯ್ತು. ಸ್ವಲ್ಪದರಲ್ಲಿಯೇ ಅನಾಹುತದಿಂದ ಪಾರಾಗಿದ್ದ. ಪಕ್ಕಕ್ಕೆ ತೀರ ಹತ್ತಿರದಿಂದ ಒಂದು ವಾಹನ ಹೊರಟು ಹೋಯ್ತು. ಇವನು ಹಿಂದೆ ವೇಗದಿಂದ ಬರುತ್ತಿದ್ದ ವಾಹನವನ್ನು ಗಮನಿಸದೆ ರಸ್ತೆಯಲ್ಲಿ ಪಕ್ಕಕ್ಕೆ ಸರಿದಿದ್ದ. ಸ್ಕೂಟರ್ ನಿಲ್ಲಿಸಿ ಒಮ್ಮೆ ಸುತ್ತಲೂ ನೋಡಿದ. ಬೆಚ್ಚಿ ಬೀಳುವಂತಾಯ್ತು! ಯಾವುದೋ ಅಪರಿಚಿತ ರಸ್ತೆಗೆ ಬಂದಿದ್ದ. ಇಲ್ಲಿಗೆ ಹೇಗೆ ಬಂದೆ ಅಂತ ಆಶ್ಚರ್ಯವಾಯ್ತು. ರವೀಂದ್ರ ಕಲಾಕ್ಷೇತ್ರದಿಂದ ಮನೆಯ ದಾರಿ ಹಿಡಿದಿದ್ದರೂ ಅನಂತರ ಮನಸ್ಸಿನ ಗೊಂದಲದಿಂದಾಗಿ ಅವನು ತಾನು ಯಾವ ರಸ್ತೆಯಲ್ಲಿ ಚಲಿಸುತ್ತಿದ್ದೇನೆ ಎಂಬ ಅರಿವೇ ಇಲ್ಲದೆ, ಸಾಮಾನ್ಯವಾಗಿ ಹೆಚ್ಚುಹೆಚ್ಚು ಜನ ಯಾವ ರಸ್ತೆಯಲ್ಲಿ ಹೋಗುತ್ತಾರೋ ಅದೇ ತನ್ನ ಮನೆಯ ರಸ್ತೆಯೆಂದುಕೊಂಡು ನುಗ್ಗಿ ಬಂದುಬಿಟ್ಟಿದ್ದ. ಈಗ ಆಗಿಹೋಗುತ್ತಿದ್ದ ಅನಾಹುತ ತಪ್ಪಿಸಿಕೊಂಡಾಗಲೇ ಅವನಿಗೆ ತಾನು ಬೇರೆ ಯಾವುದೋ ತನಗೆ ತಿಳಿಯದಿರುವ ರಸ್ತೆಗೆ ಬಂದಿದ್ದು ಗೊತ್ತಾಗಿದ್ದು.

ಯಾರನ್ನಾದರೂ ತನ್ನ ಮನೆಯ ರಸ್ತೆ ಕೇಳಬೇಕೆಂದು, "ನೋಡ್ರಪ್ಪಾ, ನಮ್ಮ ಮನೆ ರಸ್ತೆ ಕಳೆದುಕೊಂಡಿದ್ದೇನೆ. ಹೇಗೆ ಹೋಗಬೇಕೆಂದು ಹೇಳಿದರೆ ಉಪಕಾರವಾಗುತ್ತದೆ" ಎಂದು ಗಟ್ಟಿಯಾಗಿ ಒದರಿದ. ಆದರೆ ಯಾರೂ ಇವನ ಮಾತಿಗೆ ಓಗೊಡಲಿಲ್ಲ. ಎಲ್ಲರೂ ತಮ್ಮ ತಮ್ಮ ಮನೆಗೆ ಹೋಗುವ ತರಾತುರಿಯಲ್ಲಿದ್ದ ಕಾರಣ, ಯಾರಿಗೂ ಇವನ ಮಾತಿಗೆ ಸಮಾಧಾನ ಹೇಳುವಷ್ಟು ಸಮಯವಿರಲಿಲ್ಲ ಅಥವಾ ಅದು ಮಹತ್ವದ್ದಾಗಿಯೂ ಕಾಣಲಿಲ್ಲ.

ಇವನಿಗೆ ದುಃಖವಾಯ್ತು. ಹೆಂಡತಿಯಾದರೂ ಜೊತೆಗಿದ್ದಿದ್ದರೆ ಅವಳಾದರೂ ತಾನು ಬೇರೆ ರಸ್ತೆಯಲ್ಲಿ ನುಗ್ಗಿದಾಗ ಎಚ್ಚರಿಸುತ್ತಿದ್ದಳು ಎಂದೆನ್ನಿಸಿತು. ಆದರೆ ಅವಳು ತನ್ನೊಡನೆ ಬರುವುದಿಲ್ಲ ಎಂದು ನಿರಾಕರಿಸಿಬಿಟ್ಟಿದ್ದಳು. ಅವಳೇ ಎಲ್ಲದಕ್ಕೂ ಕಾರಣ ಎಂದು ಅನ್ನಿಸಿತು. ಆದರೆ

ಜೊತೆಯಲ್ಲಿಯೇ, ನಾನು ರವೀಂದ್ರ ಕಲಾಕ್ಷೇತ್ರದಿಂದ ಹೊರಟಾಗ ಎಲ್ಲಿಗೆ ಹೋಗಬೇಕೆಂದು ಸರಿಯಾಗಿ ನಿಶ್ಚಯಿಸಿಕೊಂಡಿರಲಿಲ್ಲವೇ ಎಂಬ ಅನುಮಾನ ಶುರುವಾಯ್ತು.

ಅಲ್ಲಿಯೇ ಹತ್ತಿರದಲ್ಲಿದ್ದ ಒಂದು ಹೋಟೆಲಿನ ಫಲಕ ನೋಡಿ ತಾನು ತನ್ನ ಮನೆಗೆ ಹೋಗುವ ರಸ್ತೆಯಿಂದ ಸುಮಾರು ಹತ್ತು ಕಿಲೋಮೀಟರ್ ದೂರದ ಬೇರೆ ರಸ್ತೆಯಲ್ಲಿ ಬಂದಿದ್ದೇನೆಂಬ ಅರಿವಾಯ್ತು. ಮಾಡುವುದೇನು? ಬಂದ ರಸ್ತೆಯಲ್ಲಿಯೇ ಹಿಂತಿರುಗಿ ನಮ್ಮ ಮನೆಯ ರಸ್ತೆಯ ತನಕ ಹೋಗಬೇಕು ಎಂದುಕೊಂಡು ಸ್ಕೂಟರ್ ಹಿಂದಕ್ಕೆ ತಿರುಗಿಸಿದ. ಊಹೂಂ, ಅದೂ ಶಕ್ಯವಿರಲಿಲ್ಲ. ಆವನು ಬಂದ ರಸ್ತೆ 'ಒನ್ ವೇ'ಯಾಗಿತ್ತು. ಅದರಲ್ಲಿ ವಿರುದ್ಧ ದಿಕ್ಕಿನಲ್ಲಿ ಹೋಗುವುದು ಸಾಧ್ಯವೇ ಇರಲಿಲ್ಲ. ಅವನಿಗೆ ಸುಬ್ಬುವಿನ ಮೇಲೆ ಕೋಪ ಬಂತು. ಅವನಿಂದಲೇ ಇದೆಲ್ಲಾ ಆಗಿದ್ದು. ಅವನು ನಿನ್ನೆ ಮನೆಗೆ ಬಂದು ಭೇಟಿ ಕೊಡದಿದ್ದರೆ ಇವೆಲ್ಲಾ ಕಷ್ಟಗಳು ಬರುತ್ತಲೇ ಇರಲಿಲ್ಲ. ಹೇಗೂ ಕೊಟ್ಟ 500 ರೂಪಾಯಿಗಳನ್ನು ನಾನು ಎಂದೋ ಮರೆತಿದ್ದೆ. ಸುಬ್ಬುವನ್ನು ಶಪಿಸಲಾರಂಭಿಸಿದ. ಆದರೆ ಹಿಂದೆಯೇ ಸುಬ್ಬುವಿನ ಭೇಟಿಯಿಂದ ನಾನು ತಪ್ಪಿಸಿಕೊಳ್ಳುವುದು ಸಾಧ್ಯವೇ ಇರಲಿಲ್ಲ, 500 ರೂಪಾಯಿ ಕೇವಲ ನೆಪ ಮಾತ್ರ ಅನ್ನಿಸಿಬಿಟ್ಟಿತು. ಈವತ್ತಲ್ಲ ನಾಳೆ ಸುಬ್ಬು ನನ್ನ ಮನೆಯ ವಿಳಾಸ ಕಂಡು ಹಿಡಿದು, ನನ್ನ ಮನೆಯ ಕದ ತಟ್ಟುತ್ತಿದ್ದ ಎನ್ನಿಸಿಬಿಟ್ಟಿತು.

ಯಾವು ಯಾವುದೋ ಗೊತ್ತಿಲ್ಲದ ದಾರಿಯಲ್ಲಿ ಸುತ್ತಿ ಮನೆಯ ರಸ್ತೆಗೆ ಬರುವಷ್ಟರಲ್ಲಿ ಅವನು ಸುಸ್ತಾಗಿ ಹೋಗಿದ್ದ. ಅಂತೂ ಮನೆಯ ದಾರಿ ಸಿಕ್ಕಿತಲ್ಲ ಅಂತ ನೆಮ್ಮದಿಯಾಗಿತ್ತು. ಆದರೆ ಕೆಲವೇ ಕ್ಷಣಗಳಲ್ಲಿ ಇನ್ನೊಂದು ಚಿಂತೆ ಶುರುವಾಯ್ತು. ನಾನು ಅನಾವಶ್ಯಕವಾಗಿ ಹತ್ತಾರು ಕಿಲೋಮೀಟರ್‌ನಷ್ಟು ಚಲಿಸಿದ್ದರಿಂದ ಸ್ಕೂಟರ್‌ನಲ್ಲಿ ಪೆಟ್ರೋಲ್ ಏನಾದರೂ ಮುಗಿದುಹೋಗಿದೆಯೆ? ಮನೆ ಸೇರುವಷ್ಟಾದರೂ ಇದೆಯೋ ಇಲ್ಲವೋ? ತಿಂಗಳ ಕೊನೆಯಾದ್ದರಿಂದ ಜೇಬಿನಲ್ಲಿ ಹಣವೂ ಹೆಚ್ಚಿಗೆ ಇರಲಿಲ್ಲ.

ಮನೆ ತಲುಪಿದಾಗ ಅವನಿಗೆ ಯಾವುದೋ ಬೆನ್ನಟ್ಟಿದ ಚಿರತೆಯಿಂದ ತಪ್ಪಿಸಿಕೊಂಡು ಬಂದಷ್ಟು ಸಂತೋಷವಾಯ್ತು. ಪೆಟ್ರೋಲ್ ಕೂಡಾ ಸಾಕಷ್ಟಲ್ಲದಿದ್ದರೂ ಇನ್ನೂ ಸ್ವಲ್ಪ ದೂರ ಚಲಿಸುವಷ್ಟು ಇತ್ತು. ರಾತ್ರಿಯಾದ್ದರಿಂದ ಹೆಂಡತಿಯಾಗಲೇ ಬಾಗಿಲು ಹಾಕಿದ್ದಳು. ಒಳಗೆ ಕುಳಿತು ಯಾವುದೋ ಹೊಲಸು ಮಸಾಲೆ ಚಲನಚಿತ್ರ ನೋಡುತ್ತಿರಬೇಕು. ಬಾಗಿಲು ಬಡಿದು 'ಬಾಗಿಲು ತೆಗಿ' ಎಂದು ಕೂಗಿದ. ಅವನಿಗೇ ಆಶ್ಚರ್ಯವಾಗುವಂತೆ ಅವನ ಧ್ವನಿ ಯಾವುದೋ ಗುಹೆಯಿಂದ ಬಂದಂತಿತ್ತು. ಹೆಂಡತಿಗೂ ಅವನ ಧ್ವನಿ ಪರಿಚಯವಾಗಲಿಲ್ಲವೆಂದು ಕಾಣುತ್ತೆ, 'ನೀವ್ಯಾರು?' ಎಂದುಬಿಟ್ಟಳು. ಮತ್ತೆ ಚಿರತೆ ಅಟ್ಟಿಸಿಕೊಂಡು ಬಂದಿತ್ತು! 'ನಾನೇ, ನಿನ್ನ ಗಂಡ' ಸ್ವಲ್ಪ ಗಟ್ಟಿಯಾಗಿಯೇ ಒದರಿದ. ಬಾಗಿಲು ತೆರೆಯಿತು. ಹೆಂಡತಿಯ ಮುಖ ಕಂಡಿದ್ದೇ, ಬೆಳಿಗ್ಗೆಯಿಂದ ಕಳೆದು ಹೋಗಿದೆ ಎಂದು ಬಾಧಿಸುತ್ತಿದ್ದ ವಿಚಾರ ಗಪ್ಪನೆ ನೆನಪಾಯ್ತು. ಉದ್ವೇಗದಿಂದ 'ಸಿಗ್ತೇನೆ?' ಎಂದು ಕೇಳಿದ. "ಏನು ಅಂತ ಗೊತ್ತಿಲ್ದೇ ಹೆಂಗ್ರೀ ಹುಡುಕೋದು?" ನೀರಸವಾಗಿ ಆಕಳಿಸುತ್ತಾ ಉತ್ತರಿಸಿದಳು. ಇವನಿಗೆ ಉರಿದು ಹೋಯ್ತು. ಕೆನ್ನೆಗೊಂದು ಬಾರಿಸಿದ. ಮುಸಿಮುಸಿ ಅಳಲಾರಂಭಿಸಿದಳು. ಮಂದಿ ನೋಡಬಹುದೆಂದು ಹೆದರಿಕೆಯಾಗಿ ಬಾಗಿಲು ಹಾಕಿ, ಅದಕ್ಕೆ ಒರಗಿ ನಿಂತ.

"ನೀವು ಕಳೆದುಕೊಂಡ ವಸ್ತುವನ್ನು ನಾನ್ಹೆಂಗ್ರಿ ಹುಡುಕ್ಲಿ?" ಅಳುತ್ತಲೇ ಎತ್ತರದ ಧ್ವನಿಯಲ್ಲಿ ಕಿರುಚಿದಳು.

"ಹತ್ತು ವರ್ಷ ನನ್ ಜೋಡಿ ಸಂಸಾರ ಮಾಡಿಯಲ್ಲೇ, ಅಷ್ಟೂ ಗೊತ್ತಾಗಂಗಿಲ್ವಾ?"

"ಕಳ್ಕೋಬೇಕಾಲಕ್ಕೆ ಜ್ಞಾನ ಇರಬೇಕಿತ್ತು" ಅವಳು ಮಾತಲ್ಲಿ ಎಂದೂ ಸೋಲುವದಿಲ್ಲ.

"ಅದು ಕಳೀತದಂತ ನಂಗೇನೆ ಗೊತ್ತಿತ್ತು? ಈವತ್ತೇ ಕಳೆದಿದೆ ಅಂತ ನಂಗೊತ್ತಾಗಿದ್ದು".

ಮತ್ತೆ ಅವಳು ಮಾತಾಡಲಿಲ್ಲ. ಅವನಿಗೂ ಮಾತನಾಡುವುದರಲ್ಲಿ ಆಸಕ್ತಿಯಿರಲಿಲ್ಲ. ಬರೀ ಸ್ಟೀಲ್‌ಪಾತ್ರೆಗಳ ಸದ್ದಿನ ನಡುವೆ ಊಟ ಮಾಡಿ, ಇಬ್ಬರೂ ಒಂದೊಂದು ದಿಕ್ಕಿಗೆ ಮುಖ ಮಾಡಿ ಮಲಗಿಕೊಂಡರು. ರಾತ್ರಿ ಸುಮಾರು ಒಂದು ಗಂಟೆಯ ಹೊತ್ತಿಗೆ ಕೆಟ್ಟಕನಸೊಂದು ಕಂಡಂತೆ ಧಿಗ್ಗನೆ ಎದ್ದು ಕುಳಿತುಕೊಂಡ. ಪಕ್ಕದಲ್ಲಿ ಹೆಂಡತಿ ಅಸ್ತವ್ಯಸ್ತವಾಗಿ ಮಲಗಿಕೊಂಡಿದ್ದಳು. ಕೂದಲೆಲ್ಲಾ ಕೆದರಿ, ಹಣೆಯ ಮೇಲಿನ ಕುಂಕುಮ ಅಳಿಸಿಹೋಗಿತ್ತು. ಬಾಯಿ ಅಗಲ ಮಾಡಿಕೊಂಡು ವಿಚಿತ್ರ ಶಬ್ದ ಹೊರಡಿಸುತ್ತಾ ಗೊರಕೆ ಹೊಡೆಯುತ್ತಿದ್ದಳು. ಅವಳ ಬಾಯಿಂದ ಹೊರಟ ಉಸಿರಿನಲ್ಲಿ ಅಸಹ್ಯ ವಾಸನೆ ಬರುತ್ತಿತ್ತು. ಅವಳ ಮೈಯೆಲ್ಲಾ ಬೆವತಿದ್ದರಿಂದ, ಬೆವರಿನ ವಾಸನೆಯೂ ಉಸಿರಿನ ದುರ್ನಾತದ ಜೊತೆಗೆ ಸೇರಿಕೊಂಡಿತ್ತು. ಮಕ್ಕಳು ಚೆಲ್ಲಾಡಿದ ಮರಳಿನ ರಾಶಿಯಂತೆ ಅವಳ ಹೊಟ್ಟೆ ಹರಡಿಕೊಂಡಿತ್ತು.

ಅವಳನ್ನು ನೋಡಿ ಅವನಿಗೆ ಅಸಹ್ಯವಾಯ್ತು. ಈ ಹತ್ತು ವರ್ಷ ಇಂತಹವಳೊಡನೆ ಕೂಡುತ್ತಿದ್ದೆನಾ ಅಂತ ಆಶ್ಚರ್ಯವಾಗಿ ವಾಕರಿಕೆ ಬಂದಂತಾಯ್ತು. ಇಲ್ಲಿಯವರೆಗೆ ತನಗೆ ಒಂದು ದಿನವೂ ಅವಳು ಅಸಹ್ಯವೆನ್ನಿಸಿರಲಿಲ್ಲವಲ್ಲಾ ಎಂದು ಅಚ್ಚರಿಯಾಯ್ತು. ಅವಳ ಹತ್ತಿರ ಕುಳಿತಿರಲಾರದೆ ಎದ್ದು ಬಚ್ಚಲು ಮನೆಗೆ ಹೋದ. ಉಚ್ಚೆ ಹೊಯ್ಯುವಾಗ "ಹಾಡೋದೇನ್ ಮಹಾ, ಕಂಠ ಒಂದಿದ್ರೆ ಆಯ್ತು. ನಾಲ್ಕು ದಿನ ಅಭ್ಯಾಸ ಮಾಡಿದ್ರೆ ಸಾಕು, ಬಂದೇ ಬರ್ತದೆ" ಅಂತ ಅಂದುಕೊಂಡ. ಕಾಲು ತೊಳೆದುಕೊಳ್ಳುವಾಗ ಫಕ್ಕನೆ ತಾನು ಚಿಕ್ಕಂದಿನಲ್ಲಿ ಬರೆದ ಕಥೆಯ ಜ್ಞಾಪಕವಾಯ್ತು. ಕನ್ನಡ ಮಾಸ್ತರರು 'ಶಹಬ್ಬಾಸ್' ಎಂದು ಶಾಲೆಯ ಎಲ್ಲಾ ಹುಡುಗರ ಮುಂದೆ ಅವನ ಬೆನ್ನು ಚಪ್ಪರಿಸಿ, ಶಾಲೆಯ ಮ್ಯಾಗ್‌ಝೀನ್‌ನಲ್ಲಿ ಹಾಕಿದ್ದರು. ಎಷ್ಟೋ ಜನ ಹುಡುಗಿಯರೂ 'ಭಾಳ ಛಲೋ ಬರದೀರ' ಅಂತ ಹೇಳಿದ್ದರು. ಸುಬ್ಬೂ ಕೂಡಾ ಓದಿ, ಛಲೋ ಅದೆ ಅಂದಿದ್ದ. ಆ ಕಥೆಯ ಹೆಸರೇನೆಂದು ಜ್ಞಾಪಿಸಿಕೊಂಡ, ನೆನಪಾಗಲಿಲ್ಲ. ಹದಿನೆಂಟು ವರ್ಷದ ಕೆಳಗಿನ ಮಾತು.

ಅವನಿಗೆ ಒಮ್ಮಿಂದೊಮ್ಮೆಲೆ ಕಥೆ ಬರೆಯಬೇಕೆನ್ನಿಸಿ, ಉತ್ಸಾಹ ಮೂಡಿದಂತಾಯ್ತು. ಡ್ರಾಯಿಂಗ್ ರೂಂನಲ್ಲಿ ದೀಪ ಹಾಕಿ, ಮೇಜಿನ ಮುಂದೆ ಕುಳಿತು ಖಾಲಿ ಬಿಳಿಯ ಹಾಳೆಗಳಿಗಾಗಿ ಕೈಗೆ ಸಿಕ್ಕ ಯಾವುದೋ ಫೈಲೊಂದನ್ನು ಎತ್ತಿಕೊಂಡ. ಸಾಕಷ್ಟು ಹಳೆಯದಾದ್ದರಿಂದ ಧೂಳು ಮುತ್ತಿಕೊಂಡಿತ್ತು. ಅದರಲ್ಲಿ ಅವನ ಹತ್ತನೇ ತರಗತಿ, ಪಿ.ಯು.ಸಿ. ಹಾಗೂ ಬಿ.ಇ. ಅಂಕಪಟ್ಟಿಗಳು, ಕೆಲಸ ಸಿಕ್ಕಾಗ ಕಂಪನಿಯವರು ಕೊಟ್ಟ ಪತ್ರ, ಮದುವೆಯ ಆಹ್ವಾನ ಪತ್ರಿಕೆ, ಮಕ್ಕಳ ನಾಮಕರಣಕ್ಕೆ ಮುದ್ರಿಸಿದ ಪತ್ರಿಕೆ ಹಾಗೂ ತನ್ನ ಗೃಹಪ್ರವೇಶದ ಪತ್ರಿಕೆಗಳು ಇದ್ದವು. ಇದರ ಹೊರತಾಗಿ ಬೇರೇನೂ ಇರಲಿಲ್ಲ. ಬೇರೊಂದು ಆಫೀಸಿನ ಫೈಲ್ ತೆಗೆದುಕೊಂಡು ಅದರಲ್ಲಿದ್ದ ಬಿಳಿಯ ಹಾಳೆಗಳನ್ನು ತೆಗೆದುಕೊಂಡು, ಪೆನ್ನನ್ನು ಕೈಗೆತ್ತಿಕೊಂಡ.

ಏನಂತ ಕಥೆ ಬರೆಯಬೇಕೆಂದು ಗೊತ್ತಾಗಲಿಲ್ಲ. ಚಿಕ್ಕಂದಿನಲ್ಲಿ ಶಾಲೆ, ಮಾಸ್ತರು, ಮನೆಯಂಗಳದ ಹೂ... ಹೀಗೆ ಏನೇನೋ ಬರೆದಿದ್ದ. ಈಗ ಏನೆಂದು ಬರೆಯುವುದು? ಕಾರ್ಖಾನೆ, ಯಂತ್ರ, ಅರ್ಜಿ, ಸಿನಿಮಾ, ಕ್ರಿಕೆಟ್, ಕ್ಯಾಸೆಟ್ಸ್, ಹೋಟೆಲ್, ಹೆಂಡತಿ... ಊಹೂಂ, ಯಾವುದೂ ಕಥೆಯಾಗಲು ಯೋಗ್ಯವಲ್ಲ.

ತಕ್ಷಣ ಅವನಿಗೆ ಅವರಮ್ಮನ ಜ್ಞಾಪಕವಾಯ್ತು. ಊರಿಗೆ ಹೋದ ತಕ್ಷಣ ಸುಕ್ಕುಗೂಡಿದ ಕೈಗಳಿಂದ ಗಲ್ಲ ಸವರಿ, ಅಪ್ಪಿಕೊಂಡು ಹಣೆಗೊಂದು ಹೂ ಮುತ್ತನ್ನಿತ್ತು ಮೈ ಬೆಚ್ಚಗೆ ಮಾಡುತ್ತಾಳೆ. ಇವಳ ಕಿರಿಕಿರಿಗೆ ಹೆದರಿ ಊರಿಗೆ ಹೋಗದೆ ವರ್ಷಗಳೇ ಆದವು! ಅಮ್ಮನ ಬಗ್ಗೆಯೇ ಕಥೆ ಬರೆಯುತ್ತೇನೆಂದು ಬರೆಯಲಾರಂಭಿಸಿದ. ಒಂದೆರಡು ವಾಕ್ಯ ಬರೆದ. ಮತ್ತೇನೂ ತೋಚಲಿಲ್ಲ. ರಾಶಿರಾಶಿ ಪ್ರೀತಿ ಸುರಿಸುವ ಅಮ್ಮನ ಮೇಲೆ ಎರಡು ವಾಕ್ಯಕ್ಕಿಂತ ಹೆಚ್ಚು ಬರೆಯಲು ಸಾಧ್ಯವಿಲ್ಲವೆ? ಮತ್ತೆರಡು ವಾಕ್ಯ ಬರೆದ. ಬರೆದಿದ್ದನ್ನೇ ಮತ್ತೊಮ್ಮೆ ಓದಿದ. ಕಾಗುಣಿತ ಸರಿಯಿದೆಯೆ ಎಂಬ ಅನುಮಾನವಾಯ್ತು. ಕನ್ನಡ ಬರೆಯದೇ ಎಷ್ಟೋ ವರ್ಷಗಳಾದವು. ಮನೆಗೆ ಕಾಗದವನ್ನೂ ಹಾಕಿಲ್ಲ! ಇಂಗ್ಲೀಷ್‌ನಲ್ಲಿ ಬರೆಯಲೆ? ಆಫೀಸಿನ ಅರ್ಜಿಗಳನ್ನು ಬರೆಯುವದಕ್ಕಿಂತ ಒಳ್ಳೆಯ ಇಂಗ್ಲೀಷ್ ತನಗೆ ಬರುತ್ತದೆಯೆ ಅಂತ ಅನುಮಾನವಾಯ್ತು. ಅರ್ಧ ಪುಟ ಬರೆಯುವುದರಲ್ಲಿ ಶಕ್ತಿಯೆಲ್ಲಾ ಸೋರಿಹೋದಂತಾಗಿ ಇನ್ನೇನೂ ಬರೆಯಲು ಸಾಧ್ಯವಿಲ್ಲ ಎನ್ನುವಂತಾಯ್ತು. ಬರೆದದ್ದನ್ನು ಓದಿದ, ಅವನಿಗೇ ಚೆನ್ನಾಗಿಲ್ಲವೆಂದು ಅನ್ನಿಸಿತು. ಹೊಟ್ಟೆಯಲ್ಲಿ ಸಂಕಟವಾಗಲಾರಂಭಿಸಿತು. ಅನಾವಶ್ಯಕವಾಗಿ ಇನ್ನು ಸ್ವಲ್ಪ ಹೊತ್ತಿಗೆ ಸೂರ್ಯೋದಯವಾಗುತ್ತದೆಂಬ ವಿಚಾರ ಭಯ ಮೂಡಿಸಲಾರಂಭಿಸಿತು. ಅಮ್ಮನ ತೊಡೆಯಲ್ಲಿ ತಲೆಯಿಟ್ಟು ಬಿಕ್ಕಿಬಿಕ್ಕಿ ಅಳಬೇಕೆಂಬ ಆಸೆಯಾಯ್ತು. ಕಳೆದ ಈ ಹದಿನೆಂಟು ವರ್ಷಗಳನ್ನು ಹರಿದುಹಾಕಿ, ಕಸದ ಬುಟ್ಟಿಗೊಗೆದು, ಮತ್ತೆ ತನ್ನ ಬಾಲ್ಯಕ್ಕೆ ಹೋಗಬೇಕೆನ್ನಿಸಿತು. ಆಗ ಖಂಡಿತಾ ತನಗೆ ಈ ಕಥೆ ಬರೆಯಲು ಬರುತ್ತದೆ ಎನ್ನಿಸಿತು. ಕನ್ನಡ ಮಾಸ್ತರರಿಂದ ಮತ್ತೊಮ್ಮೆ 'ಶಹಬ್ಬಾಸ್' ಅನ್ನಿಸಿಕೊಳ್ಳಬೇಕೆಂಬ ಅದುಮಿಡಲಾಗದ ಅದಮ್ಯ ಬಯಕೆಯಾಯ್ತು.

ಅದೇ ಸಮಯಕ್ಕೆ ಸರಿಯಾಗಿ ಅವನ ಬೆಡ್‌ರೂಂನಲ್ಲಿ ದೀಪ ಹೊತ್ತಿಕೊಂಡಿತು. ಅದನ್ನು ನೋಡಿದ್ದೇ ಇವನು ಧಿಲ್ಲನೆ ಬೆವರಲಾರಂಭಿಸಿದ. ಅವಳು ಬೆಡ್‌ರೂಂನಿಂದ ಹೊರಬಂದ ಹೆಜ್ಜೆಯ ಸಪ್ಪಳ ಕೇಳಲಾರಂಭಿಸಿದಾಗಲಂತೂ, ಅವಳು ತಾನು ಬರೆದ ಅರ್ಧ ಪುಟದ ಕಥೆಯನ್ನು ನೋಡಿ ಕಿಸಕ್ಕನೆ ನಗುತ್ತಾಳೆಂದು ಹೆದರಿಕೆಯಾಗಲಾರಂಭಿಸಿತು. ತಾನು ಕಥೆ ಬರೆದ ಸಾಹಸವನ್ನು ಎಲ್ಲರ ಮುಂದೂ ಹೇಳಿ ತನ್ನನ್ನು ನಗೆಪಾಟಲು ಮಾಡುತ್ತಾಳೆಂದು ಆತಂಕವಾಯ್ತು. ಬರೆದ ಪುಟವನ್ನು ಪರಪರನೆ ಹರಿಯಲಾರಂಭಿಸಿದ. ಒಂದು ಅಕ್ಷರವೂ ಓದಕೂಡದೆಂಬಂತೆ, ಸಾಧ್ಯವಾದಷ್ಟು ಸಣ್ಣ ಚೂರನ್ನಾಗಿ ಮಾಡಲಾರಂಭಿಸಿದ.

ಈ ನಿಶರಾತ್ರಿಯಲ್ಲಿ ಏನ್ ಮಾಡ್ತಾ ಇದ್ದಾರೆ ಅಂತ ಆಶ್ಚರ್ಯವಾಗಿ ಅವನ ಹೆಂಡತಿ ಡ್ರಾಯಿಂಗ್‌ರೂಂನ ಬಾಗಿಲಿನ ಬಳಿ ಬಂದು ನಿಂತಳು. ಕಾಗದವನ್ನು ಪರಪರನೆ ಹರಿಯುತ್ತಾ ಕುಳಿತಿದ್ದ ಗಂಡನ ಎದುರಿಗೆ ಹಳೆಯ ಕಾಲದ ದೊಡ್ಡ ನಿಲುವುಗನ್ನಡಿಯಿತ್ತು. ಆ ಕನ್ನಡಿಯನ್ನು ನೋಡಿದ್ದೇ ದೆವ್ವವನ್ನು ಕಂಡಷ್ಟು ಭಯವಾಗಿ ಕಿಟಾರನೆ ಕಿರುಚಿಕೊಂಡಳು. ಅವನು ಅವಳೆಡೆಗೆ

ನೋಡಿದ. ಅವಳು ಕನ್ನಡಿಯ ಕಡೆಗೆ ನಡುಗುವ ಕೈಯಿಂದ ಬೆರಳು ಮಾಡಿ ತೋರಿಸಿದಳು. ಅವನೂ ಕನ್ನಡಿಯನ್ನು ನೋಡಿದ. ಅವನ ಪ್ರತಿಬಿಂಬವೇ ಕನ್ನಡಿಯಲ್ಲಿ ಇರಲಿಲ್ಲ! ಆದರೆ ಅದನ್ನಾಗಲೇ ಅವನು ನಿರೀಕ್ಷಿಸಿದ್ದಂತೆ, ಬೆಳಿಗ್ಗೆಯಿಂದ ಕಾಡುತ್ತಿದ್ದ ಪ್ರಶ್ನೆಗೆ ಸಮಾಧಾನ ಸಿಕ್ಕಂತೆ ಅವನು ಎಳ್ಳಷ್ಟೂ ವಿಚಲಿತನಾಗದೆ ಕನ್ನಡಿಯನ್ನು ನೋಡಲಾರಂಭಿಸಿದ.

ಅನಂತರ ನಿಧಾನಕ್ಕೆ ಅವಳ ಬಳಿ ಎದ್ದು ಹೋಗಿ, ಹೆದರಿ ನಿಂತಿದ್ದ ಅವಳ ಬೆನ್ನು ಸವರಿ "ಹೆದರ್ಕೋಬೇಡ, ಬದುಕು ಮಾಡಲಿಕ್ಕೆ ಕನ್ನಡಿಯಲ್ಲಿ ಪ್ರತಿಬಿಂಬ ಮೂಡಲೇಬೇಕೆಂದೇನೂ ನಿಯಮ ಇಲ್ಲ" ಅಂತ ಅವಳಿಗೆ ಸಮಾಧಾನ ಹೇಳಿದ.

30ನೇ ಜನವರಿ 1998

ಹುಲಿಯ ಬೆನ್ನೇರಿ

ಸಂಜೆ ಹೊತ್ತು ರಾಯರ ಮಠಕ್ಕೆ ಹೋಗುತ್ತಿದ್ದ ಕಾಶವ್ವನನ್ನು ಮಾತನಾಡಿಸಿದ ಪದ್ದಕ್ಕ, "ಅಲ್ಲೇ ಕಾಶಿ, ನಾಳೆ ಮಡಿ ಅಡಿಗೀಗೆ ರುಕ್ಮಿಣಿ ನಿನ್ನ ಕರೆಯಂಗಿಲ್ಲಂತೆ, ಹೌದಾ?" ಎಂದು ಕೇಳಿದಾಗ, ಹೊಟ್ಟೆಯಲ್ಲಿ ನೆಲ್ಲು ಮೊಸರು ಕಲಸಿದಂತೆ ಕಸಿವಿಸಿಯಾಗಿ, ರಾಯರ ಮಠಕ್ಕೂ ಹೋಗಲು ಮನಸ್ಸಾಗದೆ ಓಡು ನಡಿಗೆಯಲ್ಲಿ ಹಿಂತಿರುಗಿಬಿಟ್ಟಳು. ಇಷ್ಟು ವರ್ಷ ಮಡಿ ಅಡಿಗಿ ಮಾಡಿದಾಕಿ ಈವೊತ್ತು ಬ್ಯಾಡಾದ್ನೇನು? ಅದ್ಹೆಂಗೆ ರುಕ್ಮಿಣಿ ಆ ಮಾತಾಡ್ಯಾಳು?

"ಖರೆ ಏನೆ ರುಕ್ಮಿಣಿ, ಪದ್ದಿ ಏನೋ ಅಂತಿದ್ದಲ್ಲ?"

"ಹೂಂ... ಬಳ್ಳಾರಿಯಿಂದ ಅಡಿಗಿಯವನು ಬರ್ತಿದ್ದಾನೆ" ಕಡ್ಡಿ ಮುರಿದಂತೆ ಮಾತು.

"ನಾನಿನ್ನೂ ಸುಡುಗಾಡಿಗೆ ಹೋಗಿಲ್ಲವ್ವಾ, ಬದುಕೀನಿ. ಗೊತ್ತದಲ್ಲಾ?"

"ಕಾಶವ್ವ, ಏನೂ ತಿಳೀದವರಂಗೆ ಮಾತಾಡಬೇಡ. ನಾವೇನು ಊರಾಗೆ ತಲೆ ಎತ್ಕೊಂಡು ತಿರುಗೋಣ್ವೋ, ಬೇಡ್ವೋ? ಅರಿಷಿಣ ಕುಂಕುಮಕ್ಕೆ ಅಂತ ಬಂದ ಮಂದಿ ಕೋಸಂಬರೀನ್ನ ಕಾಲುವ್ಯಾಗೆ ಚೆಲ್ಲಿ ಹೋಗ್ತಾರೆ. ಒಂದು ಲೋಟ ನೀರು ಕುಡೀಲಿಕ್ಕೂ ಅಂಜ್ತಾರೆ. ಆಚಾರ್ರಂತೂ ಮಾರಿ ಮೇಲೆ ಹೊಡದಂಗೆ 'ಕಾಶವ್ವನ್ನ ಅಡಿಗಿನಾಗೆ ಸೇರಿಸಿದ್ರೆ ನಾ ಬರಂಗಿಲ್ಲ' ಅಂತ ಹೇಳ್ಯಾರೆ. ನನ್ನೇನು ಮಾಡಂತಿ? ಇಷ್ಟು ದಿನ ಅನುಭವಿಸಿದ್ದೇ ಸಾಕು".

ಕಾಶವ್ವಗೆ ಪ್ರತಿಯುತ್ತರ ಕೊಡಲು ತೋಚಲಿಲ್ಲ. ಅಲ್ಲೇ ಮೂಲೆಯಲ್ಲಿ ಕುಳಿತು ಸಂಧ್ಯಾವಂದನೆ ಮಾಡುತ್ತಿದ್ದ ಗೋಪ್ಯಾಗೆ, "ನೀನಾದ್ರೂ ಹೇಳೋ, ನಿನ್ನ ಹೆಂಡತಿ ಬದುಕಿರ್ಲಿಕ್ಕೆ ನಂಗೆ ಚಟ್ಟ ಹತ್ತಿಸ್ತಿದ್ದಾಳೆ" ಎಂದಳು. ಗೋಪ್ಯಾ ಗಾಯತ್ರಿ ಜಪದಲ್ಲಿ ಮಗ್ನನಾಗಿದ್ದನೋ ಅಥವಾ ಪ್ರತಿಯುತ್ತರ ಕೊಡಲು ಅಂಜಿಕೆಯೋ, ಕಾಶವ್ವನ ಕಡೆಗೆ ಒಮ್ಮೆ ನೋಡಿ ಮತ್ತೆ ಗಾಯತ್ರಿ ಜಪದಲ್ಲಿ ಮಗ್ನನಾದ.

"ಥೂ! ಹೆಂಡ್ತಿ ಗುಲಾಮ" ಎಂದು ಅವನನ್ನು ಬೈದು, ದುಃಖ ಒತ್ತರಿಸಿ ಬಂದಂತಾಗಿ ಸರಸರನೆ ಮಾಳಿಗೆ ಹತ್ತಿ ಕುಳಿತುಬಿಟ್ಟಳು.

ಆಕಾಶದಿಂದ ನಕ್ಷತ್ರಗಳು ಫಳಫಳನೆ ಮಿಂಚುವುದರ ಹೊರತಾಗಿ ತಮಗೇನೂ ತಿಳಿದಿಲ್ಲವೆಂಬಂತೆ ನಿರ್ವಿಕಾರವಾಗಿ ಕಾಶವ್ವನನ್ನು ನೋಡುತ್ತಿದ್ದವು. ದೆವ್ವದಂತೆ ಬೆಳೆದ ಬೇವಿನ ಮರ ತಾನೇನೂ ಮಾಡಲು ಸಾಧ್ಯವಿಲ್ಲವೆಂಬಂತೆ ತೆಪ್ಪಗೆ ನಿಂತಿತ್ತು. ಚಂದ್ರ ಕಾಶವ್ವನನ್ನು ನೋಡುವ ಧೈರ್ಯವಿಲ್ಲದೆ ಮೋಡದ ಹಿಂದೆ ಮರೆಯಾದ. ಕತ್ತಲು ಕರಿನಾಗರದಂತೆ ಕಾಶವ್ವನನ್ನು ಸುತ್ತಿಕೊಂಡಿತ್ತು.

ಗೋಪ್ಯಾ, ನಿನ್ನ ಮನೀನ್ನ ನನ್ನ ಮನಿ ಅಂದ್ಕೊಂಡು ದೇಹ ಸವೆಸೀನಿ. ನನ್ನ ಮನಸ್ಸು ನೋಯಿಸಿದ್ರೆ ನಿಂಗೆ ಒಳ್ಳೇದಾಗಂಗಿಲ್ಲ. ನನಗೆ ಬೇರೆ ಗತಿ ಇರ್ಲಿಲ್ಲ ಖರೆ, ಆದರೆ ನಿಮ್ಮಮ್ಮ ಕಮಲಕ್ಕ 'ಕಾಶಿ ಕೈಲಾಗವಲ್ದು. ಇಲ್ಲ ಅನ್ಬೇಡ, ಬಾ' ಅಂತ ಅಂದಿದ್ದಕ್ಕೆ ಅಕ್ಕನ ಮಾತಿಗೆ ಬೆಲೆ ಕೊಟ್ಟು ನಿಮ್ಮ ಮನಿ ಸೇರೀನಿ. ಇಲ್ಲಾಂದ್ರೆ ಎಲ್ಲೋ ರಾಯರ ಮಠ ಸೇರಿ ಬದುಕು ಸಾಗಿಸ್ತಿದ್ದೆ. ದೇವರು ನಂಗೆ ಸುಖ ಕೊಡ್ಲಿಲ್ಲ ಖರೆ, ಆದರೆ ರೆಟ್ಯಾಗೆ ಶಕ್ತಿ ಕೊಟ್ಟಾನೆ. ನೀನು, ನಿನ್ನ ಅಣ್ಣ, ತಮ್ಮ, ಅಕ್ಕ, ತಂಗಿ, ನಿಮ್ಮೆಲ್ಲರ ಮಕ್ಕಳು... ಎಷ್ಟು ಜನದ ಬಾಣಂತನ ಮಾಡೀನಂತ ಲೆಕ್ಕ ಹಾಕಿ ಏನು? ಎಷ್ಟು ಹೇಲು ಬಟ್ಟೆಗಳನ್ನು ಒಗೆದೀನಿ ಅಂತ ಯೋಚ್ನಿ ಮಾಡಿ ಏನು? ನಿಮ್ಮಷ್ಟೂ ಜನಕ್ಕೆ ಇಲ್ಲೀ ತನಕ ಅಡಿಗಿ ಮಾಡಿ ಹಾಕೀನಿ. ನಿನ್ನ ಅಪ್ಪ-ಅಮ್ಮ ಸಾಯೋ ಕಾಲಕ್ಕೆ ಹೇಲು-ಉಚ್ಚೆ ಮಾಡೀನಿ. ನಿಂಗದ್ಯಾವ್ದು ನೆನಪಾಗವಲ್ತಲ್ಲಾ? ಹೆಂಗೆ ಆದೀತಪ್ಪಾ, ಹೊಳೆ ದಾಟಿದ ಮೇಲೆ ಅಂಬಿಗನ ಪಿಂಡ. ಅಕ್ಕ-ಭಾವ ಸತ್ತ ತಕ್ಷಣ ಆಸ್ತಿ ಪಾಲು ಮಾಡ್ಕೊಂಡ್ರಿ, ಆದ್ರೆ ನಾನು? ಸಾಲನ್ನ ಯಾರು ಹಂಚ್ಕೊಳ್ತಾರೆ ಹೇಳು? ಇರ್ಲಿ, ನೀನು ಮಕ್ಕಳಂದಿಗ. ನಿಂಗೆ ಕೆಟ್ಟ ಮಾತು ಆಡೋಷ್ಟು ಹೊಲ್ಸು ಬುದ್ಧಿ ನಂಗಿಲ್ಲ. ನಿನ್ನ ಅಪ್ಪ-ಅಮ್ಮ ನಂಗೆ ಊಟ ಹಾಕ್ಯಾರೆ. ಎಲ್ಲಾ ನುಂಗಿಕೊಂಡೀನಿ. ಆದ್ರೆ ಇಷ್ಟು ಮಾಡಿದ್ದು ಸಾಲದು ಅಂತ ಈಗ ಬಳ್ಳಾರಿಯಿಂದ ಅಡಗಿಯವನ್ನ ಕರೆಸಿ ಅವಮಾನ ಮಾಡ್ತೀಯೇನೋ? ಕೆಟ್ಟ ಗುಣ ಕಲತೀನಿ ಖರೆ, ಅದು ನನ್ನ ನಸೀಬದಾಗೆ ಬರೆದದ್ದು. ಆದರೆ ನಿನಗೆ, ನಿನ್ನ ಮಕ್ಕಳಿಗೆ ಯಾವತ್ತೂ ಮೋಸ ಮಾಡಿಲ್ಲ, ತಿಳ್ಕೊ. ನಾನೇ ಬಾಣಂತನ ಮಾಡಿದ ಮಕ್ಕಳ ಕುತಿಗಿ ನಾನೇ ಹಿಚುಕ್ತೀನೇನೋ?

ಗಾಳಿ ಮೌನವಾಗಿ ರೋದಿಸುತ್ತಿತ್ತು.

)))

ಕಾಶವ್ವ ಹುಟ್ಟುವಾಗಲೇ ಬೋಳುತಲೆ ಮಾಡಿಕೊಂಡು ಕೆಂಪುಸೀರೆ ಉಟ್ಟುಕೊಂಡಿರಲಿಲ್ಲ; ಹಾಗನ್ನಿಸುತ್ತದಷ್ಟೇ. ತುಂಗಭದ್ರೆ ದಡದ ಕಂಪ್ಲಿಯ ದೊಡ್ಡ ಆಚಾರ್ಯ ಮನೆತನದಲ್ಲಿ ಹುಟ್ಟಿದ್ದು. ಅವಳ ಅಪ್ಪ-ಅಮ್ಮ ಕಾಶಿಗೆ ಹೋಗಿ ಬಂದ ನಂತರ ಹುಟ್ಟಿದ್ದರಿಂದ 'ಕಾಶವ್ವ' ನೆಂಬ ಹೆಸರು. ಹಾಸಿ ಹೊರಳಾಡುವಷ್ಟು ಭತ್ತ ಬೆಳೆಯುವ ಗದ್ದೆಗಳಿದ್ದವು. ದೊಡ್ಡ ಮನೆ. ಮನೆ ತುಂಬ ಮಕ್ಕಳು. ಆಳು-ಕಾಳು... ತುಂಗೆಯಲ್ಲಿ ಮೈ ಚಳಿ ಬಿಟ್ಟು ಈಜುತ್ತಿದ್ದ ಕಾಶವ್ವನಿಗೆ ಹನ್ನೆರಡರ ವಯಸ್ಸಿಗೆ ಮದುವೆಯಾಗಿ ಹೋಯ್ತು. ಬಳ್ಳಾರಿ ಗಂಡು. ಗಂಡನ ಮನೆಯಲ್ಲಿಯೂ ಹೇರಳ ಆಸ್ತಿಯಿತ್ತು. ಆದರೆ ತುಂಗೆಯಲ್ಲಿ ಈಜಿದಷ್ಟು ಸುಲಭವಾಗಿ ಕಾಶವ್ವನಿಗೆ ಬದುಕಿನಲ್ಲಿ ಈಜಲು ಸಾಧ್ಯವಾಗಲಿಲ್ಲ. ಅಥವಾ ಕಾಶವ್ವನ ಬದುಕಿನಲ್ಲಿ ಈಜಲು ನೀರೇ ಇರಲಿಲ್ಲ. ಬಳ್ಳಾರಿಯಲ್ಲಿ ಬರೀ ಒಣ ಬಂಜರು ಭೂಮಿ....

ಗಂಡ ಪ್ರತಿದಿನ ಸಾಯಂಕಾಲ ತಪ್ಪದೆ ಘಮಘಮಿಸುವ ಮಲ್ಲಿಗೆ ಹೂವನ್ನು ತರುತ್ತಿದ್ದ. ಕಾಶವ್ವನಿಗಾಗಿ ಅಲ್ಲ, ತನಗಾಗಿ! ಕಾಶವ್ವನಿಗೂ ಕಪ್ಪು ಬಿಳುಪು ಗೊತ್ತಾಗದ ಹುಡುಗತನ. ತನ್ನ ಗುಂಡನನ್ನು ಕೂಡಿಸಿ, ಅವನ ಕೂದಲನ್ನು ಹಿಕ್ಕಿ, ಜುಟ್ಟ ಕಟ್ಟಿ, ಮಲ್ಲಿಗೆ ಹೂವನ್ನು ಮುಡಿಸುತ್ತಿದ್ದಳು. ಗುಂಧದೆಣ್ಣಿ ಹಾಕುತ್ತಿದ್ದಳು. ಮದುಮಗನಂತೆ ಅಲಂಕಾರಗೊಂಡ ಪತಿರಾಯರು ಸಾಯಂಕಾಲ ಮನೆಯಿಂದ ಹೊರಗೆ ಹೋಗುತ್ತಿದ್ದರೆ, ಬಾಗಿಲಲ್ಲಿ ನಿಂತು ನೋಡುತ್ತಿದ್ದ ಕಾಶವ್ವನಿಗೆ ಹೃದಯ ಹಿಗ್ಗುತ್ತಿತ್ತು. ರಾತ್ರಿ ಯಾವುದೋ ಹೊತ್ತಿನಲ್ಲಿ ಹೈರಾಣಾಗಿ ಗಂಡ ಮನೆಗೆ ಬಂದು 'ದಪ್' ಎಂದು ಹಾಸಿಗೆಯ ಮೇಲೆ ಬಿದ್ದಾಗ, ಕಾಶವ್ವ ದಡಬಡಿಸಿ ಎಚ್ಚರಗೊಂಡು ಅವನಿಗೆ ಮೈತುಂಬ ಹೊದಿಕೆ ಹೊದಿಸಿ ಪತಿಸೇವೆ ಮಾಡುತ್ತಿದ್ದಳು. ಬೆಳಿಗ್ಗೆ ಪತಿರಾಯರಿಗೆ ಸ್ನಾನ ಮಾಡಿಸಿ, ಹೊಸ ಜನಿವಾರವೊಂದಕ್ಕೆ ಅರಿಷಿಣವನ್ನು ಹಚ್ಚಿ ಅವರ ಕೈಗೆ ಕೊಡುತ್ತಿದ್ದಳು.

ಹುಡುಗತನ ಮಾಯವಾಗಿ ಯೌವನ ಬಂತು. ಗಂಡನಿಗೆ ಜುಟ್ಟ ಕಟ್ಟಿ, ಹೂ ಮುಡಿಸಿ, ಗುಂಧದೆಣ್ಣಿ ಹಾಕಲು ಸಿಡಿಮಿಡಿಗುಟ್ಟಲಾರಂಭಿಸಿದಳು. ಪತಿರಾಯರು ಕೇರ್ ಮಾಡಲಿಲ್ಲ. ಕೂಗಾಡಿದಳು. ಊಹೂಂ! ಯಾವುದೇ ಉಪಯೋಗವಿಲ್ಲ. ಯಥಾಪ್ರಕಾರ ಪತಿರಾಯರು ಸಂಜೆ ಹೂ ಮುಡಿದು ಹೊರಟರೆ ರಾತ್ರಿ ಯಾವಾಗಲೋ 'ಉಸ್ಸಪ್ಪ' ಎಂದು ಬರುತ್ತಿದ್ದರು. ಅಪ್ಪ-ಅಮ್ಮ, ಅತ್ತೆ-ಮಾವರ ಕೂಡ ಹೇಳಿಸಿದಳು. 'ಹೋ' ಎಂದು ಗಂಡನ ಮುಂದೆ ಅತ್ತಳು. ಹಂಪಿಯ ರಥ ಚಲಿಸಲಿಲ್ಲ, ಕಲ್ಲಿನ ಕೋಳಿ ಕೂಗಲಿಲ್ಲ.

"ಕಾಶಿ, ಬರೀ ನೀನು ಅತ್ತು ಕರೆದು ಮಾಡಿದರೆ ಗಂಡ ಒಲಿಯಂಗಿಲ್ಲವ್ವಾ" ಯಾರೋ ಹಿತೈಷಿಗಳ ಬುದ್ಧಿ ಮಾತು.

"ಮತ್ತೇನು ಮಾಡ್ಲಿ?" ಕಾಶವ್ವನ ಅಸಹಾಯಕ ಪ್ರಶ್ನೆ.

"ನಾ ಹೇಳೋ ವಿದ್ಯೆ ಕಲತ್ಕೋ, ಗಂಡ ನಿನ್ನ ಹಿಂದಹಿಂದ ಸುತ್ತಾನೆ" ಹಿತೈಷಿಗಳು ಆಸೆ ತೋರಿಸಿದರು.

"ಭಯ ಆಗ್ತದೆ. ಅದು ಕೆಟ್ಟದಲ್ಲಾ?" ಕಾಶವ್ವಗೆ ಒಳಗೊಳಗೇ ಭಯವಿತ್ತು.

"ಹಂಗಾರೆ ಗಂಡಗೆ ಜುಟ್ಟ ಕಟ್ಟಿ, ಹೂ ಮುಡಿಸಿ, ಗಂಧದೆಣ್ಣಿ ಹಾಕಿ ಸುಮ್ನೆ ಕುಂತ್ಗೋ. ಗೋಳೋ ಅಂತ ಅಳಬೇಡ" ತಮ್ಮ ಮಾತನ್ನು ಕಾಶವ್ವ ಕೇಳದ್ದರಿಂದ ಹಿತೈಷಿಗಳು ಸಿಟ್ಟಾದರು.

"ಇಲ್ಲ ಇಲ್ಲ, ನಂಗೆ ಗಂಡ ಬೇಕು. ರಾತ್ರಿ ಅವ ನನ್ ಮನ್ಯಾಗೆ ಉಣ್ಬೇಕು, ನನ್ನ ಪಕ್ಕಾನೇ ಮಲಗ್ಬೇಕು" ಕಾಶವ್ವಗೆ ನ್ಯಾಯ-ನೀತಿಗಳಿಗಿಂತ ತನ್ನ ಗಂಡನ ಸಾನ್ನಿಧ್ಯವೇ ಮುಖ್ಯವಾಗಿತ್ತು.

"ಹಂಗ ಬಾ ದಾರೀಗೆ. ಇನ್ ನಿನ್ ಅದೃಷ್ಟ ಖುಲಾಯಿಸ್ತು ಬಿಡು" ಹಿತೈಷಿಗಳು ಹರ್ಷೋದ್ಗಾರಗೈದರು.

ಕಾಶವ್ವ ಆಸಕ್ತಿಯಿಂದ ವಿದ್ಯೆ ಕಲಿತಳು. ಆದರೇನು? ಕಾಶವ್ವಗೆ ಬದುಕಲ್ಲಿ ಈಜಲು ಬರಲಿಲ್ಲ. ತುಂಗೆ ಉಕ್ಕಿ ಹರಿಯಲಿಲ್ಲ. ಆದರೆ ಕಾಶವ್ವಗೆ ತಾನು ಕಲಿತ ವಿದ್ಯೆಯ ಮೇಲೆ ಅಚಲ ನಂಬಿಕೆಯಿತ್ತು. ಒಂದಲ್ಲ ಒಂದು ದಿನ ಅದು ತನಗೆ ಫಲ ನೀಡೇ ನೀಡುತ್ತದೆಂದು ವಿಶ್ವಾಸವಿತ್ತು. ಮತ್ತಷ್ಟು ಪ್ರಯೋಗಿಸಿದಳು.

ಕಡೆಗೂ ಒಂದು ದಿನ ಕಾಶವ್ವನ ಶ್ರಮಕ್ಕೆ ಪ್ರತಿಫಲ ದೊರೆತಿತ್ತು. ಗಂಡ ಸಂಜೆ ಹೂ ಮುಡಿದು ಹೊರಹೋಗದೆ ಮನೆಯಲ್ಲಿಯೇ ಉಳಿದಿದ್ದ! ಕಾಶವ್ವನಿಗೂ ಒಂದು ಮೊಳ ಹೂ ತಂದಿದ್ದ!! ಆದರೆ ಕಾಶವ್ವ ಹೂವನ್ನು ನೋಡಿ ಖುಷಿ ಪಡುವುದರಲ್ಲಿ ಅದರ ಜೊತೆಯಲ್ಲಿದ್ದ ನಾರು ಅಡ್ಡ ಬಂತು. ಪತಿರಾಯರು ಏಕಪ್ರಕಾರವಾಗಿ ನೋವಿನಿಂದ ಆಕ್ರಂದನ ಮಾಡಲಾರಂಭಿಸಿದರು.

"ಉರಿ, ಉರಿ, ಉರಿ. ಕಾಶಿ, ತಡಿಲಿಕ್ಕಾಗವಲ್ದೆ. ಯಾರಾರ ಭಲೋ ಡಾಕ್ಟರರ ಹತ್ತಿರ ಕರ್ಕೊಂಡ್ಹೋಗೆ" ಅಂತ ಹೊಡೆದುಕೊಳ್ಳಲಾರಂಭಿಸಿದರು. ಕಾಶವ್ವ ಗೋಪೀಚಂದನ, ಗಂಧ ತೇಯ್ದು ಹಚ್ಚಿದರೂ ಉರಿ ಉಪಶಮನವಾಗಲಿಲ್ಲ. ಕೆಂಪಗೆ ಕಟ್ಟಿರುವೆಗಳು ಕಡಿದಂತೆ ಕಂಡು ಬಂದ ಚರ್ಮ ಕಾಶವ್ವನಿಗೇ ಅಸಹ್ಯ ತರಿಸಿಬಿಟ್ಟಿತು. ಬೇರೆ ದಾರಿ ಕಾಣದೆ ಡಾಕ್ಟರರ ಬಳಿ ಪತಿರಾಯರನ್ನು ಕರೆದುಕೊಂಡು ಓಡಿದಳು.

"ನಾನೇ ಗಂಡಸು ಅಂತ ಉರುವಣಿಗಿ ಉರುದೀಯಪ್ಪಾ, ಅನುಭವಿಸು" ಅಂತ ಡಾಕ್ಟರರು ಕೈ ತೊಳೆದುಕೊಂಡರು. ಉರಿ ತಾಳಲಾರದ ಪತಿರಾಯರು ಒಂದು ದಿನ ಬಾವಿಯಲ್ಲಿ ಬಿದ್ದು ಉರಿಯನ್ನು ಶಮನ ಮಾಡಿಕೊಂಡರು. ಕಾಶವ್ವ 'ಹೋ' ಎಂದು ಅತ್ತಳು. ತಲೆಯ ಕೂದಲನ್ನೆಲ್ಲಾ ಕೆದರಿಕೊಂಡು ಅತ್ತಳು. ಜನ ತಲೆಯ ಕೂದಲನ್ನೆಲ್ಲಾ ಕತ್ತರಿಸಿಬಿಟ್ಟರು. ಎದೆ ಎದೆ ಬಡಿದುಕೊಂಡಳು. ಜನ ಎದೆಯ ಮೇಲಿನ ತಾಳಿಯನ್ನು ಕಿತ್ತುಬಿಟ್ಟರು. ಹಣೆ ಹಣೆ ಜಜ್ಜಿಕೊಂಡಳು. ಜನ ಹಣೆಯ ಮೇಲಿನ ಕುಂಕುಮವನ್ನು ಅಳಿಸಿಬಿಟ್ಟರು.

ಕಲಿತ ವಿದ್ಯೆಯಿಂದ ಗಂಡನನ್ನು ಒಲಿಸಿಕೊಳ್ಳುವುದರಲ್ಲಿ ಕಾಶವ್ವ ಸೋತಿದ್ದಳು. ಆದರೆ ಆ ವಿದ್ಯೆ ಈ ವೇಳೆಗಾಗಲೇ ಕಾಶವ್ವನನ್ನು ಒಲಿಸಿಕೊಂಡುಬಿಟ್ಟಿತ್ತು, ಅಂಟಿಕೊಂಡುಬಿಟ್ಟಿತ್ತು. ಆದರೆ ಕಾಶವ್ವನಿಗೆ ಈಗ ಆ ವಿದ್ಯೆಯ ಆವಶ್ಯಕತೆಯಿರಲಿಲ್ಲ. "ಹೋಗೋ, ಹೋಗತ್ಲಾಗೆ. ನಾನೀಗ ಮಡಿಹೆಂಗಸು. ನನ್ನ ಮುಟ್ಟಬೇಡ, ಮೈಲಿಗೆಯಾಗ್ತದೆ" ಅಂತ ಕಾಶವ್ವ ಕಿರುಚಿದರೂ ಕೇಳಲಿಲ್ಲ. ಮತ್ತೆ ಮತ್ತೆ ಸುತ್ತಿಕೊಂಡಿತು.

"ಗಂಡನ್ನ ನುಂಗಿ ನೀರು ಕುಡಿದಲ್ಲೇ" ಅಂತ ಅತ್ತೆ ಮನೆಯ ಬಾಗಿಲು ಕಾಶವ್ವನನ್ನು ಬೈದು ಮುಚ್ಚಿಕೊಂಡುಬಿಟ್ಟಿತ್ತು. ಆಗಲೇ ಅಣ್ಣ ತಮ್ಮಂದಿರೆಲ್ಲ ಆಸ್ತಿ ಪಾಲು ಮಾಡಿಕೊಂಡಿದ್ದರಿಂದ ತವರು ಮನೆಯ ಬಾಗಿಲು ಚೂರುಚೂರಾಗಿತ್ತು. ಕಾಶವ್ವ ಅನಾಥಳಾಗಿದ್ದಳು, ಜೊತೆಯಲ್ಲಿ ಕಲಿತ ವಿದ್ಯೆಯೊಂದಿತ್ತು!

ಸಹಾಯಕ್ಕೆ ನಿಂತಿದ್ದು ಕಮಲಕ್ಕ. ಕಾಶವ್ವನ ಸ್ವಂತ ಅಕ್ಕ. ಒಂಬತ್ತು ತಿಂಗಳಿಗೊಮ್ಮೆ ತಪ್ಪದೆ ಬಾಣಂತನಕ್ಕೆ ಯಾರಾದರೂ ಬೇಕೇಬೇಕಿತ್ತು. ಕಾಶವ್ವನ ಕೆಟ್ಟ ವಿದ್ಯೆಯ ಪರಿಚಯವಿದ್ದರೂ ಮನೆಯಲ್ಲಿ ದುಡಿಯಲು ಕಾಶವ್ವನ ಆವಶ್ಯಕತೆ ಅದಕ್ಕಿಂತಲೂ ಹೆಚ್ಚಿತ್ತು. "ಕಾಶಿ, ಇಲ್ಲ ಅನ್ಬೇಡ, ಬಾ" ಅಂತ ಬೇಡಿಕೊಂಡಳು. ಕಾಶವ್ವಗೂ ಬೇರೆ ಗತಿಯಿರಲಿಲ್ಲ, ಒಪ್ಪಿಕೊಂಡಳು. ಅಂದಿನಿಂದ ಕಾಶವ್ವ ಅಕ್ಕನ ಮನೆಯಲ್ಲಿ ಒಬ್ಬಳಾಗಿ ಹೋದಳು.

ತಿಂಗಳಿಗೊಂದು ಬಾರಿ ತಾನೊಬ್ಬಳೆ ಗಂಡಿ ನರಸಿಂಹಸ್ವಾಮಿ ಬೆಟ್ಟಕ್ಕೆ ಹೋಗುತ್ತಿದ್ದಳು. ಮರ, ಗಿಡ, ಕಲ್ಲು, ಮುಳ್ಳು, ಕಾಡುಮೃಗಗಳಿರುವ ಬೆಟ್ಟ. ಅವಳ ಜೊತೆ ಯಾರಾದರೂ ಬರುತ್ತೇವೆಂದರೆ ಅವರನ್ನು ಬಾಯಿಗೆ ಬಂದಂತೆ ಬೈಯ್ದು ಬಿಡುತ್ತಿದ್ದಳು. ಸಿಟ್ಟಿನಿಂದ ವಟಗುಟ್ಟುತ್ತಿದ್ದಳು. "ಯಾರೂ

ನನ್ ಜೋಡಿ ಬರಬ್ಯಾಡ್ರಿ, ಯಾರೂ ನನ್ ಜೋಡಿ ಬರಬೇಡ್ರಿ. ನಾನೊಬ್ಬಾಕೀನೆ ಹೋಗ್ತೀನಿ, ನಾನೊಬ್ಬಾಕೀನೇ"

ಗಂಡಿ ನರಸಿಂಹಸ್ವಾಮಿ ಬೆಟ್ಟಕ್ಕೆ ಹೋಗಿ ಬಂದ ಮರುದಿನವೇ ಕೊರಚರ ಓಣಿಗೋ, ಇಲ್ಲಾ ಮ್ಯಾದಾರ ಓಣಿಗೋ, ಇಲ್ಲಾ ಕುಂಬಾರ ಓಣಿಗೋ ಹೋಗುತ್ತಿದ್ದಳು. ಜೊತೆಯಲ್ಲಿ ಸಾಕಷ್ಟು ಮಂಡರಳಿನ ಸಿಹಿ ಉಂಡೆಗಳನ್ನು ಒಯ್ಯುತ್ತಿದ್ದಳು. ಅಲ್ಲಿ ಆಡುತ್ತಿದ್ದ ಹುಡುಗರನ್ನು ಕರೆದು "ತೊಗಳ್ರೋ ಹುಡುಗ್ರೆ, ತೊಗಳ್ರಿ. ದೇವರ ಪ್ರಸಾದ. ತಿನ್ರಿ... ಇನ್ನೂ ಬೇಕಾ? ದೂರ ದೂರ, ನನ್ನ ಮುಟ್ಟಬೇಡ್ರಿ, ಮಡೀಲಿದ್ದೀನಿ. ಇಲ್ಲೇ ತಿಂದು ಬಿಡ್ರಿ. ಮನ್ಯಾಗೆ ಅಪ್ಪ-ಅಮ್ಮಗೆ ಹೇಳಬ್ಯಾಡ್ರಿ. ಗೊತ್ತಾಯ್ತಾ?" ಅಂತ ಪ್ರೀತಿಯಿಂದ ಮಾತನಾಡಿಸಿ ಮಂಡರಳಿನ ಉಂಡಿಗಳನ್ನು ತಿನ್ನಿಸಿಬಿಡುತ್ತಿದ್ದಳು. ಮನೆಗೆ ಬಂದ ನಂತರ ಮಂಡರಳಿನ ಉಂಡಿಗಳನ್ನು ಖುಷಿ-ಖುಷಿಯಿಂದ ತಿಂದ ಹುಡುಗರ ಮುಖ ಜ್ಞಾಪಕಕ್ಕೆ ಒಂದು ಪಾಪ ಭೀತಿ ಮೂಡಿ ಸಂಕಟವಾಗಿ ಅಳುತ್ತಿದ್ದಳು. ದೇವರ ಮುಂದೆ ತುಪ್ಪದ ದೀಪ ಹಚ್ಚಿಟ್ಟು ಗಲ್ಲುಗಲ್ಲ ಬಡಿದುಕೊಳ್ಳುತ್ತಿದ್ದಳು.

ಆದರೆ ಮತ್ತೆ ಒಂದೆರಡೇ ತಿಂಗಳಿನಲ್ಲಿ ಕಾಶವ್ವನ ಚಡಪಡಿಕೆ ಪ್ರಾರಂಭವಾಗುತ್ತಿತ್ತು. ರಾತ್ರಿ ನಿದ್ದೆ ಬರುತ್ತಿರಲಿಲ್ಲ. ಮಾಡುವ ಕೆಲಸದಲ್ಲಿ ಆಸಕ್ತಿಯಿರುತ್ತಿರಲಿಲ್ಲ. ಮತ್ತೆ ಯಾರಿಗೆ ಮಂಡರಳಿನ ಸಿಹಿ ಉಂಡೆ ಕೊಡಲಿ ಎಂದು ಹುಡುಕಾಡುತ್ತಿದ್ದಳು. ಗಂಡಿ ನರಸಿಂಹಸ್ವಾಮಿ ಬೆಟ್ಟಕ್ಕೆ ಓಡುತ್ತಿದ್ದಳು. ಹಿಂತಿರುಗಿದ ನಂತರ ಮತ್ತೆ ಯಾವುದೋ ಓಣಿಗೆ ಓಡುತ್ತಿದ್ದಳು. ಹಿಂದಿನ ಬಾರಿ ಕೊರಚರ ಓಣಿಗೆ ಹೋಗಿದ್ದರೆ, ಈ ಬಾರಿ ಕುಂಬಾರರ ಓಣಿ! ಅಪ್ಪ-ಅಮ್ಮ ತಮ್ಮ ಬೆಳಗಿನ ಕೆಲಸದಿಂದ ಸುಸ್ತಾಗಿ, ಆಟದಲ್ಲಿ ಮೈಮರೆತ ಮಕ್ಕಳನ್ನು ಮರೆತು ನಿದ್ದೆ ಮಾಡುತ್ತಿರುವ ಮಧ್ಯಾಹ್ನದ ಹೊತ್ತಿನಲ್ಲಿ! ಕೆಲವೊಮ್ಮೆ ಯಾವ ಓಣಿಗೂ ಹೋಗದೆ, ಮನೆಗೆ ಬಂದ ಭಿಕ್ಷೆಯ ಹುಡುಗರಿಗೆ ಭಿಕ್ಷೆ ಹಾಕಿ, ಅಲ್ಲೇ ಅಂಗಳದಲ್ಲಿಯೇ ಕುಳಿತು ಹಾಕಿದ್ದನ್ನೆಲ್ಲಾ ತಿಂದು ಹೋಗುವಂತೆ ಆಗ್ರಹಪಡಿಸುತ್ತಿದ್ದಳು. ಹಾಗೆ ಮಾಡಿದರೆ ದುಡ್ಡು ಕೊಡುವುದಾಗಿ ಆಸೆ ತೋರಿಸುತ್ತಿದ್ದಳು.

ಕಾಲ ತನ್ನ ಪಾಡಿಗೆ ತಾನು ಉರುಳುತ್ತಿತ್ತು. ಹತ್ತಾರು ಮಕ್ಕಳನ್ನು ಹೆತ್ತು ಹೈರಾಣಾದ ಅಕ್ಕ, ಹತ್ತಾರು ಮಕ್ಕಳನ್ನು ಹುಟ್ಟಿಸಿ ಸುಸ್ತಾದ ಭಾವ ಹಾಸಿಗೆ ಹಿಡಿದು, ಅಂತಹ ಯಾವುದೇ ಸುಸ್ತು -ಹೈರಾಣಗಳಿಲ್ಲದ ಬಂಜೆ ಕಾಶವ್ವನನಿಂದ ಹೇಲು-ಉಚ್ಚೆ ಮಾಡಿಸಿಕೊಂಡು ಕಣ್ಣು ಮುಚ್ಚಿಬಿಟ್ಟರು. ಅನಂತರ ಅಕ್ಕನ ಮಕ್ಕಳು ಕಚ್ಚಾಡಿ ಆಸ್ತಿ ಹಂಚಿಕೊಂಡರು. ಆದರೆ ಕಾಶವ್ವ? ಅಷ್ಟರಲ್ಲಿ ಎಲ್ಲಾ ಬಾಣಂತನಗಳು ಮುಗಿದು ಹೋಗಿದ್ದವು. ಮಡಿ-ಹುಡಿಯೆಲ್ಲಾ ಅಕ್ಕ-ಭಾವನವರೊಂದಿಗೆ ಸತ್ತು ಹೋಗಿತ್ತು. ಇನ್ನು ಕಾಶವ್ವನನ್ನು ಹಂಚಿಕೊಳ್ಳುವವರ್‍ಯಾರು? ಮುಪ್ಪಿಗೆ ತಿರುಗುತ್ತಿದ್ದ ಕಾಶವ್ವ ಯಾರಿಗೆ ತಾನೆ ಉಪಯೋಗವಾದಾಳು? ಅದೂ ಮಾಮೂಲೀ ಹೆಣ್ಣಲ್ಲ, ಕೆಟ್ಟ ವಿದ್ಯೆ ಕಲಿತ ದುಷ್ಟ ಹೆಣ್ಣು. ಆದ್ದರಿಂದ ಹೊರಗಿಟ್ಟುಬಿಟ್ಟರು.

ಹಳೆಯ ಕಾಲದ ಅಕ್ಕನ ಮನೆಗೆ ಒಂದು ದೊಡ್ಡ ಬಚ್ಚಲು ಮನೆಯಿತ್ತು. ಅದೇ ಕಾಶವ್ವನ ಮನೆಯಾಗಿ ಹೋಯ್ತು. ಅಡಿಗೆ ಮಾಡಿಕೊಳ್ಳಲು ಒಂದಿಷ್ಟು ಪಾತ್ರೆ, ಹೊದಿಯಲು ವಸ್ತ್ರ, ಜೊತೆಗೊಂದು ಪೂಜೆ ಮಾಡಲು ಸಾಲಿಗ್ರಾಮ ಕೊಟ್ಟು ಅಕ್ಕನ ಮಕ್ಕಳು ಋಣ ತೀರಿಸಿಕೊಂಡುಬಿಟ್ಟರು. ಮಕ್ಕಳೆಲ್ಲಾ

ಬೇರೆ ಬೇರೆ ಊರಿಗೆ ಹೋಗಿ ಕೊನೆಗೆ ಗೋಪ್ಯಾ ಮಾತ್ರ ಸ್ವಂತ ಊರಲ್ಲಿ ಉಳಿದುಕೊಂಡ. ಹಬ್ಬ ಹರಿದಿನಗಳಲ್ಲಿ ಮಡಿ ಅಡುಗೆ ಮಾಡಬೇಕಾದಾಗ ಮಾತ್ರ ಕಾಶವ್ವ ಗೋಪ್ಯಾನ ಅಡಿಗೆ ಮನೆ ಪ್ರವೇಶ ಮಾಡುತ್ತಿದ್ದಳು. ಈಗ ಅದಕ್ಕೂ ಸೊನ್ನೆ ಬಿದ್ದಿತ್ತು!

)))

ಆ ರಾತ್ರಿ ಕಾಶವ್ವನಿಗೆ ಫಲಾಹಾರ ಮಾಡಿಕೊಳ್ಳಲೂ ಮನಸ್ಸಾಗಲಿಲ್ಲ. ಆದರೆ ಹಸಿವು ಕೇಳಬೇಕಲ್ಲ? ಮೊಸರವಲಕ್ಕಿ ಮಾಡಿ, ಅದರ ಮೇಲೆ ಚಟ್ನಿ ಪುಡಿ ಉದುರಿಸಿ ತಿನ್ನಲು ಕುಳಿತಳು. 'ವಾಯಕ್' ಎಂದು ವಾಂತಿ ಬರುವಂತಾಯ್ತು. ಪತ್ರಾಳೆಲೆಯಲ್ಲಿ ಅವಲಕ್ಕಿಯೆಲ್ಲಿದೆ? ಬರೀ ಬಿಳಿ ಹುಳುಗಳು. ಬುಳುಬುಳು ಹರಿದಾಡುತ್ತಿವೆ. ಒಂದೊಂದು ಅವಲಕ್ಕಿ ಕಾಳು ಒಂದೊಂದು ಬಿಳಿಯ ಹುಳ. ಅವುಗಳ ಮೈಗೆ ಅಂಟಿದ ಬಿಳಿಯ ಲಸಿಗೆ. ಮೈಯ ಉಂಗುರಗಳನ್ನು ಮುಂದೆ ಮುಂದೆ ಚಾಚಿ ಸರಿಯುತ್ತಿವೆ. ಅಲ್ಲಲ್ಲಿ ಕೆಂಪು ರಕ್ತದ ಕಣಗಳು.

ಅದರ ಕಾರಣ ಕಾಶವ್ವನಿಗೆ ಚೆನ್ನಾಗಿ ಗೊತ್ತು. ನರಸಿಂಹಸ್ವಾಮಿ ಬೆಟ್ಟಕ್ಕೆ ತುಂಬಾ ದಿನದಿಂದ ಹೋಗಿಲ್ಲ. ಯಾರಿಗೂ ಮಂಡರಳಿನ ಸಿಹಿ ಉಂಡಿಗಳನ್ನು ಕೊಟ್ಟಿಲ್ಲ. ಕೊರಚರ ಓಣಿ, ಮ್ಯಾದಾರ ಓಣಿ, ಕುಂಬಾರ ಓಣಿ... ಎಲ್ಲಿಗೆ ಹೋದರೂ ಜನ ಹುಚ್ಚು ನಾಯಿಯಂತೆ ಓಡಿಸುತ್ತಾರೆ. ಯಾವುದಾದರೂ ಹೊಸ ಓಣಿಯನ್ನು ಹುಡುಕಬೇಕು. ಇತ್ತೀಚೆಗೆ ಭಿಕ್ಷೆ ಬೇಡಲೂ ಯಾರೂ ಬರುವದಿಲ್ಲ. ಅಕ್ಕ-ಪಕ್ಕದ ಮನೆಯ ಮುಂದೆ 'ಅಮ್ಮಾ ತಾಯಿ' ಎನ್ನುವ ಅವರು ಕಾಶವ್ವನ ಮನೆಯನ್ನು ಕಣ್ಣೆತ್ತಿಯೂ ನೋಡುವುದಿಲ್ಲ. ಕಾಶವ್ವ ಭಿಕ್ಷೆ ತೆಗೆದುಕೊಂಡು ಹೋದರೂ "ನೀನು ಬೇಡ, ನಿನ್ನ ಭಿಕ್ಷೆ ಬೇಡ" ಅಂತ ಮುಖಕ್ಕೆ ಹೊಡೆದಂತೆ ಹೇಳಿ ಹೋಗುತ್ತಾರೆ. ಆದರೆ ಇಂತಹ ಕ್ಷುಲ್ಲಕ ಕಾರಣಗಳನ್ನು ಕೊಟ್ಟರೆ ಕಲಿತ ವಿದ್ಯೆ ಸುಮ್ಮನಿದ್ದೀತೆ? ಅದಕ್ಕೆ ಸಲ್ಲಬೇಕಾದ ಹವಿಸ್ಸನ್ನು ಕಾಲಕ್ಕೆ ಸರಿಯಾಗಿ ಅರ್ಪಿಸಲೇ ಬೇಕು!

ಕಾಶವ್ವ ಪತ್ರಾಳೆಲೆಯನ್ನು ಎತ್ತಿಕೊಂಡು ಹೋಗಿ ತಿಪ್ಪೆಗೆ ಬಿಸಾಕಿಬಿಟ್ಟಳು. ಆ ವೇಳೆಗೆ ಸರಿಯಾಗಿ ಮೊಮ್ಮಗ ಬಸ್ ಸ್ಟ್ಯಾಂಡಿನಿಂದ ಬರುತ್ತಿದ್ದ.

"ಏನು ಕಾಶವ್ವ, ಊಟ ಮಾಡ್ಲಿಲ್ವಾ?"

"ಪುಟ್ಟಾ ನಿಂಗೆ ಸಾವಿರ ಸಲ ಹೇಳೀನಿ. ನಂಗೆ ಕಾಶವ್ವ ಅನಬೇಡ. ನಾನು ಯಾರಿಗೂ ಅವ್ವ ಅಲ್ಲ. ಬೇಕಂದ್ರೆ ಕಾಶಕ್ಕ ಅನ್ನು, ಕಾಶಿ ಅನ್ನು, ಇಲ್ಲಾ ಕಾಶಿರಂಡೆ ಅನ್ನು – ನಂದೇನೂ ತಕರಾರಿಲ್ಲ. ಕಾಶವ್ವ ಅಂತ ಮಾತ್ರ ಕರಿಬೇಡ" ಅಂತ ಗದರಿಸಿಬಿಟ್ಟಳು. ಕಾಶವ್ವನಿಗೆ ದೊಡ್ಡವರು 'ಕಾಶವ್ವ' ಅಂದರೆ ಪರವಾಗಿಲ್ಲ, ಆದರೆ ಮಕ್ಕಳು ಕಾಶವ್ವ ಎಂದರೆ ಸಿಟ್ಟು ನೆತ್ತಿಗೇರುತ್ತಿತ್ತು.

ಮೊಮ್ಮಗ ಸಪ್ಪೆ ಮುಖ ಮಾಡಿಕೊಂಡ. ಕಾಶವ್ವನಿಗೂ 'ಚುರ್' ಅನ್ನಿಸಿತು. ತಾನೇ ಬಾಣಂತನ ಮಾಡಿದ ಕೂಸು. "ಒಬ್ಬನೇ ಬರ್ತಿದ್ದೀಯಲ್ಲೋ, ಎಲ್ಲಿಗೆ ಹೋಗಿದ್ದಿ?" ಅಂತ ಸಮಾಧಾನದ ಮಾತನ್ನಾಡಿದಳು.

"ಬಸ್ ಸ್ಟ್ಯಾಂಡಿಗೆ ಹೋಗಿದ್ದೆ. ಅಡಿಗೆಯವನು ಬರ್ಲಿಲ್ಲ. ಕಡೀ ಬಸ್ಸೂ ಬಂದು ಹೋಯ್ತು".

"ಹೌದೇನೋ..." ಅಂದಿದ್ದೇ ಕಾಶವ್ವ ಖುಷಿಯಿಂದ ಓಡು ನಡಿಗೆಯಲ್ಲಿ ಗೋಪ್ಯಾನ ಮನೆಗೆ ಬಂದುಬಿಟ್ಟಳು, ಮೊಮ್ಮಗನಿಗಿಂತಲೂ ಮುಂಚೆ!

"ಕೇಳ್ದೇನೋ ಗೋಪ್ಯಾ, ಅಡಿಗಿಯವನು ಕಡೀ ಬಸ್ಸಿಗೂ ಬರ್ಲಿಲ್ಲಂತೆ. ಈಗಿನ ಕಾಲಕ್ಕೆ ಅಡಿಗಿಯವರನ್ನ ನಂಬಿಕೊಂಡು ಬದುಕು ಮಾಡ್ಲಿಕ್ಕೆ ಆಗಲ್ಲಪ್ಪ" ಅಂತ ಏದುಸಿರಿನಲ್ಲಿ ಮಾತನಾಡಿದಳು. ನಂತರ ಕಾಶವ್ವ ತನ್ನ ಮನೆಗೆ ಬಂದು ಕುಳಿತುಕೊಂಡುಬಿಟ್ಟಳು. ರುಕ್ಮಿಣಿ ಬರ್ತಾಳೆ, ಕಾಶವ್ವನ್ನ ಬಿಟ್ಟು ಬದುಕು ಮಾಡ್ಲಿಕ್ಕೆ ಆಗ್ತದೇನು? ಅಡಿಗಿಯವನ್ನ ಕರೆಸ್ತೀನಿ ಅಂತ ಧಿಮಾಕು ಮಾಡ್ತಾಳೆ. ಕಾಶವ್ವನಲ್ಲದೆ ಬೇರೆಯವರಿಂದ ಹೀಗೆ ಹತ್ತಾರು ಜನರಿಗೆ ಅಡಿಗೆ ಮಾಡಲಾದೀತೆ?

ಕಾಶವ್ವನೆಣಿಕೆಯಂತೆ ರುಕ್ಮಿಣಿ ಬಂದಳು. "ಕಾಶವ್ವ, ನಿರ್ವಾಹಿಲ್ಲ ಅಂತ ನಿಂಗೆ ಅಡಿಗಿ ಮಾಡ್ಲಿಕ್ಕೆ ಹೇಳ್ತಿದ್ದೀನಿ. ನೀನೇನಾದ್ರು ಬಾಲ ಬಿಚ್ಚಿದ್ಯೋ, ನಿನ್ನ ಕುತಿಗಿ ಹಿಚುಕಿ ಕೊಂದು ಬಿಡ್ತೀನಿ, ತಿಳ್ಕೋ. ನನ್ನ ಮಕ್ಕಳು–ಗಂಡಂಗೆ ಏನಾದ್ರೂ ಆದ್ರೆ ನಿನ್ನ ಜೀವ ಸಹಿತ ಬಿಡಂಗಿಲ್ಲ" ಎಂದು ಎಚ್ಚರಿಕೆಯನ್ನು ಕೊಟ್ಟಳು. ಆದರೆ ಕಾಶವ್ವಗೆ ಅಷ್ಟೇ ಸಾಕಾಗಿತ್ತು.

"ಇಲ್ಲಾಮ್ಮಾ ಇಲ್ಲ. ನಾನ್ಯಾಕೆ ಹಂಗೆ ಮಾಡ್ಲಿ. ಛಲೋ ಅಡಿಗಿ ಮಾಡ್ತೀನಿ, ನೀನೇನೂ ಯೋಚ್ನೆ ಮಾಡ್ಬೇಡ. ಅಡಿಗಿಯವನಿಗೆ ಕೊಡೋ ರೊಕ್ಕ ಉಳೀತು ಅಂದ್ಕೋ" ಅಂತ ಹಿಗ್ಗಿನಿಂದ ಹೇಳಿದಳು.

)))

ಆ ರಾತ್ರಿ ಕಾಶವ್ವನಿಗೊಂದು ವಿಚಿತ್ರ ಕನಸು ಬಿತ್ತು.

ಅದೊಂದು ದೊಡ್ಡ ಭಯಾನಕ ಕಾಡು. ಯಾವ ಕಾಡೋ ಗೊತ್ತಿಲ್ಲ. ಆದರೆ ಆ ಕಾಡೆಲ್ಲ ತನಗೆ ಚಿರಪರಿಚಿತವೆಂಬಂತೆ ಕಾಶವ್ವ ವೇಗವಾಗಿ ಹೆಜ್ಜೆ ಹಾಕುತ್ತಿದ್ದಾಳೆ. ಅವಳೇನೋ ಹುಡುಕುವಂತೆ ಮರಮರವನ್ನು ದಿಟ್ಟಿಸುತ್ತಿದ್ದಾಳೆ. ಆದರೆ ಹುಡುಕುತ್ತಿರುವುದೇನೆಂದು ಅವಳಿಗೂ ಸರಿಯಾಗಿ ಗೊತ್ತಿಲ್ಲ. ಆದರೆ ಅದು ಸಿಕ್ಕರೆ ತನ್ನ ಅದೃಷ್ಟ ಖುಲಾಯಿಸಿದಂತೆ, ಬದುಕಲ್ಲಿ ಹೂ ಅರಳಿದಂತೆ ಎಂಬ ಅಚಲವಾದ ನಂಬಿಕೆಯಿದೆ. ಕಾಶವ್ವ ಒಂದು ದೊಡ್ಡ ಮರದ ಮುಂದೆ ನಿಂತುಬಿಟ್ಟಳು. ಮುಖದಲ್ಲಿ ನಗೆ ಅರಳಿಬಿಟ್ಟಿತು. ಅಂತೂ ಸಿಕ್ಕೇ ಬಿಟ್ಟಿತು! ಎಲ್ಲೆಲ್ಲಾ ಓಡಾಡಿ ಎಷ್ಟು ಕಷ್ಟ ಪಟ್ಟೆ. ಇಲ್ಲೇ ಇದೆಯೆಂದು ಗೊತ್ತೇ ಆಗಲಿಲ್ಲ.

ಮರದ ತೊಗಟೆಗಂಟಿಕೊಂಡಂತೆ ಓತಿಕೇತವೊಂದು ಕುಳಿತಿತ್ತು. ಕೆಂಪು ಮೂತಿಯ ಆ ಸರೀಸೃಪ ತಲೆಯನ್ನು ನೆಲಕ್ಕಪ್ಪಳಿಸಿ "ಬಾ ಬಾ, ನಿನಗಾಗಿಯೇ ಕಾಯುತ್ತಿದ್ದೆ" ಎನ್ನುತ್ತಿತ್ತು. ಕಾಶವ್ವನಿಗೆ ಅದರ ಚರ್ಮವನ್ನು ಸವರಿ ಅದರ ಒರಟನ್ನು ಅನುಭವಿಸಬೇಕೆನ್ನಿಸಿತು. ಅದರ ಬಾಯಿಗೆ ತೋರು ಬೆರಳನ್ನು ಹಿಡಿದು ಅದರಿಂದ ಮೃದುವಾಗಿ ಕಚ್ಚಿಸಿಕೊಳ್ಳಬೇಕೆನ್ನಿಸಿತು. ಅದರ ಬಾಲವನ್ನು ಹಿಡಿದೆತ್ತಿ ತನ್ನ ಕಣ್ಣ ಮುಂದೆ ಲೋಲಕದಂತೆ ಅಲ್ಲಾಡಿಸಬೇಕೆನ್ನಿಸಿತು. ಅದರ ದೇಹದ ಹಿಂಭಾಗದ ಮೆತ್ತನೆಯ ಬಿಳುಪಿಗೆ ಮುದ್ದಿಡಬೇಕೆನ್ನಿಸಿತು.

ಮರ ಹತ್ತಲಾರಂಭಿಸಿದಳು. "ನಿನ್ನ ಆಟ ನನಗೆ ಗೊತ್ತಿಲ್ವಾ?" ಎಂದ ಓತಿಕೇತ ಮತ್ತಷ್ಟು ಮೇಲಕ್ಕೇರಲಾರಂಭಿಸಿತು. ಆದರೆ ಕಾಶವ್ವ ಸಿಕ್ಕ ಬೇಟೆಯನ್ನು ಬಿಟ್ಟಾಳೆಯೆ? ಇನ್ನೂ ಮೇಲೆ, ಇನ್ನೂ ಮೇಲೆ, ಮೇಲೆ, ಮೇಲೆ.... ಆದರೆ... ಓತಿಕೇತ ಮಾಯವಾಗಿತ್ತು!

ಯಾವ ಹಸಿರೆಲೆಯ ಹಿಂದೆ ಬಣ್ಣ ಬದಲಿಸಿ ಅವಿತುಕೊಂಡಿತೋ? ಯಾವ ಮಾಯದಲ್ಲಿ ರೆಕ್ಕೆ ಮೂಡಿಸಿಕೊಂಡು ಹಾರಿ ಹೋಯಿತೋ? ಬಿಸಿಲಿನ ಕಿರಣವನ್ನೇರಿ ಸೂರ್ಯನಲ್ಲಿ

ಲೀನವಾಯಿತೋ? ಅಥವಾ ಓತಿಕೇತವಿತ್ತೆಂಬುದೇ ಕಾಶವ್ವನ ಭ್ರಮೆಯೋ? 'ಅಯ್ಯೋ' ಎಂದು ಕಾಶವ್ವ ಹತಾಶೆಯಿಂದ ಚೀರಿಬಿಟ್ಟಳು. ಹಿಡಿತ ತಪ್ಪಿ ಹೋಗಿತ್ತು! ದೊಪ್ಪೆಂದು ಬಿದ್ದು ಬಿಟ್ಟಳು... ನೆಲದ ಮೇಲಲ್ಲ, ಹುಲಿಯ ಬೆನ್ನ ಮೇಲೆ! ಮರದ ಕೆಳಗೆ ತಲೆಯೆತ್ತಿ ನಿಂತ ಹಸಿದ ಹುಲಿಯ ಬೆನ್ನ ಮೇಲೆ! ಹುಲಿ ಓಡಲಾರಂಭಿಸಿತು. ಕಾಶವ್ವ ಅದರ ಬೆನ್ನಿಂದ ಬೀಳದಂತೆ ಅದನ್ನು ಗಟ್ಟಿಯಾಗಿ ಹಿಡಿದುಕೊಂಡಿದ್ದಳು. ಹುಲಿ ಓಡುತ್ತಾ ಇತ್ತು... ಹೇಗಾದರೂ ಮಾಡಿ ಕಾಶವ್ವನನ್ನು ಕೆಳ ಹಾಕಿ ತಿನ್ನಬೇಕು, ಹಸಿವನ್ನು ಹಿಂಗಿಸಿಕೊಳ್ಳಬೇಕು. ಕಾಶವ್ವ ಚೀರಲಾರಂಭಿಸಿದಳು, "ಯಾರಾದ್ರೂ ಬರ್ರೋ... ಹುಲಿ ಬೆನ್ನಿಂದ ನನ್ನನ್ನು ಕಾಪಾಡ್ರೋ... ಹುಲಿ ಸವಾರಿ ನಾ ಮಾಡ್ಲಾರೆ... ಬರ್ರೋ" ಅರಣ್ಯ ರೋದನ! ಅಷ್ಟಕ್ಕೂ ಹಸಿದ ಹುಲಿಯನ್ನೇರಿದ ಕಾಶವ್ವನನ್ನು ಬಿಡಿಸುವುದಾದರೂ ಹೇಗೆ? ಬಿಡಿಸಲು ಹೋದವರೇ ಹುಲಿಗೆ ಆಹುತಿಯಾಗುವುದಿಲ್ಲವೆ?

ಹುಲಿ ಓಡುತ್ತಲೇ ಇತ್ತು, ಕಾಶವ್ವ ಚೀರುತ್ತಲೇ ಇದ್ದಳು...

"ಯಾರಾದ್ರೂ ಬನ್ರೋ, ನನ್ನ ಹುಲಿ ಬೆನ್ನಿಂದ ಕಾಪಾಡ್ರೋ..."

)))

ಎಚ್ಚರವಾಯ್ತು... ಕಾಶವ್ವ 'ದಢ್' ಎಂದು ಎದ್ದು ಕುಳಿತಳು. ಮೈ ಸಣ್ಣಗೆ ನಡುಗಲಾರಂಭಿಸಿತು... ಎದೆ 'ಡಬ್, ಡಬ್' ಎಂದು ಬಡಿದುಕೊಳ್ಳಲಾರಂಭಿಸಿತು. ಓತಿಕೇತದ ಚರ್ಮದಂತೆ ಮೈ ಮೇಲೆ ಬೆವರಹನಿಗಳು! ತಣ್ಣಗೆ ಬೀಸಿದ ಗಾಳಿಗೆ ಚಳಿಯಾಗುತ್ತಿತ್ತು. ನಂದಾ ದೀಪ ಆರಿ ಹೋಗಿತ್ತು, ಪೂರ್ವಜನ್ಮ ಪಾಪದಂತೆ ಸುತ್ತಿಕೊಂಡ ಕತ್ತಲಿನಲ್ಲಿ ಹೆದರಿಕೆಯಿತ್ತು. ಎಂತಹ ಭೀಕರ ಕನಸು!

ಸುಧಾರಿಸಿಕೊಳ್ಳಲು ಒಂದೆರಡು ನಿಮಿಷಗಳೇ ಬೇಕಾದವು. ಇನ್ನೂ ಕಾಡಿನ ಮಧ್ಯೆ ಹುಲಿಯ ಬೆನ್ನಮೇಲೆ ಕುಳಿತಂತೆ, ವೇಗವಾಗಿ ಓಡುತ್ತಿದ್ದಂತೆ...

ಹೊಟ್ಟೆಯಲ್ಲಿ ಸಂಕಟವಾಗಲಾರಂಭಿಸಿತು. ಕೈ ಕಾಲು ತೊಳೆದುಕೊಂಡು ದೇವರ ದೀಪ ಹಚ್ಚಿಟ್ಟಳು. ಸಂಕಟ ಕಡಿಮೆಯಾಗಲಿಲ್ಲ. ಕನಸಿನ ಭಯ ನಿಂತ ಮೇಲೂ ಸಂಕಟವಾಗಲಾರಂಭಿಸಿತು. ರಾತ್ರಿ ಏನೂ ತಿನ್ನಲಿಲ್ಲ ಅಂತಲೆ? ಇಲ್ಲ, ಇಲ್ಲ. ಉಪವಾಸ ಮಲಗುವುದು ಕಾಶವ್ವನಿಗೇನೂ ಹೊಸತಲ್ಲ... ಬೇರೆ ಏನೋ ಇರಬೇಕು... ಏನೋ ಪರಿಮಳ... ಹ್ಞಾ! ಗೊತ್ತಾಯ್ತು. ಮಲ್ಲಿಗೆ ಹೂವಿನ ಪರಿಮಳ! ವಾಸನೆಯ ಮೂಲ ಗೊತ್ತಾದ ಕೂಡಲೆ ಹೊಟ್ಟೆಯಲ್ಲಿ ಸಂಕಟ ಇನ್ನೂ ಹೆಚ್ಚಾಯಿತು. ಎಲ್ಲಿಂದ ಬರ್ತಾ ಇದೆ? ತನು-ಮನಗಳು ವಿಲವಿಲನೆ ಒದ್ದಾಡುವಂತೆ ಮಾಡುವ ಪರಿಮಳ. ಗಂಡ ಸತ್ತು ಮಡಿಸೀರೆ ಉಟ್ಟ ದಿನದಿಂದ ಕಾಶವ್ವನಿಗೆ ಮಲ್ಲಿಗೆ ಹೂವಿನ ಪರಿಮಳ ಸಂಕಟವನ್ನುಂಟುಮಾಡುತ್ತದೆ. ರಾತ್ರಿ ಸುಖವಾಗಿ ನಿದ್ದೆ ಮಾಡುವಾಗ ಇಂತಹ ಪರಿಮಳ ಹಬ್ಬಿದ್ದರಿಂದಲೇ ಆ ರೀತಿಯ ದುಷ್ಟ ಕನಸು ಬಿದ್ದಿರಬೇಕು.

ಕಾಶವ್ವ ಉಸಿರೆಳೆದುಕೊಳ್ಳುತ್ತಾ, ಮೂಗನ್ನು ಏರಿಸುತ್ತಾ, ತನ್ನ ಕೋಣೆಯ(ಮನೆಯ) ಸುತ್ತಲೂ ಸುತ್ತಲಾರಂಭಿಸಿದಳು. ಆ ಮಲ್ಲಿಗೆ ಹೂವು ಕಂಡುಬಿಟ್ಟರೆ, ಇಕ್ಕಳದಿಂದ ಹಿಡಿದುಕೊಂಡು, ಮೂಗು ಮುಚ್ಚಿಕೊಂಡು ತಿಪ್ಪೆಗೆ ಒಗೆದು ಬರಬಹುದು. ದೇವರೆ, ಎಂತಹ ಹೊಲಸು ವಾಸನೆಯನ್ನಾದರೂ ತಡೆದುಕೊಂಡೇನು, ಆದರೆ ಈ ಮಲ್ಲಿಗೆ ಪರಿಮಳ ಮಾತ್ರ ನನ್ನ ಕೈಯಿಂದ ಸಾಧ್ಯವಿಲ್ಲ!

ಕಾಶವ್ವ ಪತ್ತೆ ಹಚ್ಚಿಬಿಟ್ಟಳು. ಗೋಪ್ಯಾನ ಮನೆಯಿಂದ ಬರುತ್ತಿತ್ತು. ನಾಳೆ ಪೂಜೆಗಾಗಿ ತಂದಿದ್ದಿರಬೇಕು... ಗೋಪ್ಯಾನ ಮನೆಯ ಬಾಗಿಲನ್ನು ಬಡಿಯಲಾರಂಭಿಸಿದಳು. ದೂರದಲ್ಲಿ ಎಲ್ಲಿಯೋ ರಾತ್ರಿ ಎರಡು ಗಂಟೆ ಎಂದು ಸೂಚಿಸಲು 'ಢಣ್', 'ಢಣ್'...

"ಗೋಪ್ಯಾ, ಲೇ ಗೋಪ್ಯಾ... ಮಲ್ಲಿಗೆ ಹೂವ ದೂರ ಇಡ್ರಪ್ಪಾ, ಸಂಕಟ ಆಗ್ಲಿಕ್ಹತ್ತದೆ... ರುಕ್ಮಿಣೀ, ನೀನಾದ್ರೂ ಏಳವ್ವ" ಊಹೂಂ! ಯಾರೂ ಏಳಲೊಲ್ಲರು. ಮತ್ತೊಮ್ಮೆ 'ಧಡ್', 'ಧಡ್' ಬಾಗಿಲು ಬಡಿದಳು.

"ನಿಮ್ಮ ಕಾಲಿಗೆ ಬೀಳ್ತೀನ್ರೋ... ಮಲ್ಲಿಗೆ ಹೂವ ದೂರ... ಸಂಕಟ ಆಗ್ಲಿಕ್ಹತ್ತದೆ... ಸಂಕಟ... ನಿದ್ದಿ ಬರವಲ್ದು".

ಒಳಗಿನಿಂದ ಯಾರೋ ಎದ್ದ ಸದ್ದು. "ಯಾರದು?....ಆಯ್ತೇಳು ಕಾಶವ್ವ, ಹಿಂದಿನ ಕೋಣ್ಯಾಗ ಇಡ್ತೀನಿ" ಗೋಪ್ಯಾನೆ ಇರಬೇಕು. ಹಗುರವಾದಂತಾಗಿ ಬಂದು ಮಲಗಿಕೊಂಡಳು. ಆದರೆ? ಗೋಪ್ಯಾ ಹೂವನ್ನು ಹಿಂದಿನ ಕೋಣೆಯಲ್ಲಿ ಒಯ್ದಿಡಬಹುದೇ ಹೊರತು, ಈಗಾಗಲೇ ಹೂವು ಹಬ್ಬಿಸಿದ ವಾಸನೆಯನ್ನು? ಮತ್ತೆ ಸಂಕಟ...

ಕಾಶವ್ವ ತನ್ನ ಬಚ್ಚಲು ಮೋರಿಯ ಕಡೆಗೆ ಮುಖ ಮಾಡಿಕೊಂಡು ಮಲಗಿದಳು. ಬಚ್ಚಲಿನ ದುರ್ನಾತವಾದರೂ ಮಲ್ಲಿಗೆಯ ವಾಸನೆಯನ್ನು ಸಂಹಾರ ಮಾಡೀತೆಂದು ಕೊಂಡರೆ, ಊಹೂಂ, ಅದಕ್ಕೂ ಆ ಶಕ್ತಿಯಿಲ್ಲ. ಮಲಗಿರಲಾರದೆ ಎದ್ದು ಕುಳಿತಳು. ಬಚ್ಚಲಿಗೆ ಮುಖವಿಟ್ಟು, ಬಾಯಿಗೆ ಕೈ ಹಾಕಿ, 'ವಾಯಕ್', 'ವಾಯಕ್'... ಹೇಗೆ ಸಾಧ್ಯ? ಹೊಟ್ಟೆಯಲ್ಲಿ ಏನಾದರೂ ಇದ್ದರಲ್ಲವೆ ಹೊರಬರುವುದು.

ಮತ್ತೇನೂ ಮಾಡಲು ತೋಚದೆ ಕಾಶವ್ವ ಆ ರಾತ್ರಿಯ ನೀರವತೆಯಲ್ಲಿ ಬಿಕ್ಕಳಿಸಲಾರಂಭಿಸಿದಳು. ಸ್ವಲ್ಪಸ್ವಲ್ಪ ತಡೆದು ತಡೆದು ಬರುತ್ತಿದ್ದ ಬಿಕ್ಕಳಿಕೆಯ ಸದ್ದು ಕೆಲವೇ ಕ್ಷಣಗಳಲ್ಲಿ 'ಹೋ' ಎಂದು ತಾರಕಕ್ಕೇರಿತು.

)))

ಮರುದಿನ ಕೋಳಿ ಕೂಗುವುದಕ್ಕೆ ಮುಂಚೆ ಎದ್ದು, ಬಾವಿ ಮೇಲೆ ಸ್ನಾನ ಮಾಡಿ, ಹೊಸ ಹುರುಪಿನಿಂದ ಕಾಶವ್ವ ಅಡುಗೆ ಪ್ರಾರಂಭಿಸಿದಳು. 'ಚಿತ್ರಾನ್ನಾಕ್ಕೆ ಮೂರು ಪಾವ್ಯಾಕೆ, ಅಚ್ಚೇರು ಸಾಕು...', 'ಖೀರಿಗೆ ಜಾಸ್ತಿ ಸಕ್ಕರೆ ಹಾಕ್ಬೇಡ, ವಾಕರಿಕೆ ಬಂದು ಜಾಸ್ತಿ ಕುಡಿಲಿಕ್ಕಾಗಲ್ಲ' ಎಲ್ಲಾ ಅಡಿಗೆಯಲ್ಲೂ ತನ್ನ ಬುದ್ಧಿವಂತಿಕೆಯನ್ನು ತೋರಿಸಿದಳು. ಮತ್ತಿಲ್ಲದಿದ್ದರೆ ಕಾಶವ್ವನ ಅಡಿಗೆ ನಳಪಾಕವಾದೀತಾದರೂ ಹೇಗೆ?

ರುಕ್ಮಿಣಿ ಕಾಶವ್ವನನ್ನು ಬಿಟ್ಟು ಕದಲಲಿಲ್ಲ. "ನೀ ಬೇಕಾರೆ ಬೇರೆ ಕೆಲಸ ಮಾಡು ಹೋಗು" ಎಂದು ಕಾಶವ್ವ ಒಂದೆರಡು ಬಾರಿ ಹೇಳಿದರೂ, "ಇರ್ಲೇಳು, ನಿಂಗೆ ಸಹಾಯ ಮಾಡ್ಕೊಂಡಿರ್ತೀನಿ. ಹೊರಗಿನ ಕೆಲಸ ಬೇರೆ ಯಾರಾದ್ರೂ ನೋಡ್ಕೊಳ್ತಾರೆ" ಎಂದು ಹೇಳಿಬಿಟ್ಟಳು.

ಪಾಯಸ ಕುದಿಯುತ್ತಿತ್ತು. ಶಾವಿಗೆಯ ಎಳೆಗಳು ಹಾಲಿನಲ್ಲಿ ತೇಲಾಡುತ್ತಿದ್ದವು. ಮಧ್ಯೆಮಧ್ಯೆ ಗೋಡಂಬಿ, ದ್ರಾಕ್ಷಿ, ಬಾದಾಮಿಗಳು ತಮ್ಮ ಮುಖದರ್ಶನ ಮಾಡಿಸುತ್ತಿದ್ದವು. "ಢಣ್ ಢಣ್ ಢ ಢಣ್..."

ಜಾಗಟೆಯ ಸದ್ದು. ಮಹಾಮಂಗಳಾರತಿ! ರುಕ್ಮಿಣಿ ಮನಸ್ಸಿಲ್ಲದ ಮನಸ್ಸಿನಿಂದ ಕಾಶವ್ವಳೊಬ್ಬಳನ್ನೇ ಅಡಿಗೆ ಮನೆಯಲ್ಲಿ ಬಿಟ್ಟು ಪಡಸಾಲೆಗೆ ಎದ್ದು ಹೋದಳು. ಕಾಶವ್ವನ ತುಟಿಯಲ್ಲಿ ಚಿಕ್ಕ ಮಂದಹಾಸ.

ಆಗ ಅಚಾನಕ್ಕಾಗಿ ಹಲ್ಲಿಯೊಂದು ಹೊಗೆಚಟ್ಟದಿಂದ ದೊಪ್ಪೆಂದು ಕುದಿಯುವ ಖೀರಿನಲ್ಲಿ ಬಿದ್ದುಬಿಟ್ಟಿತು! ಅದು ಹಿಡಿದಿದ್ದ ಹುಳುವೊಂದು ಅದರ ಬಾಯಲ್ಲಿ ಹಾಗೇ ಇತ್ತು. ಶ್ಯಾವಿಗೆ, ದ್ರಾಕ್ಷಿ, ಗೋಡಂಬಿಗಳಂತೆ ಅದೂ ಅದರಲ್ಲಿ ಕುದಿಯಲಾರಂಭಿಸಿತು. ಮೇಲೆ-ಕೆಳಗೆ, ಮೇಲೆ-ಕೆಳಗೆ... ಕಾಶವ್ವ ಆ ದೃಶ್ಯವನ್ನು ಕಂಡು 'ಅಯ್ಯೋ' ಎಂದು ಭಯದಿಂದ ಚೀರಿಬಿಟ್ಟಳು. ಆ ಚೀತ್ಕಾರ ಕೇಳಿಸಿದ್ದೇ ರುಕ್ಮಿಣಿ 'ಏನಾಯ್ತು?' ಎಂದು ಅಡಿಗಿ ಮನೆಗೆ ಓಡಿ ಬಂದಳು. ಹಾಲಿನಲ್ಲಿ ಕುದಿಯುತ್ತಿದ್ದ ಹಲ್ಲಿಯನ್ನು ನೋಡಿದ್ದೇ ಸಿಟ್ಟು ನೆತ್ತಿಗೇರಿತು.

"ಅಂತೂ ನಿನ್ನ ಬುದ್ಧಿಯನ್ನು ತೋರಿಸಿಬಿಟ್ಯಲ್ಲ ಕಾಶವ್ವ, ಮನಿ ಮಂದೀನೆಲ್ಲಾ ಕೊಲ್ಲಬೇಕಂತ ನಿರ್ಧಾರ ಮಾಡಿ ಏನು?"

"ಇಲ್ಲ ರುಕ್ಮಿಣಿ, ದೇವರಾಣೆಗೂ ನಾನು ಹಲ್ಲೀನ ಹಾಕಿಲ್ಲ" ಕಾಶವ್ವ ಬಡಬಡಿಸಿದಳು.

"ನಾವೇನು ನಿಂಗೆ ದ್ರೋಹ ಮಾಡೀವಿ ಅಂತ ನಮ್ಮ ಅಡಿಗಿನಾಗೆ ಮದ್ದು ಹಾಕ್ತಿ ಕಾಶವ್ವ, ನಿಂಗೆ ಅನ್ನ ಹಾಕಿದ ಮನೀನ್ನೂ ಬಿಡಂಗಿಲ್ಲಲ್ಲಾ"

"ಇಲ್ಲ, ನಾನು ಹಾಕಿಲ್ಲ. ಅದಾಗಿಯೇ ಹೊಗೆಚಟ್ಟದಿಂದ ಬಿತ್ತು. ನಿನ್ನಾಣೆಗೂ ನಾನು ಹಾಕಿಲ್ಲ..." ಕಾಶವ್ವಗೆ ಅಳು ಬಂದುಬಿಟ್ಟಿತ್ತು. ನಡುಗುವ ಕೈಯಿಂದ ತನ್ನ ಬಾಳೇ ಕಾಯಿ ಗಂಟಿನಿಂದ ಏನನ್ನೋ ಹೊರತೆಗೆದು, "ನೋಡು, ನಾನು ಹಾಕ್ಬೇಕು ಅಂತ ತಂದಿದ್ದು ಇನ್ನೂ ಇಲ್ಲೇ ಅವೆ" ಎಂದು ತನ್ನ ಅಂಗೈಯನ್ನು ತೋರಿಸಿದಳು. ಇಲಿಯ ಹಿಕ್ಕೆಯಂತಹ ಚಿಕ್ಕ ಚಿಕ್ಕ ಕರಿಯ ತುಣುಕುಗಳು ಕಾಶವ್ವನ ನಡುಗುವ ಕೈಯಲ್ಲಿ ಕಟ್ಟಿರುವೆ ಗುಂಪು ಸೇರಿದಂತೆ ಸ್ಪಷ್ಟವಾಗಿ ಕಾಣುತ್ತಿದ್ದವು.

)))

ಕಾಶವ್ವ ಸತ್ತಾಗ ಯಾರೂ ಅಷ್ಟೊಂದು ತಲೆ ಕೆಡಿಸಿಕೊಳ್ಳಲಿಲ್ಲ. ಅದಕ್ಕೆ ಬದಲಾಗಿ ಸಾಕಷ್ಟು ಜನರು 'ಪೀಡ ತೊಲಗ್ತು' ಅಂತಂದರು. ಕೊರಚರ ಓಣಿ, ಕುಂಬಾರ ಓಣಿ, ಮ್ಯಾದಾರ ಓಣಿಯಿಂದ ಬಂದ ಜನರು 'ಏಳೇಳು ಜನ್ಮಕ್ಕೂ ಇದಕ್ಕೆ ಮಕ್ಕಳು ಮರಿ ಆಗಂಗಿಲ್ಲ ನೋಡು. ಸನಿ ಮಾರಾಜನಂಗೆ ಒಂದೇ ಪಾಟಿಗೆ ಕಾಡಿಸ್ತು' ಅಂತ ನೆಟಿಗೆ ಮುರಿದರು. ಗೋಪ್ಯಾನ ಅಣ್ಣ ತಮ್ಮಂದಿರು ಸಂಸ್ಕಾರಕ್ಕೆ ಯಾರುಯಾರು ಎಷ್ಟು ಹಣ ಹಾಕಬೇಕು ಎಂದು ಜಗಳವಾಡಿದರು. ಆದರೆ ಒಂದೇ ಒಂದು ವ್ಯಕ್ತಿ ಮಾತ್ರ ಬಿಕ್ಕಿಬಿಕ್ಕಿ ಅತ್ತಿತು. ಅದು ಮೂಲೆ ಮನೆ ವಿಮಲಮ್ಮ. ಮತ್ತೊಬ್ಬ ಮಡಿಹೆಂಗಸು, ಮಕ್ಕಳಿಲ್ಲದ ಬಂಜೆ, ನೀನು-ತಾನು ಎನ್ನುವವರಿಲ್ಲದ ಅನಾಥೆ, ಮಂದಿ ಮನೆಗೆ ದುಡಿದು ಬದುಕು ಮಾಡುವ ಜೀವ. ಕಾಶವ್ವನಿಗೆ ಯಾವ ರೀತಿಯಿಂದಲೂ ಸಂಬಂಧಿಯಲ್ಲದ ಈಕೆ ಹೆಣದ ಮುಂದೆ ಕುಳಿತು, ಹೆದರಿಕೆಯ ನಡುಕದಿಂದ "ಕಾಶವ್ವ ಸತ್ತಿದ್ದಕ್ಕೆ ಯಾರೂ ಅಳುವಲ್ರಲ್ಲೋ..." ಎಂದು ಒಂದೇ ಸಮನೆ ಅತ್ತಿದ್ದು ವಿಚಿತ್ರವೆನ್ನಿಸಿದರೂ ಹೃದಯವಿದ್ರಾವಕವಾಗಿತ್ತು.

1ನೇ ಮೇ 1998

ಬಾಗಿಲಿಂದಾಚೆ, ಪೋಗದಿರೆಲೋ ರಂಗ

ಬಳ್ಳಾರಿಯ ಬಸ್ ನಿಲ್ದಾಣದಲ್ಲಿ ಸಂಡೂರಿನ ಬಸ್ಸಿನ ಮೂರನೇ ಸೀಟಿನಲ್ಲಿ ಅಜ್ಜಿಯ ಪಕ್ಕ ಕಿಟಕಿಯ ಕಡೆ ಕುಳಿತ ಪುಟ್ಟನ ಪುಟ್ಟ ಬಲಗೈಯನ್ನು ಬಸ್ಸಿನ ಕೆಳಗೆ ನಿಂತಿದ್ದ ಅವರಮ್ಮ ಹಿಡಿದುಕೊಂಡು ಕಣ್ಣಲ್ಲಿ ನೀರು ತುಂಬಿಕೊಂಡು "ಪುಟ್ಟ ಹುಷಾರು" ಎಂದು ಗದ್ಗದಿತರಾಗಿ ಹೇಳಿದಾಗ ಪುಟ್ಟ ಒಳಗೊಳಗೇ ಖುಷಿಯಿಂದ ಉಬ್ಬಿ ಹೋಗುತ್ತಿದ್ದ. ಆದರೆ ಹಾಗಂತ ಮುಖದಲ್ಲಿ ತೋರಿಸಿಬಿಟ್ಟರೆ ಮತ್ತೆಲ್ಲಿ ಸಿಟ್ಟಾಗುತ್ತಾಳೋ ಎಂದು ಅಂಜಿ ಸಪ್ಪೆ ಮೋರೆ ಹಾಕಿಕೊಂಡು ಅವರಮ್ಮ ಹೇಳಿದ್ದಕ್ಕೆಲ್ಲಾ ತಲೆಯಲ್ಲಾಡಿಸುತ್ತಿದ್ದ. ಮತ್ತೆ ಬಸ್ಸು ಹೊರಡುವುದರಲ್ಲಿಯೇ ಮನಸ್ಸು ಬದಲಾಯಿಸಿ ತನ್ನಮ್ಮ ಎಲ್ಲಿ ತನ್ನನ್ನು ಬಸ್ಸಿನಿಂದಿಳಿಸಿ ಮನೆಗೆ ಕರೆದುಕೊಂಡು ಹೋಗಿ ಬಿಡುತ್ತಾಳೋ ಎಂಬ ಅಳುಕೂ ಇದ್ದರಿಂದ ಎಡಗೈಯಿಂದ ಅಜ್ಜಿಯ ಕೈಯನ್ನು ಗಟ್ಟಿಯಾಗಿ ಹಿಡಿದುಕೊಂಡಿದ್ದ. ಇನ್ನೂ ಯಾಕೆ ಬಸ್ಸು ಬಿಡ್ತಾ ಇಲ್ಲ ಅಂತ ತಿರುತಿರುಗಿ ಡ್ರೈವರ್ ಸೀಟಿನ ಕಡೆಗೆ ನೋಡುತ್ತಿದ್ದ.

"ಬಾವಿ ಹತ್ತಿರ ಹೋಗ್ಬೇಡ" ಅವರಮ್ಮ ಹೇಳಿದಳು. ತಲೆಯಲ್ಲಾಡಿಸಿದ.

"ಕೋತಿ ತಂಟೆಗೆ ಹೋಗ್ಬೇಡ" ತಲೆಯಲ್ಲಾಡಿಸಿದ. ಅವರಮ್ಮ ಏನೇ ಹೇಳಿದರೂ ಅದಕ್ಕೆಲ್ಲಾ ತಲೆಯಲ್ಲಾಡಿಸಲು ತಯಾರಾಗಿದ್ದ. ಅವರಮ್ಮ ಇನ್ನೂ ಏನೇನೋ ಎಚ್ಚರಿಕೆಗಳನ್ನು ಹೇಳಲು ಸಿದ್ಧಳಿದ್ದಳು. ಆದರೆ ಪುಟ್ಟನ ಪುಣ್ಯವೆಂದೇ ಹೇಳಬೇಕು. ಡ್ರೈವರ್ ತನ್ನದೇ ಬಸ್ಸೆಂಬಂತೆ ಅಧಿಕಾರದಿಂದ ಹತ್ತಿ "ಪಂವ್ ಪಂವ್" ಎಂದು ಶಬ್ದ ಮಾಡಿ ಬಸ್ಸನ್ನು ಚಾಲೂ ಮಾಡಿಯೇಬಿಟ್ಟ. ಪುಟ್ಟ ಅಮ್ಮನ ಹಿಡಿತದಿಂದ ಸರ್ರನೆ ಕೈ ಬಿಡಿಸಿಕೊಂಡ. ಬಸ್ಸು ನಿಧಾನಕ್ಕೆ ಚಲಿಸಲಾರಂಭಿಸಿತು. ಅದರ ಜೊತೆಯೇ ಓಡು ನಡಿಗೆಯಲ್ಲಿ ಬಂದ ಅವನಮ್ಮ "ಅತ್ತೆ, ಹುಷಾರಾಗಿ ನೋಡ್ಕೊಳ್ಳಿ. ಕಡ್ಲಿಬ್ಯಾಳಿ ಅಡಿಗೆ ಮಾಡ್ಬೇಡ್ರಿ. ಅವನಿಗೆ ತಡೆಯಲ್ಲ, ವಾಯಿ ಮಾಡುತ್ತೆ. ಐಸ್‌ಕ್ರೀಂ ಕೇಳಿದ್ರೆ ಕೊಡಿಸ್ಬೇಡ್ರಿ, ನೆಗಡಿ

ಆಗ್ತದೆ. ನಾನು ಮುಂದಿನ ವಾರ ಬರ್ತೀನಿ..." ಹೇಳುತ್ತಲೇ ಇದ್ದರು. ಬಸ್ಸು ತನ್ನ ವೇಗವನ್ನು ಹೆಚ್ಚಿಸಿ ರಾಯಲ್ ಸರ್ಕಲ್ಲನ್ನು ದಾಟಿ ಅವನಮ್ಮನ ಮುಖ ಕಾಣದಾಗಿದ್ದೇ ಪುಟ್ಟನಿಗೆ ಇನ್ನು ತನ್ನನ್ಯಾರೂ ಬಸ್ಸಿನಿಂದ ಕೆಳಗಿಳಿಸುವುದಿಲ್ಲವೆಂಬ ಧೈರ್ಯ ಮೂಡಿ, ಗಟ್ಟಿಯಾಗಿ ಹಿಡಿದುಕೊಂಡಿದ್ದ ಅಜ್ಜಿಯ ಕೈಯನ್ನು ಬಿಟ್ಟು ಒಮ್ಮೆ ಜೋರಾಗಿ ಚಪ್ಪಾಳೆ ಹೊಡೆದು 'ಅಜ್ಜಿ' ಎಂದು ಸಂತೋಷದಿಂದ ಕೂಗಿದ.

ಮಧ್ಯವಾರ್ಷಿಕ ಪರೀಕ್ಷೆ ಮುಗಿದ ದಿನವೇ ಪುಟ್ಟನ ಅಜ್ಜಿ ಸಂಡೂರಿನಿಂದ ಬಂದಾಗ, ಪುಟ್ಟ ಉಬ್ಬಿ ಹೋಗಿದ್ದ. "ಅಜ್ಜಿ... ಅಜ್ಜಿ..." ಅಂತ ಅವಳ ಹಿಂದೆಯೇ ಸುತ್ತಿದ್ದ. ಅವಳ ಕೈ ಹಿಡಿದುಕೊಂಡು ರಾಯರ ಮಠಕ್ಕೆ ಕರೆದುಕೊಂಡು ಹೋಗಿದ್ದ. ಅವಳ ಪಕ್ಕವೇ ಊಟಕ್ಕೆ ಕುಳಿತುಕೊಂಡಿದ್ದ. ಅವಳ ಪಕ್ಕವೇ ಕಥೆ ಕೇಳುತ್ತಾ ಮಲಗಿಕೊಂಡಿದ್ದ. ಅಜ್ಜಿ ಊರಿಗೆ ಹೊರಡುವ ಹಿಂದಿನ ದಿನ ಸಂಜೆ ಮೆತ್ತಗೆ 'ಅಜ್ಜಿ' ಎಂದು ಕರೆದು "ನಾನೂ ಸಂಡೂರಿಗೆ ಬರ್ತೀನಿ..." ಅಂತ ರಾಗವೆಳೆದು ಮುದ್ದು ಮುದ್ದಾಗಿ ಬೇಡಿಕೆಯನ್ನು ಮುಂದಿಟ್ಟಿದ್ದ. ಅಜ್ಜಿ ಹಿಂದು-ಮುಂದು ಯೋಚಿಸದೆ "ಬೇಡಪ್ಪಾ ಬೇಡ. ನಿಮ್ಮಮ್ಮ ನಿನ್ನ ಬಿಟ್ಟಿರಂಗಿಲ್ಲ" ಅಂತ ಕಡ್ಡಿ ತುಂಡುಮಾಡಿದಂತೆ ಹೇಳಿಬಿಟ್ಟಿದ್ದರು. ಪುಟ್ಟನಿಗೆ ತಣ್ಣೀರೆರಚಿದಂತಾಗಿತ್ತು. ಆದರೂ ನಿರಾಶೆ ಹೊಂದದೆ ಮತ್ತೊಂದು ಕಲ್ಲು ಒಗೆದಿದ್ದ. "ನೀ ಹೇಳಿದ್ರೆ ಒಪ್ಗೊಳ್ತಾಳಜ್ಜಿ. ಅಷ್ಟಕ್ಕೂ ನಾನೀಗ ದೊಡ್ಡವನಾಗೀನಿ, ಎಂಟನೇ ಕ್ಲಾಸು ಗೊತ್ತಾ? ಹೈಸ್ಕೂಲ್ನಾಗೆ ಪ್ಯಾಂಟ್ ಹಾಕ್ಕೊಂಡೇ ಹೋಗ್ಬೇಕು, ಚಡ್ಡಿ ಹಾಕಂಗಿಲ್ಲ" ಎಂದು ಎದೆಯುಬ್ಬಿಸಿ ಹೇಳಿದ. "ಆಹಾಹಾ, ಬಾರೀ ಮೀಸೆ ಬಂದ ಗಂಡಸು ನೋಡು" ಅಂತ ಅವನಜ್ಜಿ ಗಲ್ಲವನ್ನು ಹಿಂಡಿ "ಕೇಳಿ ನೋಡ್ತೀನಪ್ಪ, ಗ್ಯಾರಂಟಿ ಇಲ್ಲ" ಅಂತ ಭರವಸೆಯನ್ನು ಕೊಟ್ಟಿದ್ದರು. ಅನಂತರ ಅರ್ಧ ಗಂಟೆಗೊಮ್ಮೆ ಅಜ್ಜಿಯ ಹತ್ತಿರ ಹೋಗಿ ಮೆತ್ತಗೆ "ಕೇಳಿದೇನಜ್ಜಿ" ಎಂದು ಎಚ್ಚರಿಸಿದ್ದ. ಅಜ್ಜಿ ರೋಸಿ ಹೋಗಿ, "ನೀ ಸ್ವಲ್ಪ ಸುಮ್ನಿರ್ತೀಯ, ನಾನೆಲ್ಲಾ ಕೇಳ್ತೀನಿ" ಎಂದು ಗದರಿಸಿದ್ದರು.

ರಾತ್ರಿ ಊಟಕ್ಕೆ ಕೂಡುವ ಸಮಯದಲ್ಲಿ ಅಜ್ಜಿ ವಿಷಯವನ್ನು ಪ್ರಸ್ತಾಪಿಸಿದಾಗ ಪುಟ್ಟನ ಅಮ್ಮ ಖಡಾಖಂಡಿತವಾಗಿ "ನಾನು ಜೊತೆಗಿಲ್ಲದೆ ಅವನು ಎಲ್ಲಿಗೂ ಹೋಗಂಗಿಲ್ಲ" ಎಂದು ನಿರಾಕರಿಸಿಬಿಟ್ಟರು. ಪುಟ್ಟ ಊಟ ಮಾಡಂಗಿಲ್ಲ ಅಂತ ಉಪವಾಸ ಸತ್ಯಾಗ್ರಹ ಮಾಡಿದ. ಅವನ ಅಪ್ಪನೂ "ಇರ್ಲಿ ಕಳಿಸಿಕೊಡೆ, ಸಂಡೂರೇನು ಮಹಾದೂರ? ಒಂದು ತಾಸಿನ ಹಾದಿ" ಎಂದರು. ಅಜ್ಜಿಯೂ "ಮುಂದಿನ ವಾರಾನೇ ಕುಮಾರಸ್ವಾಮಿ ಜಾತ್ರೆ. ಗಂಡು ಹುಡುಗ, ದೇವರ ದರ್ಶನ ಮಾಡ್ತಾನೇಳು" ಅಂತ ಹೊಸದೊಂದು ಪಾಯಿಂಟ್ ಹಾಕಿದರು. ಪುಟ್ಟನ ಗೆಳೆಯನ ತಾಯಿಯೊಬ್ಬರು ರಾತ್ರಿ ಹಾಲಿಗೆ ಹೆಪ್ಪು ಕೇಳಲು ಬಂದವರು, "ನಮ್ಮ ರಾಜುನ್ನ ಬೊಂಬಾಯಿಗೇ ಕಳುಸೀವಿ, ಸಂಡೂರಿಗೆ ಕಳುಸ್ಲಿಕ್ಕೆ ಯಾಕ್ರಿ ಅಂಜಿಕಿ? ರಜಾ ಅವೆ. ಹುಡುಗ ನಾಲ್ಕು ದಿನ ಆಡ್ಕೊಂಡು ಬರ್ಲೇಳ್ರಿ" ಎಂದು ಹೇಳಿದರು. ಅಂತೂ ಒಲ್ಲದ ಮನಸ್ಸಿನಿಂದ ಪುಟ್ಟನ ಅಮ್ಮ ಒಪ್ಪಿಕೊಂಡಿದ್ದರು.

ಬಸ್ಸು ಬಳ್ಳಾರಿಯಿಂದ ದೂರ ದೂರ ಹೋದಂತೆಲ್ಲಾ ಪುಟ್ಟನಿಗೆ ಯಾವುದೋ ರಾಕ್ಷಸ ಗುಹೆಯಿಂದ ತಪ್ಪಿಸಿಕೊಂಡು ಬಂದಂತೆ ಖುಷಿಯಾಗುತ್ತಿತ್ತು. ಭರ್ರನೆ ಕಿಟಕಿಯಿಂದ ಒಳ ನುಗ್ಗಿದ ಗಾಳಿ ಅವನ ತಲೆಯ ಕೂದಲನ್ನೆಲ್ಲಾ ಹಾರಾಡಿಸಿದಾಗ ತಾನೊಬ್ಬ ಸಿನಿಮಾ ನಟನೆಂದು ಅನ್ನಿಸಿತು. ಬಳ್ಳಾರಿಯ ಜಾಲಿಯ ಮರಗಳು ಸಂಡೂರಿನ ಬಸ್ಸಿನ ವೇಗಕ್ಕೆ ಓಡಲಾರದೆ ಹಿಂದೆ

ಹಿಂದೆ ಬೀಳತೊಡಗಿದವು. ಪುಟ್ಟ ಕುಳಿತಲ್ಲಿಯೇ ಯಾವುದೋ ಹಾಡನ್ನು ಗುನುಗುಟ್ಟುತ್ತಾ ಕುಣಿಯಲಾರಂಭಿಸಿದ.

ಅಪರೂಪಕ್ಕೆ ಬಸ್ಸು ಖಾಲಿಯಿತ್ತು. ಪುಟ್ಟ ಡ್ರೈವರ್ ಬಳಿ ಹೋದ. ಅಂತಹ ದೊಡ್ಡ ಬಸ್ಸನ್ನು ಒಂದು ಕೈಯಿಂದ ಸಿಗರೇಟು ಸೇದುತ್ತಾ, ಮತ್ತೊಂದು ಕೈಯಿಂದ ಮಾತ್ರ ಸ್ಟೇರಿಂಗ್ ಹಿಡಿದು ನಡೆಸುವ ಡ್ರೈವರ್ ಮಹಾನ್ ವ್ಯಕ್ತಿಯಂತೆ ಕಾಣುತ್ತಿದ್ದ. ಪುಟ್ಟನಿಗೆ ಅವನನ್ನು ಮುಟ್ಟಬೇಕೆಂಬ ಆಸೆಯಾಯ್ತು. ಮೆತ್ತಗೆ ತನ್ನ ಪುಟ್ಟ ಕೈಯಿಂದ ಅವನನ್ನು ಮುಟ್ಟಿದ. ಡ್ರೈವರ್ "ಏನೋ ಮರಿ" ಅಂತ ಸ್ವಲ್ಪ ಗಟ್ಟಿ ಧ್ವನಿಯಲ್ಲಿ ಕೇಳಿ ಕಣ್ಣು ಹೊಡೆದ. ಇವನಿಗೆ ಹೆದರಿಕೆಯಾಗಿ ಹಿಂದಕ್ಕೆ ಬಂದು ತನ್ನ ಸೀಟಿನಲ್ಲಿ ಕುಳಿತುಬಿಟ್ಟ. ಡ್ರೈವರ್ ಮೇಲೆ ಕೋಪ ಬಂತು. ತನ್ನನ್ನೇನು ಹೆಣ್ಣು ಹುಡುಗಿ ಅಂತ ತಿಳ್ಕೊಂಡಾನಾ, ಕಣ್ಣು ಹೊಡಿತಾನೆ. ಕೈಯಲ್ಲಿ ಪಿಸ್ತೂಲ್ ಇದ್ದಿದ್ರೆ ಶೂಟ್ ಮಾಡಿ ಬಿಡ್ತಿದ್ದೆ ಅಂತ ಮನಸ್ಸಿನಲ್ಲಿಯೇ ಬೈದುಕೊಂಡ.

ಅಜ್ಜಿ ಸಂಡೂರಿಗೆ ಒಂದೂವರೆ ಟಿಕೆಟ್ ತೆಗೆದುಕೊಂಡಾಗ ಕಂಡಕ್ಟರ್ "ಈ ಹುಡುಗಂಗೆ ಇನ್ನೂ ಹದಿಮೂರು ವರ್ಷ ಆಗಿಲ್ಲೇನಜ್ಜಿ?" ಎಂದು ಕೇಳಿದಾಗ ಪುಟ್ಟ "ಓ, ಆಯ್ತು. ಹೋದ್ವಾರಾನೇ ನನ್ನ ಹುಟ್ಟಿದ ಹಬ್ಬ ಆಯ್ತು" ಅಂತ ಹೇಳಿಬಿಟ್ಟ. ಬಸ್ಸಿನಲ್ಲಿದ್ದವರೆಲ್ಲಾ ಅವನ ಮಾತಿಗೆ ನಕ್ಕುಬಿಟ್ಟಾಗ ಹಾಗನ್ನಬಾರದಿತ್ತೇನೋ ಅಂತ ಗಲಿಬಿಲಿಯಾಯ್ತು. ಅಜ್ಜಿ ಬೇರೆ ದಾರಿಯಿಲ್ಲದೆ ಅವನಿಗೂ ಫುಲ್ ಟಿಕೆಟ್ ತೆಗೆದುಕೊಂಡು "ತಲೆಹರಟೆ ರಂಡೆಗಂಡ, ನಿನ್ನನ್ಯಾರೋ ವಯಸ್ಸು ಕೇಳಿದ್ದು" ಅಂತ ತಲೆಗೊಂದು ಮೊಟಕಿದರು.

'ಕುಡುತಿನಿ' ಬಂದಾಗ "ಸೋಡಾ, ಸೋಡಾ" ಎನ್ನುತ್ತಾ ಸೋಡಾ ಮಾರುವ ಹುಡುಗರು ಕೂಗಲಾರಂಭಿಸಿದರು. ಸೋಡಾ ಬಾಟಲಿನಲ್ಲಿನ ನೀಲಿಗೋಲಿ ಪುಟ್ಟನಿಗೆ ಸುಂದರವಾಗಿ ಕಂಡಿತು. "ಅಜ್ಜಿ, ಸೋಡಾ" ಅಂತ ಕೇಳಿದ್ದಕ್ಕೆ ಅಜ್ಜಿ "ತೊಗೋ..." ಅಂತ 50 ಪೈಸೆ ಕೊಟ್ಟುಬಿಟ್ಟರು! ಬರೀ ಬಿಳಿಬಣ್ಣದ ಸೋಡಾ ಯಾವುದೇ ರೀತಿಯಿಂದಲೂ ಆಕರ್ಷಕವಾಗಿ ಕಾಣಲಿಲ್ಲವಾದ್ದರಿಂದ ಕೆಂಪು ಬಣ್ಣದ ಸೋಡಾ ತೆಗೆದುಕೊಂಡ. ಸೋಡಾ ಕುಡಿದಾದ ಮೇಲೆ ಅದರಲ್ಲಿನ ಗೋಲಿಯನ್ನು ಹೊರ ತೆಗೆಯಲು ಪ್ರಯತ್ನಪಟ್ಟ, ಸಾಧ್ಯವಾಗಲಿಲ್ಲ. ಅಷ್ಟರಲ್ಲಿಯೇ ಅವನಿಗಿಂತಲೂ ಚಿಕ್ಕ ವಯಸ್ಸಿನ ಸೋಡಾ ಮಾರುವ ಹುಡುಗ ಬಾಟಲಿಯನ್ನು ಹಿಂದಕ್ಕೆ ತೆಗೆದುಕೊಂಡು ಹಣಕ್ಕಾಗಿ ಕೈ ಚಾಚಿದ. ಪುಟ್ಟಗೆ ಅವನು ತನಗಿಂತ ಚಿಕ್ಕವನಿದ್ದಾನೆಂಬ ಧೈರ್ಯ ಮೂಡಿ "50 ಪೈಸೆ ಸೋಡಾಕ್ಕೆ ದುಬಾರಿಯಾಯ್ತು" ಅಂತ ಹೇಳಿದ್ದಕ್ಕೆ ಆ ಹುಡುಗ, "ಹಂಗಾರೆ 45 ಪೈಸೆ ಕೊಡು" ಅಂತ ಹೇಳಿ 5 ಪೈಸೆ ವಾಪಾಸ್ ಕೊಟ್ಟುಬಿಟ್ಟ! ಪುಟ್ಟನಿಗೆ ಮೈ ಜುಂ ಅಂತು. ಅವನ ಜೀವನದಲ್ಲಿ ಇದು ಪ್ರಪ್ರಥಮ ವ್ಯಾಪಾರವಾಗಿತ್ತು. ಅದೂ ಐದು ಪೈಸೆ ಲಾಭ! ಮತ್ತೆ ಬಳ್ಳಾರಿಗೆ ವಾಪಾಸ್ಸಾಗುವಾಗ 40 ಪೈಸೆಗೆ ಚೌಕಾಸಿ ಮಾಡಿ ಸೋಡಾ ಕುಡಿಯಬೇಕೆಂದು ನಿಶ್ಚಯಿಸಿದ.

ತಾರಾನಗರ ದಾಟಿದ ಮೇಲೆ 'ನಾರಿಹಳ್ಳ' ಬಂತು. ಎಲ್ಲೆಲ್ಲೂ ನೀರು! ಪುಟ್ಟ ಬಿಟ್ಟ ಕಣ್ಣಿಂದ ನೋಡಿದ. ನೀರಿನ ಮಧ್ಯದಲ್ಲಿನ ಚಿಕ್ಕ ಚಿಕ್ಕ ಗುಡ್ಡಗಳು ಸ್ನಾನ ಮಾಡುತ್ತಿರುವ ರಾಕ್ಷಸನ ತಲೆಯಂತೆ ಕಾಣುತ್ತಿದ್ದವು. ನೀರು ಗುಡ್ಡಕ್ಕೆ ಹೊಡೆದಾಗ ಅದು ಹೆದರಿಕೊಂಡು ಎರಡು ಭಾಗವಾಗಿ ಆಚೆ ಈಚೆ

ಸರಿದಾಗ ಅದರ ಮಧ್ಯದಿಂದ ನೀರು ರಾಜಾರೋಷವಾಗಿ ನುಗ್ಗಿಕೊಂಡು ಬಂದಿತ್ತು. "ಸಮುದ್ರ ಏನಜ್ಜಿ?" ಎಂದು ಕೇಳಿದ. "ಥೂ ನಿನ್ನ, ಹಳ್ಳಾನೋ" ಎಂದ ಅಜ್ಜಿ "ಬಳ್ಳಾರಿ ಹುಡುಗರಿಗೆ ಸಮುದ್ರ ಅಂದ್ರೆ ಹೆಂಗೆ ಗೊತ್ತಾಗ್ಬೇಕು" ಅಂತ ಪಕ್ಕದ ಹೆಂಗಸಿಗೆ ಹೇಳಿದರು. ಹಳ್ಳದ ದಂಡೆಯ ಮೇಲಿದ್ದ ಗಂಡಿ ಹನುಮಪ್ಪನ ಗುಡಿ ಕಂಡಾಗ ಅಜ್ಜಿ ಕೈ ಮುಗಿದು, ಪುಟ್ಟನಿಗೂ ಕೈ ಮುಗಿಯಲು ಹೇಳಿದರು. ಅವನ ಅನ್ನಮುಹೂರ್ತವನ್ನು ಅಲ್ಲಿಯೇ ಮಾಡಿದ್ದು ಎಂದು ಹೇಳಿದಾಗ ಪುಟ್ಟ ತಿರುತಿರುಗಿ ಆ ದೇವಸ್ಥಾನವನ್ನು ನೋಡಿದ.

ಮನೆಗೆ ಬಂದ ತಕ್ಷಣ ಪುಟ್ಟ ಹಿತ್ತಲಿನ ಬಾವಿಯನ್ನು ನೋಡಲು ಓಡಿದ. ಅಜ್ಜಿ "ಬಾವಿ ಹತ್ತಿರ ಹೋದರೆ ನಿಮ್ಮಮ್ಮ ಬೈಯ್ತಾಳೋ" ಎನ್ನುತ್ತಲೇ ಅವನ ಹಿಂದೆ ಬಂದರಾದರೂ ಅವರೂ ಅವನ ಜೊತೆಯಲ್ಲಿ ಬಾವಿ ನೋಡಲಾರಂಭಿಸಿದರು. ಹತ್ತಾಳುದ್ದದ ಆಳವಾದ ಬಾವಿ. ಸದ್ದು ಮಾಡಬೇಡವೆಂದು ಪುಟ್ಟನಿಗೆ ಹೇಳಿ "ಕೂರ್ಮ" ಎಂದು ಮೆತ್ತಗೆ ಕೂಗಿದರು. ಆಮೆಯೊಂದು ನೀರಿನಾಳದಿಂದ ಮೇಲಕ್ಕೆ ಬಂದು ತೇಲಲಾರಂಭಿಸಿತು. ಪುಟ್ಟನಿಗೆ ಕಣ್ಣಲ್ಲಿ ನೀರು ಬರುವಷ್ಟು ಖುಷಿಯಾಯ್ತು. ಪುಟ್ಟ ಕೂಡಾ "ಕೂರ್ಮ" ಅಂದ. ತಕ್ಷಣ ಹೆದರಿಕೊಂಡ ಆಮೆ ನೀರಿನೊಳಕ್ಕೆ ಮಾಯವಾಯಿತು. ಅಜ್ಜಿ "ನಿನ್ನ ಧ್ವನಿ ಅದಕ್ಕೆ ಹೊಸದು. ಒಂದೆರಡು ದಿನಕ್ಕೆ ಅಭ್ಯಾಸವಾದ ಮೇಲೆ ನಿನ್ನ ಮಾತು ಕೇಳುತ್ತೆ" ಎಂದು ಹೇಳಿದರು. ಪುಟ್ಟ ಊರಿಗೆ ಹೋಗುವುದರೊಳಗೆ ಕೂರ್ಮ ತನ್ನ ಮಾತನ್ನು ಕೇಳುವಂತೆ ಮಾಡಬೇಕೆಂದು ನಿರ್ಧರಿಸಿದ. ಬಾವಿಯ ಪಕ್ಕದಲ್ಲಿದ್ದ ದಾಳಿಂಬೆ ಗಿಡದಲ್ಲಿ ಬಿಟ್ಟಿದ್ದ ಕಾಯನ್ನು ತೋರಿಸಿದ ಅಜ್ಜಿ, ಅದು ಆ ಗಿಡದಲ್ಲಿ ಬಿಡುತ್ತಿರುವ ಮೊದಲ ಕಾಯಿಯೆಂದೂ, ಇನ್ನೆರಡು ದಿನದಲ್ಲಿ ಅದು ಹಣ್ಣಾಗುತ್ತದೆಂದೂ, ಅದನ್ನು ಪುಟ್ಟನಿಗಾಗಿಯೇ ಕಾಯ್ದಿರಿಸಿರುವುದಾಗಿಯೂ ಹೇಳಿದರು. ಪುಟ್ಟ ನಾಳೆಯಿಂದ ಅಜ್ಜನ ಪೂಜೆಗೆ ತುಳಸಿ ಮತ್ತು ಮಲ್ಲಿಗೆ ಬಳ್ಳಿಯಿಂದ ಹೂವನ್ನು ತಾನೇ ಹರಿಯುವುದಾಗಿ ಅಜ್ಜಿಯನ್ನು ಒಪ್ಪಿಸಿದ.

ಅಷ್ಟರಲ್ಲಿ ಮನೆ ಕೆಲಸದಾಳು ಅಂಬಮ್ಮ ಹಾಗೂ ಅವಳ ಮಗ ತಾಯಣ್ಣ ಬಂದರು. "ಚಿಕ್ಕ ಸ್ವಾಮೇರು ಬಂದಾರೆ" ಎಂದು ಅಂಬಮ್ಮ ಅವನ ಗಲ್ಲವನ್ನು ಸವರಿ ಲಟಿಗೆ ಮುರಿದು "ಬೋ ಬೆಳ್ದುಬಿಟ್ಟಾರೆ" ಎಂದಳು. ಪುಟ್ಟ ಅವಳೆಷ್ಟು ಒಳ್ಳೆಯವಳು ಅಂದುಕೊಂಡ. ಅಜ್ಜಿ "ನಿನ್ನ ಮಗ ತಾಯಣ್ಣಂದೇ ವಯಸ್ಸಲ್ಲೇನೆ? ಇವನು ಎರಡು ತಿಂಗಳು ದೊಡ್ಡವನು, ಅಷ್ಟೆ" ಎಂದರು. ಅಜ್ಜಿ ತಾಯಣ್ಣನಿಗೆ ಬಳ್ಳಾರಿಯಿಂದ ತಂದಿದ್ದ ಪುಟ್ಟನ ಹಳೆಯ ಅಂಗಿ ಬಟ್ಟೆಗಳನ್ನು ಕೊಟ್ಟರು. ತಾಯಣ್ಣನಿಗೆ ಖುಷಿಯಾಯಿತಾದರೂ, ಪುಟ್ಟನ ಮುಂದೇ ಅಜ್ಜಿ ಅವನ ಬಟ್ಟೆಗಳನ್ನು ತನಗೆ ಕೊಡಬಾರದಿತ್ತೆಂದೆನಿಸಿತು.

ಅಜ್ಜಿ–ಅಂಬಮ್ಮ ಏನೇನೋ ವಿಷಯಗಳನ್ನು ಮಾತನಾಡಲಾರಂಭಿಸಿದಾಗ ಪುಟ್ಟನಿಗೆ ಬೇಜಾರಾಯಿತು. "ಅಜ್ಜಿ ಕೋತಿ ನೋಡ್ಲಿಕ್ಕೆ ಹೋಗ್ತೀನಿ" ಅಂದ. ಅಜ್ಜಿ "ನೀನೊಬ್ನೇ ಹೋಗ್ಬೇಡ. ತಾಯಣ್ಣನನ್ನು ಜೊತೆಯಲ್ಲಿ ಕರೆದುಕೊಂಡು ಹೋಗು" ಎಂದು ಹೇಳಿದರು. ಬರಿಗೈಲಿ ಕೋತಿನ್ನ ನೋಡೋದಕ್ಕೆ ಹೋಗೋದಾದರೂ ಹೇಗೆ? "ಏನಾದ್ರೂ ಕೊಡಜ್ಜಿ" ಅಂದ. ಅಜ್ಜಿ ಕೋತಿಗಳಿಗಾಗಿ ಶೇಂಗಾವನ್ನೂ, ಪುಟ್ಟನಿಗೆ ತಿನ್ನಲು ಒಂದೆರಡು ಸಜ್ಜಿಗೆ ಉಂಡೆ ಹಾಗೂ ಕೋಡುಬಳೆಗಳನ್ನು ಕೊಟ್ಟರು. ಪುಟ್ಟ ತಾಯಣ್ಣನೊಡನೆ ಬೇವಿನ ಮರದ ಕಡೆಗೆ ಓಡಲಾರಂಭಿಸಿದ.

ಅರ್ಧ ದಾರಿ ಹೋಗುವುದರೊಳಗೆ ತಾಯಣ್ಣನ ಮನೆ ಬಂತು. "ಒಂದ್ ರವಷ್ಟು ತಡ್ಕಾ, ಈಗ ಬರ್ತೀನಿ" ಅಂತ ತಾಯಣ್ಣ ತನ್ನ ಮನೆಯೊಳಗೆ ಓಡಿದ. ತಾಯಣ್ಣನಿಗೆ ಪುಟ್ಟನ ಗರಿಮುರಿಯಾದ ಅಂಗಿ-ಚಡ್ಡಿಗಳನ್ನು ನೋಡಿದ ಮೇಲೆ ತನ್ನ ಹರಕು ಬನಿಯನ್ನು, ಕೊಳಕು ಚಡ್ಡಿ ತುಂಬಾ ಹೀನಾಯವಾಗಿ ಕಾಣಲಾರಂಭಿಸಿತು. ತನ್ನಮ್ಮ ಕೊಡಿಸಿದ್ದ ಹೊಸ ಅಂಗಿಯನ್ನು ಹಾಕಿಕೊಂಡು ಬಂದ. ಗಟ್ಟಿ ಹಳದಿ ಬಣ್ಣದ ಅಂಗಿಯಲ್ಲಿ, ಕೆಂಪು, ನೀಲಿ, ಹಸಿರು ಬಣ್ಣದ ಅಂಗೈಯಗಲದ ಹೂಗಳಿದ್ದು ಪೀರ್ಲು ಹಬ್ಬದ ಹುಲಿಯನ್ನು ಜ್ಞಾಪಿಸುತ್ತಿತ್ತು. ಆ ಅಂಗಿಗೆ ಎರಡು ಜೋಬುಗಳಿದ್ದವು.

ಪುಟ್ಟನಿಗೆ ತಾಯಣ್ಣನ ಅಂಗಿ ತುಂಬಾ ಚೆನ್ನಾಗಿದೆಯೆನ್ನಿಸಿತು. ತಾಯಣ್ಣ ಆ ಅಂಗಿಯನ್ನು ಪೀರ್ಲು ಹಬ್ಬಕ್ಕೆ ಅವನಮ್ಮ ಕೊಟ್ಟ 20 ರೂಪಾಯಿಗೆ ತಾನೇ ಸಂತೆಯಲ್ಲಿ ತಂದಿದ್ದೆಂದು ಹೇಳಿದಾಗ ಪುಟ್ಟನಿಗೆ ತುಂಬಾ ಆಶ್ಚರ್ಯವಾಯ್ತು. ಪುಟ್ಟ ಎಂದೂ ತನ್ನ ಬಟ್ಟೆಗಳನ್ನು ಆಯ್ಕೆ ಮಾಡುವಂತಿರಲಿಲ್ಲ. ಅವನು ಆಯ್ಕೆ ಮಾಡುವ ಬಟ್ಟೆಗಳು ಗಂಭೀರವಾಗಿರುವುದಿಲ್ಲವೆಂದು ಅವನಮ್ಮನೇ ಎಲ್ಲಾ ಬಟ್ಟೆಗಳನ್ನು ಅಂಗಡಿಗೆ ಹೋಗಿ ತಂದುಬಿಡುತ್ತಿದ್ದರು. ಪುಟ್ಟನೊಬ್ಬನಿಗೇ ಅಲ್ಲ, ಅವರಪ್ಪನಿಗೂ ಅವರೇ ಬಟ್ಟೆ ತರುತ್ತಿದ್ದರು. ಪುಟ್ಟನಿಗೆ ತಾಯಣ್ಣ ತುಂಬಾ ಅದೃಷ್ಟವಂತ ಎಂದು ಅಸೂಯೆಯಾಯ್ತು. ಈ ವಾರದ ಸಂತೆಯಲ್ಲಿ ಅಜ್ಜಿಯನ್ನು ಕೇಳಿ ತಾನೂ ಅಂತಹುದೇ ಒಂದು ಅಂಗಿಯನ್ನು ಕೊಳ್ಳಬೇಕೆಂದುಕೊಂಡ. ಹೇಗೂ ಬೇಡ ಅನ್ನಲು ಅಮ್ಮ ಇಲ್ಲ.

ಹಳೆಯ ಪಾಳು ಬಿದ್ದ ಪೊಲೀಸ್ ಠಾಣೆಯಲ್ಲಿ ಒಂದು ದೊಡ್ಡ ಬೇವಿನ ಮರವಿದೆ. ಇದರಲ್ಲಿ ನೂರಾರು ಕೋತಿಗಳು ಸಂಸಾರ ಮಾಡಿಕೊಂಡಿವೆ. ಯಾರೋ ಪುಣ್ಯಾತ್ಮರು ಹಂಪಿಯಲ್ಲಿ ಪ್ರವಾಸಿಗರಿಗೆ ಈ ಕೋತಿಗಳು ತುಂಬಾ ತೊಂದರೆ ಕೊಡುತ್ತವೆಂದು ರಾತ್ರೋರಾತ್ರಿ ಸಂಡೂರಿಗೆ ತಂದು ಬಿಟ್ಟಿದ್ದರು. ತಮ್ಮ ಕಪಿಚೇಷ್ಟೆಗಳಿಂದ ಮಕ್ಕಳಿಗೆ ಸ್ನೇಹಿತರಾಗಿಯೂ, ಹಿರಿಯರ ಸಿಟ್ಟಿಗೆ ಮೂಲವಾಗಿಯೂ ಇವು ಅಲ್ಲಿ ಬೀಡುಬಿಟ್ಟಿವೆ. ಊರ ಹೆಂಗಸರು ಮಾಳಿಗೆ ಮೇಲೆ ಹರವಿದ ಹಪ್ಪಳ ಸಂಡಿಗೆಗಳನ್ನು ತಿಂದೋ, ಊರ ಜನ ನೀರು ಹಾಕಿ ಬೆಳೆಸಿದ ಗಿಡದಲ್ಲಿನ ಹಣ್ಣುಗಳನ್ನು ಭಕ್ಷಿಸಿಯೋ, ತರಕಾರಿ ಮಾರುವವರು ಕೊಟ್ಟ ಕೊಳೆತ ತರಕಾರಿಗಳನ್ನು ತಿಂದೋ ಜೀವನ ಸಾಗಿಸುತ್ತವೆ.

ಸಣ್ಣ ಕೋತಿ ಮರಿಯೊಂದು ಮರದ ಟೊಂಗೆಗೆ ನೇತಾಡುತ್ತಿತ್ತು. ಅದರ ಮುಖ ಆಲೂಗಡ್ಡೆಯಷ್ಟು ಚಿಕ್ಕದಾಗಿತ್ತು. ಪುಟಾಣಿ ಕವಡೆಗಳಂತಿದ್ದ ಅದರ ಕಿವಿಗಳು, ಚಿಕ್ಕ ಬಾಲ, ಜೋಳದ ಹಣ್ಣಿನಂತೆ ಪಿಳಿ ಪಿಳಿ ಬಿಡುವ ಕಣ್ಣುಗಳನ್ನು ನೋಡಿದ ಪುಟ್ಟನಿಗೆ ಅದನ್ನು ಮುದ್ದು ಮಾಡಬೇಕೆನ್ನಿಸಿತು. ಅದಕ್ಕೆ ಹತ್ತಿರದಲ್ಲಿ ಒಂದೆರಡು ಶೇಂಗಾ ಒಗೆದ. ಆದರೆ ಅದು ತೆಗೆದುಕೊಳ್ಳುವುದಕ್ಕೆ ಮುಂಚೆಯೇ ದೊಡ್ಡ ಕೋತಿಯೊಂದು ಎಲ್ಲಿಂದಲೋ ನೆಗೆದು ಬಂದು ಅದನ್ನು 'ಗಪ್' ಎಂದು ತಿಂದುಬಿಟ್ಟಿತು. ಮತ್ತೆರಡು ಶೇಂಗಾ ಒಗೆದ, ಅದನ್ನೂ ದೊಡ್ಡ ಕೋತಿ ತಿಂದುಬಿಟ್ಟಿತು. ಪುಟ್ಟನಿಗೆ ಸಿಟ್ಟು ಬಂತು. "ನಿಂಗಲ್ಲ ಹೋಗೋ, ಸಣ್ಣ ಕೋತಿಗೊಂದೇ ನಾನು ಶೇಂಗಾ ಕೊಡೋದು. ಹೋಗಾಚೆ" ಎಂದು ದೊಡ್ಡ ಕೋತಿಗೆ ಗದರಿಸಿ ಹೇಳಿದ. ಅದು 'ಗುರ್' ಎಂದಿತು. 'ಹಂಗಾರೆ ನಾ ಶೇಂಗಾನೇ ಒಗೆಯಂಗಿಲ್ಲ' ಅಂತ ಎಲ್ಲಾ ಶೇಂಗಾವನ್ನು ಜೋಬಿನಲ್ಲಿ ತುರುಕಿದ. ದೊಡ್ಡ ಕೋತಿಗೆ ಗೊತ್ತಾಗುವುದಿಲ್ಲವೆ? ಅದು ಪುಟ್ಟನ ಬಳಿಯೇ ಬರಲಾರಂಭಿಸಿತು. ಪುಟ್ಟನಿಗೆ ಜೀವ ಹೋದಷ್ಟು ಭಯವಾಗಿ "ಅಮ್ಮಾ.."

ಎಂದು ಕಿರುಚಿದ. ಆದರೆ ಅಷ್ಟರಲ್ಲಿಯೇ ಅಲ್ಲೇ ನಿಂತಿದ್ದ ತಾಯಣ್ಣ ಜೇಬಿನಿಂದ ಕ್ಯಾಟರ್‌ಬಿಲ್ಲನ್ನು ತೆಗೆದು ಕಲ್ಲನ್ನು ಕೋತಿಗೆ ಗುರಿಯಿಟ್ಟು ಹೊಡೆದ. ಕೋತಿಗಳು ಕ್ಯಾಟರಬಿಲ್ಲನ್ನು ನೋಡಿದ್ದೇ 'ಕೀಚ್' 'ಕೀಚ್' ಎಂದು ಸದ್ದು ಮಾಡುತ್ತಾ ಓಡಿ ಹೋದವು. ಪುಟ್ಟ ಗಡ ಗಡ ನಡುಗುತ್ತಾ ತಾಯಣ್ಣನ ಹಿಂದೆ ಬಚ್ಚಿಟ್ಟುಕೊಂಡ. "ಏನೂ ಆಗಾಕಿಲ್ಲ, ಹೆದರ್ಕಾಬ್ಯಾಡ. ಕ್ಯಾಟರ್‌ಬಿಲ್ ಇದ್ರೆ ಮಂಗಣ್ಣ ಹತ್ತಿರ ಬರಾಕಿಲ್ಲ" ಎಂದು ತಾಯಣ್ಣ ಧೈರ್ಯ ಹೇಳಿದ. ಪುಟ್ಟನಿಗೆ ತಾಯಣ್ಣ ತುಂಬಾ ಶಕ್ತಿವಂತನಂತೆ ಕಂಡುಬಂದ. ಅವನು ಹತ್ತಿರವಿಲ್ಲದಿದ್ದರೆ ಕೋತಿ ತನ್ನೇನು ಮಾಡ್ಬಿಡ್ತಿತ್ತೋ? ತನ್ನನ್ನು ರಕ್ಷಿಸಿದ ಅವನಿಗೆ ತಾನೂ ಏನಾದರೂ ಸಹಾಯ ಮಾಡಬೇಕೆನ್ನಿಸಿತು. ಅಜ್ಜಿ ಕೊಟ್ಟ ಸಜ್ಜಿಗೆ ಉಂಡಿ, ಕೋಡುಬಳೆಯಲ್ಲಿ ಚೂರು ಅವನಿಗೂ ಕೊಟ್ಟ. ತಾಯಣ್ಣ ಖುಷಿಯಿಂದ ಗಪಗಪನೆ ತಿಂದುಬಿಟ್ಟ. ಅವನ ಜೋಬಿನಿಂದ ಇಣುಕಿ ಹಾಕುತ್ತಿದ್ದ ಕ್ಯಾಟರ್‌ಬಿಲ್ ಮಹಾ ಆಯುಧದಂತೆ ಪುಟ್ಟನಿಗೆ ಗೋಚರಿಸಿತು. ತಾನೂ ಅಂತಹದೊಂದು ಆಯುಧವನ್ನು ಮಾಡಿಕೊಳ್ಳಲೇಬೇಕು. ಆಗ ಕೋತಿಗಳು ತನ್ನನ್ನೇನೂ ಮಾಡಲಾರವು ಎಂದೆನ್ನಿಸಿಬಿಟ್ಟಿತು.

"ಕ್ಯಾಟರ್‌ಬಿಲ್ ಎಲ್ಲಿ ಸಿಕ್ತಾವೆ?"

"ನಾನೇ ಮಾಡ್ಕಂಡಿದ್ದು"

"ನಂಗೂ ಒಂದು ಮಾಡ್ಕೊಡ್ತೀಯಾ?"

"ಹೂಂ. ಆದ್ರೆ ನಿನ್ನ ತಾವ ಕವಲು ಕಟಿಗಿ ಐತಾ?"

"ಅದೆಲ್ಲಿ ಸಿಗ್ತದೆ?"

"ನರಸಿಂಹಸ್ವಾಮಿ ಗುಡಿತಾವ"

"ಹಂಗಾರೆ ಅಲ್ಲಿಗ್ಹೋಗೋಣ್ವಾ?" ಪುಟ್ಟ ಆಸೆಯಿಂದ ಕೇಳಿದ.

ತಾಯಣ್ಣ ಅನುಮಾನಿಸಿದ. ಊರಿಂದ ನಾಲ್ಕು ಮೈಲಿ ದೂರ. ಆದರೂ ಪುಟ್ಟ ಉಂಡಿ, ಕೋಡುಬಳೆ ಕೊಟ್ಟಿದ್ದಾನೆ. ಇಲ್ಲ ಅನ್ನೋಕಾಗುತ್ತದೆಯೆ?

"ಹೂಂ, ಆದರೆ ದೂರ ಐತೆ"

"ಬಡಾನ ಬರೋಣ" ಪುಟ್ಟನಿಗೆ ಹುರುಪು.

"ನಿನ್ತಾವ ರೊಕ್ಕ ಅದಾವ?" ತಾಯಣ್ಣ ಅನುಮಾನಿಸುತ್ತಲೇ ಕೇಳಿದ.

"ಯಾಕೆ?"

"ಸೈಕಲ್‌ನಾಗೆ ಹೋಗ್ಬೋದು"

"ನಂಗೆ ಸೈಕಲ್ ಹೊಡೀಲಿಕ್ಕೆ ಬರಂಗಿಲ್ಲ"

"ನಂಗೆ ಬರ್ತದೆ. ಡಬ್ಬಲ್‌ನಾಗೇ ಹೋಗೋಣ"

ಪುಟ್ಟ ಒಪ್ಪಿಕೊಂಡ. ಇಸ್ಮಾಯಿಲ್ ಅಂಗಡಿಯಲ್ಲಿ ಬಾಡಿಗೆಗೆ ಸೈಕಲ್ ತೆಗೆದುಕೊಳ್ಳುವಾಗ ಪುಟ್ಟನಿಗೆ ತಾನು ಚೌಕಾಸಿ ಮಾಡಿ ತಾಯಣ್ಣನಿಗೆ ತೋರಿಸಿಕೊಡಬೇಕೆಂದೆನಿಸಿತು. ಮತ್ತೊಮ್ಮೆ "ತುಂಬಾ ದುಬಾರಿಯಾಯ್ತಲ್ರೀ" ಅಂದ. ಆದರೆ ಇಸ್ಮಾಯಿಲ್, "ನಮ್ಮ ಅಂಗಡೀನಾಗೆ ಎಲ್ಲಾ ಫಿಕ್ಸೆಡ್ ಪ್ರೈಜ್. ಚೌಕಾಸಿ ಮಾಡಂಗಿಲ್ಲ. ಬೇಕಿದ್ರೆ ತೊಗೊಳ್ರಿ, ಬೇಡಾದ್ರೆ ಬಿಡ್ರಿ" ಎಂದುಬಿಟ್ಟ.

ಪುಟ್ಟನಿಗೆ ದುಬಾರಿ ಎಂದು ಹೇಳಲೇಬಾರದಾಗಿತ್ತೆಂದೆನಿಸಿಬಿಟ್ಟಿತು. ಊರಲ್ಲಿರುವುದು ಒಂದೇ ಸೈಕಲ್ ಶಾಪಾದ್ದರಿಂದ ಬೇರೆ ಮಾತಾಡದೆ ಚಿಕ್ಕ ಸೈಕಲ್ಲೊಂದನ್ನು ತೆಗೆದುಕೊಂಡು ನರಸಿಂಹಸ್ವಾಮಿ ಗಾಡಿಯ ಕಡೆ ಡಬ್ಬಲ್‌ನಲ್ಲಿ ಹೊರಟರು.

ಪುಟ್ಟನನ್ನು ರಾಡ್ ಮೇಲೆ ಕೂಡಿಸಿಕೊಂಡು ತಾಯಣ್ಣ ಸೈಕಲ್ ತುಳಿಯಲಾರಂಭಿಸಿದ. ಪುಟ್ಟನಿಗೆ ಆಶ್ಚರ್ಯವಾಯ್ತು. ಮೈನ್ಸ್ ಲಾರಿಗಳು, ಕೆಂಪು ಬಸ್ಸುಗಳು ದೆವ್ವದಂತೆ ಎದುರಿಗೆ ಬರುತ್ತಿದ್ದರೂ ಅವನಿಗೆ ಹೆದರಿಕೆಯಾಗುವುದಿಲ್ಲವೆ?

"ನೀನೆಷ್ಟನೇ ಕ್ಲಾಸು?" ಪುಟ್ಟ ಅನುಮಾನ ಪರಿಹರಿಸಿಕೊಳ್ಳಲು ಕೇಳಿದ.

"ಎಂಟನೇ ಕ್ಲಾಸು, ನೀನು?" ತಾಯಣ್ಣ ಕೇಳಿದಾಗ ಪುಟ್ಟನಿಗೆ ತಾನೂ ಎಂಟನೇ ಕ್ಲಾಸೆಂದು ಹೇಳಿಕೊಳ್ಳಲು ಸಂಕೋಚವಾಯ್ತು. "ಆರನೇ ಕ್ಲಾಸು" ಎಂದು ಸುಳ್ಳು ಹೇಳಿದ.

ಧರ್ಮಾಪುರವನ್ನು ದಾಟುವುದರಲ್ಲಿ ತಾಯಣ್ಣನಿಗೆ ಆಯಾಸವಾಯ್ತು. ಆದರೆ ಹಾಗೆಂದು ಹೇಳದೆ ಸೈಕಲ್ ನಿಲ್ಲಿಸಿ "ಉಚ್ಚೆ ಹೊಯ್ಬೇಕು" ಎಂದು ಹುಣಸೇ ಮರದ ಹಿಂದೆ ಹೋದ. ಪುಟ್ಟನಿಗೆ ಏನೂ ಮಾಡಲು ತೋಚದ ಕಾರಣ "ನಾನೂ ಉಚ್ಚೆ ಹೊಯ್ತೀನಿ" ಅಂತ ಮರದ ಹಿಂದೋಡಿದ. ಮೈಕೈಯೆಲ್ಲಾ ಅಲ್ಲಾಡಿಸುತ್ತಾ, ತನ್ನ ಬುಲ್ಲಿಮರಿಯನ್ನು ಮೇಲೆ ಕೆಳಗೆ ಮಾಡುತ್ತಾ ತನ್ನ ಉಚ್ಚೆಯಿಂದ ವಿಚಿತ್ರ ಚಿತ್ರವನ್ನು ಭೂಮಿಯ ಮೇಲೆ ಮೂಡಿಸಿ "ತಾಯಣ್ಣ, ಹೂವ ಬಿಡಿಸೀನಿ ನೋಡು" ಎಂದು ತೋರಿಸಿದ. ತಾಯಣ್ಣ ನೋಡಿ "ಬೇಸೈತೆ" ಅಂದ. ತಾನೂ ಯಾವುದಾದರೂ ಚಿತ್ರವನ್ನು ಬಿಡಿಸಬೇಕಿತ್ತು ಅಂತ ಅವನಿಗೆ ಅಸೂಯೆಯಾಯ್ತು.

ಪುಟ್ಟ ತಲೆಯೆತ್ತಿ ನೋಡುತ್ತಾನೆ, ಹುಣಸೆ ಮರದ ತುಂಬಾ ಗೊಂಚಲು ಗೊಂಚಲು ಕಾಯಿಗಳು! ಪೂರ್ತಿ ಕಾಯಿಯೂ ಅಲ್ಲದ, ಹಣ್ಣೂ ಅಲ್ಲದ ದೋರೆಗಾಯಿಗಳು. "ತಾಯಣ್ಣ ಅಲ್ನೋಡೋ, ಎಷ್ಟೊಂದು ಹುಣಸೇ ಕಾಯಿ" ಎಂದು ಕೂಗಿದ. ತಾಯಣ್ಣನಿಗೆ ಅದು ಅಂತಹ ಆಶ್ಚರ್ಯಕರ ವಿಷಯವಲ್ಲ. ರಸ್ತೆಯುದ್ದಕ್ಕೂ ಹಂದರದಂತೆ ಹುಣಸೆ ಮರಗಳಿವೆ. ಸಾಮಾನ್ಯವಾಗಿ ಎಲ್ಲಾ ಗಿಡಗಳಲ್ಲೂ ರಾಶಿರಾಶಿ ಕಾಯಿ ಬಿಡುತ್ತವೆ. ಆದರೆ ಹಾಗೆಂದು ಪುಟ್ಟನಿಗೆ ಹೇಳದೆ, ಕಲ್ಲೊಂದನ್ನು ತೆಗೆದುಕೊಂಡು ಬೀಸಿ ಒಗೆದ. ಹುಣಸೇಕಾಯಿಯೊಂದು ಕೆಳಗೆ ಬಿತ್ತು. ಪುಟ್ಟನಿಗೂ ಕಲ್ಲು ಒಗೆದು ಹುಣಸೇಕಾಯಿ ಬೀಳಿಸಬೇಕೆಂಬ ಆಸೆಯಾಯ್ತು. ಅವನೂ ಕಲ್ಲು ತೂರಿದ. ಅದು ಅರ್ಧ ದೂರವೂ ಹೋಗಲಿಲ್ಲ. "ಹಂಗಲ್ಲ, ತೆಗೆದು ಹೊಡೀಬೇಕು. ಇಕಾ, ಹಿಂಗೆ" ಅಂತ ತಾಯಣ್ಣ ಮತ್ತೊಂದು ಕಲ್ಲನ್ನು ತೂರಿ ಒಗೆದ. ಇನ್ನೊಂದು ಹುಣಸೇಕಾಯಿ ಬಿತ್ತು. ಪುಟ್ಟ ಮತ್ತೊಮ್ಮೆ ಪ್ರಯತ್ನಿಸಿದ. ಊಹೂಂ! ಹುಣಸೇಕಾಯಿಗೆ ತಾಕಲಿಲ್ಲ.

"ನಿಮ್ಮೂರ್‍ನಾಗೆ ಮೈಚೆಂಡು, ಲಗೋರಿ ಆಟ ಆಡಕಿಲ್ವಾ? ನಿಂಗೆ ಕಲ್ಲು ಹೊಡೆಯಾಕೆ ಯಾಕೆ ಬರಾಕಿಲ್ಲ?" ತಾಯಣ್ಣ ಕೇಳಿದ. ಪುಟ್ಟ ಮುಖ ಸಪ್ಪಗೆ ಮಾಡಿಕೊಂಡು "ನಮ್ಮಮ್ಮ ಹೊರಗಾಡ್ಲಿಕ್ಕೆ ಹೋದ್ರೆ ಬೈಯ್ತಾಳೆ. ಮನೆಯಾಗೆ ಕೂತ್ಗೊಂಡು ಓದಿ ರ್‍ಯಾಂಕ್ ಬರ್ಬೇಕು ಅಂತ ಹೇಳ್ತಾಳೆ" ಎಂದ. "ಹೌದಾ?" ಇದು ತಾಯಣ್ಣನಿಗೆ ಆಶ್ಚರ್ಯದ ವಿಷಯ. "ನಿಮ್ಮಮ್ಮ ಏನೂ ಹೇಳಲ್ವಾ?" ಪುಟ್ಟ ಕೇಳಿದ. "ನಂಜೆನಾಕೆ ನಮ್ಮವ್ವ ಮಂದಿಮನಿ ಮುಸುರಿ ತಿಕ್ಲಿಕ್ಕೆ ಹೋಗ್ತಾಳೆ. ಯಾರೂ ಏನೂ ಅನ್ನಂಗಿಲ್ಲ".

ಪುಟ್ಟ ಮತ್ತೆರಡು ಕಲ್ಲು ತೂರಿ ವಿಫಲನಾದ ಮೇಲೆ ತಾಯಣ್ಣ ಅವನನ್ನು ಮತ್ತೊಂದು ಹುಣಸೇಮರದ ಬಳಿ ಕರೆದುಕೊಂಡು ಹೋದ. ಅಲ್ಲಿದ್ದ ಹುಣಸೇ ಮರದ ಕೊಂಬೆ ನೆಲದ ತನಕ ಬಾಗಿತ್ತು. ಹುಣಸೇಕಾಯಿಗಳು ಕೈಗೇ ಸಿಗುವಂತಿದ್ದವು. ಪುಟ್ಟ ಖುಷಿಯಿಂದ ಹತ್ತಾರು ಕಾಯಿಗಳನ್ನು ಕಿತ್ತ. ತಾಯಣ್ಣ ಜಾಸ್ತಿ ಕಾಯಿ ಕಿತ್ತಿದರೆ ಮರದಲ್ಲಿನ ಬ್ರಹ್ಮರಾಕ್ಷಸ ಶಾಪ ಕೊಡುತ್ತಾನೆಂದು ಹೇಳಿದ ಮೇಲೆ ನಿಲ್ಲಿಸಿಬಿಟ್ಟ.

ಪುಟ್ಟನಿಗೆ ಜೋಬಿನಲ್ಲಿದ್ದ ಹುಣಸೇಕಾಯಿಯೊಂದನ್ನು ತಿನ್ನಬೇಕೆಂದು ಆಸೆಯಾಯ್ತು. ಆದರೆ ಅದರ ಹಿಂದೆಯೇ ಅವು ತಾನು ಕಲ್ಲು ತೂರಿ ಕೆಳಗೆ ಬೀಳಿಸಿದ್ದಲ್ಲವೆಂದೂ, ಕೈಗೆ ಸಿಗುವ ಕೊಂಬೆಯಿಂದ ಕಿತ್ತಿದ್ದೆಂದೂ ಅನ್ನಿಸಿಬಿಟ್ಟು ತಿನ್ನಲು ಮನಸ್ಸಾಗಲಿಲ್ಲ. ಎಲ್ಲಾ ಕಾಯಿಗಳನ್ನೂ ಜೋಬಿನಿಂದ ತೆಗೆದು ಬಿಸಾಕಿಬಿಟ್ಟ.

"ತಾಯಣ್ಣ, ನಂಗೂ ಕಲ್ಲು ಹೊಡೆಯೋದು ಕಲಿಸಿಕೊಡ್ತೀಯ?"

"ಓಹ್, ಅದರಾಗೇನೈತೆ ಕಷ್ಟ. ಇಕೋ ಹಿಂಗೆ" ತಾಯಣ್ಣ ಕಲ್ಲೊಂದನ್ನು ತೂರಿದ. ಪುಟ್ಟನೂ ಅದೇ ರೀತಿ ಹತ್ತಾರು ಕಲ್ಲುಗಳನ್ನು ತೂರಿದ. ಅದರಲ್ಲೊಂದು ಕಲ್ಲು ಅವನು ಗುರಿಯಿಟ್ಟಿದ್ದ ಹುಣಸೇಕಾಯಿಗಿಂತಲೂ ಸ್ವಲ್ಪ ದೂರದಲ್ಲಿದ್ದ ಮತ್ತೊಂದು ಹುಣಸೇಕಾಯಿಗೆ ತಾಕಿ ಅದು ಬಿದ್ದುಬಿಟ್ಟಿತು. ಪುಟ್ಟ ಕುಣಿದಾಡಿ ಬಿಟ್ಟ. ನಾಳೆ ಇಲ್ಲಿಗೆ ಮತ್ತೊಮ್ಮೆ ಬರುವುದೆಂದೂ, ಆಗ ಇನ್ನಷ್ಟು ಕಲ್ಲುಗಳನ್ನು ತೂರಿದರೆ ಪುಟ್ಟನಿಗೆ ಕಲ್ಲು ಹೊಡೆಯುವುದು ಖಂಡಿತಾ ಬರುತ್ತದೆಂದೂ ಇಬ್ಬರೂ ನಿರ್ಧರಿಸಿದರು.

ಅವರಿಬ್ಬರೂ ಮತ್ತೆ ಸೈಕಲ್ ಮೇಲೆ ಗುಡಿಯ ತನಕ ಹೋಗುವಾಗ ಸಾಕಷ್ಟು ಮಾತನಾಡಿದರು. ಪುಟ್ಟ ತಮ್ಮ ಊರಿನಲ್ಲಿ ರಾಜ್‌ಕುಮಾರ್ ಸಿನಿಮಾ ಮೊದಲನೇ ದಿನವೇ ಬಿಡುಗಡೆಯಾಗುತ್ತದೆಂದೂ, ತಮ್ಮ ಮನೆಯ ಹಿಂದೆ ನಿಂತರೆ ರೈಲು ಹೋಗುವುದು ಕಾಣಬಹುದೆಂದೂ ಹೇಳಿದ. ತಾಯಣ್ಣ ಸಂಡೂರಿನ ಯಾವ ಯಾವ ಮಸೀದಿಗಳಲ್ಲಿ ಯಾವ ಯಾವ ಪೀರ್ಲು ದೇವರು ಕೂಡುತ್ತಾರೆಂದೂ, ತಮ್ಮ ಮನೆಯ ದನವೊಂದನ್ನು ಹುಲಿಯೊಂದು ತಿಂದಿದ್ದನ್ನೂ ಹೇಳಿದ.

ದೇವಸ್ಥಾನಕ್ಕೆ ಬಂದ ಮೇಲೆ ಒಂದು ಸಮಸ್ಯೆ ಉದ್ಭವಿಸಿತು. ಇಸ್ಮಾಯಿಲ್ ಅಂಗಡಿಯ ಲಡಕಾಸಿ ಸೈಕಲ್‌ಗೆ ಬೀಗವಿರಲಿಲ್ಲ. ಸ್ಥಳ ನಿರ್ಜನವಾಗಿದ್ದರೂ, ಇವರು ಬೆಟ್ಟ ಹತ್ತಿ ದೇವರ ದರ್ಶನ ಮಾಡಿ ಬರುವುದರೊಳಗೆ ಯಾರಾದರೂ ಬಂದು ಸೈಕಲ್ ತೆಗೆದುಕೊಂಡು ಹೋದರೆ? ಒಬ್ಬರನ್ನು ಸೈಕಲ್ ಕಾಯಲು ನಿಲ್ಲಿಸಿ ಮತ್ತೊಬ್ಬರು ದೇವರ ದರ್ಶನ ತೆಗೆದುಕೊಂಡು ಬರುವುದರಲ್ಲಿ ಯಾವ ಖುಷಿಯೂ ಇಲ್ಲ. ಕಡೆಗೆ ಅವರಿಬ್ಬರೂ ಒಂದು ನಿರ್ಧಾರಕ್ಕೆ ಬಂದರು. ಅಲ್ಲೇ ಬೇವಿನ ಗಿಡದ ಬುಡದಲ್ಲಿ ಅನಾಥನಾಗಿ ನಿಂತಿರುವ ಚಿಕ್ಕ ಹನುಮಪ್ಪನ ಗುಡಿಯ ಮುಂದೆ ಸೈಕಲ್ ನಿಲ್ಲಿಸಿ, ಅದರ ಸೀಟಿನ ಮೇಲೆ ಇಬ್ಬರೂ ಬಲಗೈಯನ್ನಿಟ್ಟು, "ಈ ಸೈಕಲ್ ಯಾರಾದರೂ ಮುಟ್ಟಿದರೆ ನರಸಿಂಹಸ್ವಾಮಿ ಮೇಲಾಣೆ. ಹನುಮಪ್ಪ ನೀನೇ ಸಾಕ್ಷಿ" ಎಂದು ಹೇಳಿ, ಯಾವುದೇ ಯೋಚನೆಯಿಲ್ಲದೆ ಬೆಟ್ಟ ಹತ್ತಲಾರಂಭಿಸಿದರು.

ದೇವಸ್ಥಾನ ತಣ್ಣಗಿತ್ತು. ಕುಳಿತಾಗ ಕಾಲು, ತೊಡೆಗಳಿಗೆ ತಣ್ಣನೆಯ ನೆಲ ತಾಕಿ 'ಹಾಯ್' ಎನ್ನುವಂತಾಯ್ತು. ಪುಟ್ಟ ಎರಡೂ ಅಂಗೈಗಳನ್ನು ನೆಲಕ್ಕೆ ಒತ್ತಿ ಹಿಡಿದು, ಅವನ್ನು ತಂಪು ಮಾಡಿಕೊಂಡು

ಆ ಅಂಗೈಗಳನ್ನು ಎರಡೂ ಗಲ್ಲಕ್ಕೆ ಇಟ್ಟುಕೊಂಡು, ಅವೂ ತಣ್ಣಗಾದಾಗ ಕಣ್ಣು ಮುಚ್ಚಿ ಖುಷಿಯಿಂದ 'ಅಬ್ಬಾ' ಎಂದ. ಗುಡಿಯಲ್ಲಿ ಮತ್ತೊಂದು ಸಂತೋಷ ಕೊಡುವ ಸಂಗತಿಯಿತ್ತು. ಕಳೆದ ಸಲ ಪುಟ್ಟ ಅಲ್ಲಿಗೆ ಅವರ ಅಪ್ಪ-ಅಮ್ಮನ ಜೊತೆ ಬಂದಾಗ ಅವನ ಕೈಗೆ ಗಂಟೆ ಎಟುಕುತ್ತಿರಲಿಲ್ಲ. ಅವರಪ್ಪ ಅವನನ್ನು ಮೇಲಕ್ಕೆತ್ತಿ ಗಂಟೆ ಬಾರಿಸಲು ಸಹಾಯ ಮಾಡಿದ್ದರು. ಆದರೆ ಈಗ ಪುಟ್ಟ ಸ್ವಲ್ಪ ಎಗರಿದರೂ ಸಾಕು, ಗಂಟೆ 'ಡಣ್' ಎನ್ನುತ್ತಿತ್ತು! ಕುಣಿದು ಕುಣಿದು ಕಾಲಲ್ಲಿ ನೋವು ಬರುವವರೆಗೆ ಪುಟ್ಟ ಗಂಟೆ ಬಾರಿಸಿದ.

ಗರ್ಭಗುಡಿಯಲ್ಲಿ ಪೂಜಾರಪ್ಪನ ಬದಲಿಗೆ ಅವನ ಚಿಕ್ಕ ಮಗನಿದ್ದ, ಇವರದೇ ವಯಸ್ಸಿನವ. ಬಂದವರು ಸಣ್ಣ ಹುಡುಗರೆಂದು ಮಂಗಳಾರತಿ ಮಾಡಲಿಲ್ಲ. ಆದರೆ ಪುಟ್ಟ ಹಾಗೆಂದರೆ ಕೇಳುತ್ತಾನೆಯೆ? ಗಂಟೆ ಹೊಡೆಯಲು ಬರುವ ದೊಡ್ಡ ಮನುಷ್ಯ ಬಂದರೂ ಮಂಗಳಾರತಿ ಮಾಡುವುದಿಲ್ಲವೆಂದರೆ ಯಾವ ನ್ಯಾಯ?

"ಮಂಗಳಾರತಿ ಮಾಡ್ರಿ" ಸ್ವಲ್ಪ ಜೋರಾಗಿಯೇ ಹೇಳಿದ.

"ಯಾರಾದ್ರೂ ದೊಡ್ಡವರು ಬರ್ಲಿ, ಆವಾಗ ಮಾಡ್ತೀನಿ" ಪೂಜಾರಪ್ಪನ ಮಗನ ನಿರಾಕರಣೆ.

"ನಾವೂ ದಕ್ಷಿಣೆ ಹಾಕ್ತೀವ್ರಿ, ಮಂಗಳಾರತಿ ಮಾಡ್ರಿ"

ದಕ್ಷಿಣೆ ಹಾಕುತ್ತಾನೆಂದ ಮೇಲೆ ಪುಟ್ಟ ದೊಡ್ಡ ವ್ಯಕ್ತಿಯೇ ಸರಿ. ಪೂಜಾರಪ್ಪನ ಮಗ ಮಂಗಳಾರತಿ ಮಾಡಲು ಒಪ್ಪಿಕೊಂಡ. ಆದರೂ ಪುಟ್ಟ ದಕ್ಷಿಣೆ ಹಾಕುವುದರ ಬಗ್ಗೆ ಅನುಮಾನವಿದ್ದರಿಂದ ಐದು ಬತ್ತಿಗಳನ್ನಿಡದೆ ಒಂದೇ ಬತ್ತಿಯಿಟ್ಟು ಗಂಟೆ ಬಾರಿಸುತ್ತಾ ಮಂಗಳಾರತಿ ಮಾಡಿದ. ಪುಟ್ಟ ಜೇಬನ್ನು ಮುಟ್ಟಿ ನೋಡಿಕೊಂಡ. ನಾಲ್ಕಾಣೆ ಬಿಲ್ಲೆ ಇತ್ತು. ದಕ್ಷಿಣೆ ಹಾಕಲು ನಾಲ್ಕಾಣೆ ತುಂಬಾ ಜಾಸ್ತಿಯೆನ್ನಿಸಿತು. ಆದರೆ ಹಾಗಂತ ಹಾಕದೇ ಇದ್ದರೆ ಪೂಜಾರಪ್ಪನ ಮಗ ಜಗಳ ತೆಗೆಯುತ್ತಾನೆ. ಚಿಲ್ಲರೆ ಇದೆಯಾ ಎಂದು ಕೇಳಿದರೆ ಪೂಜಾರಪ್ಪನ ಮಗ ಹಿಂದು ಮುಂದು ಯೋಚಿಸದೆ ಇಲ್ಲವೆಂದುಬಿಟ್ಟ. ಪುಟ್ಟನಿಗೆ ಫಜೀತಿಗಿಟ್ಟುಕೊಂಡಿತು. ಕಡೆಗೊಂದು ಉಪಾಯವನ್ನು ಯೋಚಿಸಿದ. ನಾಲ್ಕಾಣೆಯನ್ನು ಮಂಗಳಾರತಿಯ ತಟ್ಟೆಯಲ್ಲಿ ಹಾಕಿ, ನಾಳೆಯೂ ತಾವಿಬ್ಬರು ಗುಡಿಗೆ ಬರುವುದಾಗಿಯೂ ಆಗ ಯಾವುದೇ ದಕ್ಷಿಣೆಯಿಲ್ಲದಂತೆ ಮಂಗಳಾರತಿ ಮಾಡಬೇಕೆಂದು ಪೂಜಾರಪ್ಪನ ಮಗನನ್ನು ಒಪ್ಪಿಸಿದ.

ನರಸಿಂಹಸ್ವಾಮಿ ದೇವಾಲಯವು ಗುಡ್ಡಕ್ಕೆ ಅಂಟಿಕೊಂಡಿದೆ. ಆದ್ದರಿಂದ ದೇವಾಲಯಕ್ಕೆ ಪ್ರದಕ್ಷಿಣೆ ಹಾಕುವುದೆಂದರೆ ಗುಡ್ಡವನ್ನು ಮತ್ತಷ್ಟು ಮೇಲಕ್ಕೆ ಹತ್ತಿ ಮತ್ತೆ ಕೆಳಕ್ಕಿಳಿಯಬೇಕು. ಪುಟ್ಟ-ತಾಯಣ್ಣ ಇಬ್ಬರೂ ಪ್ರದಕ್ಷಿಣೆ ಹಾಕಲೆಂದು ಗುಡ್ಡವನ್ನು ಹತ್ತಿ ಬಂದಾಗ, ಕಣ್ಣಿಗೆ ರಾಚುವಷ್ಟು ಎಲ್ಲೆಲ್ಲಿಯೂ ಹಸುರನ್ನು ಕಂಡು ಪುಟ್ಟ ಹಿಗ್ಗಿ ಹೋದ. ಗುಡ್ಡದ ಬುಡದಲ್ಲಿ ಹರಿಯುತ್ತಿದ್ದ ಹಳ್ಳ ಕಾಣದಿದ್ದರೂ ಅದರ ಜುಳುಜುಳು ನಾದ ಕೇಳುತ್ತಿತ್ತು. ಹತ್ತಾರು ಗುಡ್ಡಗಳು ಹಸಿರ ಹೊದಿಕೆಯನ್ನು ಹೊದ್ದು ನಿಂತಿದ್ದವು. ಅವುಗಳ ಮೇಲೆ ಮೋಡಗಳ ನೆರಳು ಬಿದ್ದು ಅರ್ಧ ಭಾಗ ದಟ್ಟ ಹಸಿರಾಗಿಯೂ, ಉಳಿದರ್ಧ ಭಾಗ ಫಳಫಳನೆ ಹೊಳೆಯುವ ತಿಳಿ ಹಸಿರ ಬಣ್ಣದಲ್ಲೂ ಕಾಣುತ್ತಿತ್ತು. ತಾಯಣ್ಣ ದೂರದಲ್ಲಿದ್ದ ಗುಡ್ಡದ ಬುಡದಲ್ಲಿಯ ಹಸಿರನ್ನು ತೋರು ಬೆರಳಿನಿಂದ ತೋರಿಸಿ, ಅದು ಪುಟ್ಟನ ಅಜ್ಜನ ಹೊಲವೆಂದು ಹೇಳಿದ. ಅಲ್ಲಿ ಹತ್ತಾರು ಸುಣ್ಣದ ಚುಕ್ಕೆಗಳಂತೆ ಕಾಣುತ್ತಿರುವುದು

ಮನುಷ್ಯರೆಂದೂ, ಅದರಲ್ಲಿ ಒಂದು ಚುಕ್ಕೆ ತನ್ನ ಅಮ್ಮನೆಂದೂ ಹೇಳಿದ. ಅವರೆಲ್ಲಾ ಹೊಲದಲ್ಲಿ ಕೆಲಸ ಮಾಡುತ್ತಿರುವುದಾಗಿಯೂ, ಅವರಿಗೆ ತಾವಿಬ್ಬರೂ ಚುಕ್ಕೆಗಳಾಗಿ ಕಾಣುತ್ತೇವೆಂದು ಹೇಳಿದಾಗ ಪುಟ್ಟ 'ಹೌದಾ?' ಎಂದು ಆಶ್ಚರ್ಯ ಸೂಚಿಸಿದ.

ಅಷ್ಟೇನೂ ದೂರದಲ್ಲಿಲ್ಲದ ಕಾರಣ ಹನುಮಪ್ಪನ ಗುಡಿಯ ಮುಂದೆ ನಿಲ್ಲಿಸಿದ ಸೈಕಲ್ ಸ್ಪಷ್ಟವಾಗಿ ಗೊಂಬೆಯಂತೆ ಕಾಣುತ್ತಿತ್ತು. ಆದರೆ ಅದರ ಮೇಲೆ ಚಿಕ್ಕದಾಗಿ ಬೂದಿ ಬಣ್ಣದ ವಸ್ತುವೇನೆಂದು ತಿಳಿಯದೆ ಪುಟ್ಟ ಅದೇನೆಂದು ಕೇಳಿದಾಗ, ತಾಯಣ್ಣ ದೃಷ್ಟಿಸಿ ನೋಡಿ, "ಅಯ್ ಮಂಗಣ್ಣ. ನಾ ಹೇಳ್ಲಿಲ್ವಾ, ಹನುಮಪ್ಪ ಸೈಕಲ್ ಕಾಯ್ತಾನಂತ?" ಅಂತ ಕೂಗಿದಾಗ ಪುಟ್ಟನಿಗೂ ಹೌದೆನ್ನಿಸಿತು.

ಅವರೀಗ ಅರ್ಧ ಪ್ರದಕ್ಷಿಣೆಯನ್ನು ಮುಗಿಸಿ, ಗುಡಿಯ ಗೋಪುರದ ತುದಿಯಲ್ಲಿದ್ದರು. ಅಲ್ಲಿ ಚಿಕ್ಕಚಿಕ್ಕ ಕಲ್ಲುಗಳಿಂದ ಸಣ್ಣಸಣ್ಣ ಮನೆಗಳನ್ನು ಭಕ್ತಾದಿಗಳು ಕಟ್ಟಿದ್ದರು. ತಾಯಣ್ಣ ಆ ರೀತಿ ಕಲ್ಲುಗಳಿಂದ ಮನೆ ಕಟ್ಟಿದರೆ ದೇವರು ನಿಜಕ್ಕೂ ದೊಡ್ಡವರಾದ ಮೇಲೆ ಮನೆಯೊಂದನ್ನು ಕೊಡುತ್ತಾನೆಂದು ಹೇಳಿ, ಪುಟ್ಟನಿಗೂ ಮನೆ ಕಟ್ಟಲು ಹೇಳಿದ. ಪುಟ್ಟ ಮನೆ ಕಟ್ಟಲು ಪ್ರಾರಂಭಿಸಿದನಾದರೂ ದೊಡ್ಡವನಾದ ಮೇಲೆ ದೇವರು ಮನೆ ಕೊಡುವುದಕ್ಕಿಂತ ಬಸ್ ಕೊಟ್ಟರೆ ಭೇಷಿರುತ್ತದೆಂದು ಕಲ್ಲುಗಳಿಂದ ಬಸ್ಸೊಂದನ್ನು ಮಾಡಿದ. ದೊಡ್ಡವನಾದ ಮೇಲೆ ಆ ಬಸ್ಸಿನಲ್ಲಿ ಡ್ರೈವರ್ ಆಗಿ, ಸಿಗರೇಟು ಸೇದುತ್ತಾ ಒಂದೇ ಕೈಯಲ್ಲಿ ಬಸ್ಸು ಬಿಡುತ್ತೀನೆಂದು ಕನಸು ಕಟ್ಟಿದ. ಆದರೆ ತಾಯಣ್ಣ ಮನೆಯೊಂದನ್ನು ಕಟ್ಟಿದ್ದ. ಚಿಕ್ಕ ಚಿಕ್ಕ ಕಲ್ಲುಗಳಿಂದ ನಾಲ್ಕು ಗೋಡೆ ಮಾಡಿದ್ದನಾದರೂ ಗೋಡೆಗಳ ಮೇಲೆ ಅಳತೆ ಮೀರಿದ ಅಗಲವಾದ ದೊಡ್ಡ ಕಲ್ಲನ್ನು ಇಟ್ಟಿದ್ದ. ಪುಟ್ಟ ಅಷ್ಟು ದೊಡ್ಡ ಕಲ್ಲನ್ನೇಕೆ ಇಟ್ಟಿದ್ದೀಯೆಂದು ಕೇಳಿದಾಗ, ಅವನು ಈಗಿರುವ ತನ್ನ ಮನೆಯು ಮಳೆಗಾಲದಲ್ಲಿ ತುಂಬಾ ಸೋರುತ್ತದೆಂದೂ, ರಾತ್ರಿ ಮಲಗಿದಾಗ ಮಳೆ ಬಂದರೆ ಅವನಮ್ಮ ಹೊಡೆದು ಎಬ್ಬಿಸಿ ಕೂಡಿಸುತ್ತಾಳೆಂದೂ, ಆದ್ದರಿಂದ ಮುಂದೆ ದೇವರು ಕೊಡುವ ಮನೆ ಮಳೆ ಬಂದಾಗ ಸೋರದಂತಿರಲೆಂದು ಅಷ್ಟು ದೊಡ್ಡ ಕಲ್ಲನ್ನಿಟ್ಟಿರುವುದಾಗಿ ಹೇಳಿದ. ಹಾಗೆ ನೋಡಿದರೆ ಪುಟ್ಟ ಕಟ್ಟಿದ ಬಸ್ಸಿಗೂ, ತಾಯಣ್ಣನ ಮನೆಗೂ ಅಂತಹ ವ್ಯತ್ಯಾಸ ಕಾಣುತ್ತಿರಲಿಲ್ಲ.

ಗುಡಿಯಿಂದಿಳಿದು ಬಂದ ಅವರಿಬ್ಬರೂ ಹಳ್ಳಕ್ಕೆ ಹೋದರು. ಕಪ್ಪು ಗುಡ್ಡವೊಂದನ್ನು ಬಿಸ್ಕಟ್ ಎಂಬಂತೆ 'ಫಳ್' ಎಂದು ಮುರಿದು ಎರಡು ಭಾಗಗಳನ್ನು ಸರಿಸಿಟ್ಟು ಅದರ ಮಧ್ಯದಿಂದ ಹಳ್ಳ ಹರಿದು ಬಂದಿತ್ತು. ದ್ರೌಪದಿ ಬಾಯಾರಿಕೆ ಎಂದು ನೀರಿಗಾಗಿ ಕೇಳಿದಾಗ, ಭೀಮ ತನ್ನ ಗದೆಯಿಂದ ಈ ಗುಡ್ಡವನ್ನು ಒಡೆದನೆಂದು ತಾಯಣ್ಣ ಹೇಳಿದ. ಗುಡ್ಡವನ್ನು ಆ ರೀತಿಯಾಗಿ ಎರಡು ಹೋಳು ಮಾಡಿದಾಗ ಉದುರಿದ ಚೂರುಗಳಂತೆ ಹಳ್ಳದಲ್ಲಿ ಅಲ್ಲಲ್ಲಿ ದೊಡ್ಡ ಕಲ್ಲು ಬಂಡೆಗಳಿದ್ದವು. ಅದೇ ತಾನೆ ಮುಗಿದ ಮಳೆಗಾಲದಲ್ಲಿ ಸಾಕಷ್ಟು ಮಳೆಯಾದ್ದರಿಂದ ಹಳ್ಳದಲ್ಲಿ ನೀರಿತ್ತು. ನಿರ್ಜನವಾದ ಆ ಪ್ರದೇಶದಲ್ಲಿ ಹಳ್ಳದ ನೀರು ಬಂಡೆಗಳಿಗೆ ಬಡಿದಾಗ ಉಂಟಾಗುವ ಸದ್ದು, ಹಕ್ಕಿಗಳ ಚಿಲಿಪಿಲಿ, ಆಗೊಮ್ಮೆ ಈಗೊಮ್ಮೆ 'ಕೀಚ್ ಕೀಚ್' ಎನ್ನುವ ಕೋತಿಗಳ ಕೂಗು ಒಂದು ಆಹ್ಲಾದಕರ ವಾತಾವರಣವನ್ನು ಮೂಡಿಸಿದ್ದವು.

ಪುಟ್ಟ ಬಣ್ಣಬಣ್ಣದ ಕಲ್ಲುಗಳನ್ನು ಆಯ್ದುಕೊಂಡ. ಅವರಿಬ್ಬರೂ ಸೇರಿ ವರತೆಯನ್ನು ತೋಡಿ ಅದರಲ್ಲಿ ತಿಳಿಗೊಂಡ ನೀರನ್ನು ಕುಡಿದು ಹಿರಿಹಿರಿ ಹಿಗ್ಗಿದರು. ಪುಳಕ್ಕನೆ ಕಂಡಂತಾಗಿ

ಮಾಯವಾಗಿ ಬಿಡುವ ಮೀನುಗಳನ್ನು ಹಿಡಿಯಲು ನೀರಿನಲ್ಲಿ ಓಡಾಡಿದರು. ಚಪ್ಪಟೆ ಕಲ್ಲನ್ನು ನೀರಿನ ಮೇಲ್ಮೈಯನ್ನು ಸವರಿ ಹೋಗುವಂತೆ ಒಗೆದು ಅದು ನೀರಿನ ಮೇಲೆ ಎಗರಿ ಎಗರಿ ಹೋಗುವುದನ್ನು ಕಂಡು ಆನಂದಿಸಿದರು. ಗುಡ್ಡಕ್ಕೆ ಜೋತು ಬಿದ್ದಿರುವ ಜೇನುಗೂಡುಗಳನ್ನು ತಲೆಯೆತ್ತಿ ಬಿಟ್ಟ ಕಣ್ಣಿಂದ ನೋಡಿದರು.

ಗುಡ್ಡದ ಒಂದು ಹೋಳಲ್ಲಿ ಗುಹೆಯಿತ್ತು. ಅವರಿಬ್ಬರೂ ಅದರ ದ್ವಾರದ ಮುಂದೆ ನಿಂತಾಗ ಒರೀ ಕತ್ತಲೆ ಕಂಡು, ಒಳಗೇನಿದೆಯೆಂಬುದೂ ಕಾಣದಾದಾಗ ಪುಟ್ಟನಿಗೆ ಹೆದರಿಕೆಯಾಯ್ತು. ಆದರೆ ಯಾವುದೇ ಹೆದರಿಕೆಯಲ್ಲದ ತಾಯಣ್ಣ 'ಯವ್ವಾ...' ಎಂದು ಬಾಯಿಗೆ ಎರಡೂ ಕೈಯನ್ನಿಟ್ಟು ಕೂಗಿದ. ಗುಹೆಯೂ 'ಯವ್ವಾ...' ಎಂದು ಮಾರುತ್ತರ ಕೊಟ್ಟಿತು. ಪುಟ್ಟನಿಗೆ ಸ್ವಲ್ಪ ಧೈರ್ಯ ಮೂಡಿ 'ಅಜ್ಜಿ...' ಅಂದ. ಯಾವುದೇ ಭೇದಭಾವವಿಲ್ಲದೆ ಗುಹೆ 'ಅಜ್ಜಿ....' ಎಂದಿತು. 'ಕೂರ್ಮ...' ಎಂದ ಪುಟ್ಟ. 'ಕೂರ್ಮ...' ಎಂದಿತು ಗುಹೆ. 'ಕೋತಿ...' ಎಂದ. 'ಕೋತಿ...' ಅಂತು. ಪುಟ್ಟನಿಗೆ ಇನ್ನೂ ಏನೇನೋ ಕೂಗಬೇಕೆನ್ನಿಸಿತು. ಆದರೆ ತಾಯಣ್ಣ ಪಿಸುದನಿಯಲ್ಲಿ ಆ ರೀತಿ ಹೆಚ್ಚು ಕೂಗಬೇಡವೆಂದೂ, ಆ ಗುಹೆಯಲ್ಲಿ ಹುಲಿಯೊಂದು ನಿದ್ದೆ ಮಾಡುತ್ತಿದೆಯೆಂದೂ, ನಾವು ತುಂಬಾ ಕೂಗಾಡಿದರೆ ಅದು ನಿದ್ದೆಯಿಂದೆದ್ದು ಹೊರಬಂದು ತಮ್ಮಿಬ್ಬರನ್ನೂ ತಿಂದುಬಿಡುತ್ತದೆಂದು ಹೇಳಿದ. ಪುಟ್ಟನಿಗೆ ಮತ್ತೆ ಹೆದರಿಕೆಯಾಯ್ತು. ನಿನ್ನ ಹತ್ತಿರ ಕ್ಯಾಟರ್‌ಬಿಲ್ಲದಲ್ಲ, ಅದರಿಂದ ಹೊಡದ್ರೆ ಹುಲಿ ಓಡಿ ಹೋಗಲ್ವಾ? ಎಂದು ಕೇಳಿದ. ತಾಯಣ್ಣನಿಗೆ ಏನೆಂದು ಉತ್ತರ ಹೇಳಬೇಕೆಂದು ತಿಳಿಯಲಿಲ್ಲ. 'ಇಲ್ಲ' ಎಂದು ಬಿಟ್ಟರೆ ತನ್ನ ಕ್ಯಾಟರ್‌ಬಿಲ್‌ಗೆ ಪುಟ್ಟನ ಕಣ್ಣಲ್ಲಿ ಮಹತ್ವವೇ ಹೋಗಿ, ತಾನೂ ನಗಣ್ಯನಾಗಿಬಿಡುತ್ತೇನೆ. 'ಹೌದು' ಎನ್ನಲೂ ಸಂಕೋಚ. ತಮ್ಮ ಮನೆಯ ದನವನ್ನೇ ಕೊಂದು ತಿಂದ ಹುಲಿಗೆ ಕ್ಯಾಟರ್‌ಬಿಲ್ಲಿಂದ ಹೊಡೆಯೋದೆಂದರೇನರ್ಥ? ಕಡೆಗೆ ಅಡ್ಡಗೋಡೆ ಮೇಲೆ ದೀಪವಿಟ್ಟಂತೆ "ಹೂಂ, ಹೆದರ್ಕೊಳ್ಳೈತೆ. ಆದ್ರೆ ಅದು ನರಸಿಂಹಸ್ವಾಮಿ ದೇವರ ಹುಲಿ. ಅದಕ್ಕೆ ಹೊಡದ್ರೆ ದೇವರಿಗೆ ಸಿಟ್ಟು ಬರ್ತೈತೆ" ಎಂದು ಹೇಳಿ ಪುಟ್ಟನನ್ನು ಸುಮ್ಮನಾಗಿಸಿದ.

ಮನೆಗೆ ಹಿಂದಿರುಗುವುದು ಎಂದು ನಿರ್ಧರಿಸಿ ಹನುಮಪ್ಪನ ಗುಡಿಯ ಮುಂದೆ ಬಂದಾಗ ಅವರಿಬ್ಬರಿಗೂ ತಾವು ನರಸಿಂಹಸ್ವಾಮಿ ಗುಡಿಗೆ ಬಂದ ಉದ್ದೇಶವೇ ಮರೆತುಹೋಗಿತ್ತು. ಕ್ಯಾಟರ್‌ಬಿಲ್ಲಿನ ಕವಲು ಕಟಗಿಯ ಮಾತನ್ನು ಅವರಲ್ಲಿ ಯಾರೂ ಎತ್ತಲಿಲ್ಲ. ಮನೆಗೆ ಹೋದ ಮೇಲೆ ಯಾರಾದರೂ ಅದನ್ನು ತಿಳಿಸಿದ್ದರೂ ಅದಕ್ಕವರಿಬ್ಬರೂ ತಲೆ ಕೆಡಿಸಿಕೊಳ್ಳುತ್ತಿರಲಿಲ್ಲ.

ಹನುಮಪ್ಪ ಅಷ್ಟು ಹೊತ್ತು ಸೈಕಲ್ಲನ್ನು ಯಾರೂ ತೆಗೆದುಕೊಂಡು ಹೋಗದಂತೆ ಕಾಪಾಡಿದ್ದರಿಂದ ನಾಲ್ಕು ಹುಣಸೇಕಾಯಿ, ಎರಡು ಸೀತಾಫಲ ಹಾಗೂ ಒಂದು ಬೆಳವಲ ಕಾಯಿಯನ್ನು ಅವನ ಮುಂದಿಟ್ಟು 'ತಿನ್ನು' ಎಂದು ಹೇಳಿದರು. ಸೈಕಲ್ ತೆಗೆದುಕೊಂಡು ಮನೆಗೆ ಹೊರಡಲು ಅಣಿಯಾದರು.

ಭೈರಪ್ಪನ ಗುಡಿಯ ಹತ್ತಿರ ಬಂದಾಗ, ಅಲ್ಲಿದ್ದ ಬಯಲನ್ನು ನೋಡಿ, ಪುಟ್ಟ ಕೇಳಲೋ ಬೇಡವೋ ಎಂಬ ಸಂಕೋಚದಿಂದ "ತಾಯಣ್ಣ, ನಂಗೂ ಸೈಕಲ್ ಕಲಿಸಿಕೊಡ್ತೀಯಾ?" ಎಂದು ಮೆತ್ತಗೆ ಕೇಳಿದ. ತಾನು ಸೈಕಲ್ ಕಲಿಯಲು ಅರ್ಹನೋ, ಅಲ್ಲವೋ ಎಂಬ ಅನುಮಾನವಿತ್ತು.

ಆದರೆ ತಾಯಣ್ಣ ಅಂತಹ ಯಾವುದೇ ಅನುಮಾನವಿಲ್ಲದೆ 'ಓಹ್, ಹತ್ತು' ಎಂದು ಪುಟ್ಟನನ್ನು ಸೈಕಲ್ ಮೇಲೆ ಕೂಡಿಸಿಬಿಟ್ಟ. ಪುಟ್ಟನಿಗೆ ಸೈಕಲ್ ತನಗಿಂತಲೂ ತುಂಬಾ ದೊಡ್ಡದಿದೆಯೆನ್ನಿಸಿಬಿಟ್ಟಿತು. ತಾಯಣ್ಣನನ್ನು ಸೈಕಲ್ ಕಲಿಸಿಕೊಡೆಂದು ಕೇಳಲೇಬಾರದಿತ್ತು ಎಂದುಕೊಂಡ. ಅವನು ಬಹುಶಃ 'ನಾಳೆ ಕಲಿಸಿಕೊಡ್ತೀನಿ', 'ಆಮೇಲಕ್ಕೆ ಕಲಿಸಿ ಕೊಡ್ತೀನಿ' ಅಂತ ಹೇಳುತ್ತಾನೆನ್ನುವ ಧೈರ್ಯದ ಮೇಲೆ ಆ ರೀತಿ ಕೇಳಿದ್ದ. ಆದರೆ ಹಾಗಂತ ಕೇಳಿದ ತಕ್ಷಣ 'ಸೈಕಲ್ ಹತ್ತು' ಎಂದು ಹೇಳುತ್ತಾನೆಂದು ಮೊದಲೇ ತಿಳಿದಿದ್ದರೆ ಅಂತಹ ಪ್ರಶ್ನೆಯನ್ನು ಕೇಳುವ ತಪ್ಪು ಮಾಡುತ್ತಿರಲಿಲ್ಲ.

ಹತ್ತಿ ಕುಳಿತ ಪುಟ್ಟನಿಗೆ ತಾನು ಸೈಕಲ್ ಹಿಡಿದುಕೊಂಡಿದ್ದೇನೆಂಬುವುದಕ್ಕಿಂತಲೂ ಅದೇ ತನ್ನನ್ನು ಹಿಡಿದುಕೊಂಡಿದೆ ಎನ್ನಿಸಿತು. ಈ ಕಡೆ ವಾಲಿದಂತೆ, ಇಲ್ಲ ಆ ಕಡೆ ವಾಲಿದಂತಾದಾಗ ಬಿಗುಮಾನ, ಸಂಕೋಚಗಳನ್ನು ದೂರ ತಳ್ಳಿ 'ತಾಯಣ್ಣ, ಗಟ್ಟಿ ಹಿಡ್ಕೋ, ಬೀಳ್ತೀನಿ' ಅಂತ ಕೂಗಿಕೊಂಡ. ಹಿಂದೆ ಸೈಕಲನ್ನು ಗಟ್ಟಿಯಾಗಿಯೇ ಹಿಡಿದುಕೊಂಡಿದ್ದ ತಾಯಣ್ಣ 'ಏನೂ ಆಗಂಗಿಲ್ಲ, ನೀ ಪೆಡ್ಲು ತುಳಿ' ಅಂದ. ಹಾಳಾದ್ದು ತಾಯಣ್ಣನ ಮುಖವೂ ಕಾಣುವುದಿಲ್ಲ, ಧ್ವನಿಯಷ್ಟೇ ಕೇಳಿಸುತ್ತಿದೆ. ಹಿಂತಿರುಗಿ ನೋಡುವಂತೆಯೂ ಇಲ್ಲ. ಅವನು ಸೈಕಲ್ ಹಿಡಿದುಕೊಂಡಿದ್ದಾನೆಂದು ಯಾವ ಗ್ಯಾರಂಟಿ?

ಆದರೆ ಒಂದಷ್ಟು ದೂರ ಹೋಗುವುದರಲ್ಲಿ ಪುಟ್ಟನಿಗೆ ಸೈಕಲ್ ತನ್ನ ಮಾತನ್ನು ಸ್ವಲ್ಪ ಸ್ವಲ್ಪ ಕೇಳುತ್ತಿದೆಯೆನ್ನಿಸಿತು. ಅದೇ ಸಮಯಕ್ಕೆ ತಾಯಣ್ಣ ಸೈಕಲ್ಲನ್ನು ಬಿಟ್ಟು ಬಿಟ್ಟ. ಪುಟ್ಟನಿಗೆ ಭಾರವಾಗಿದ್ದ ಸೈಕಲ್ ತುಂಬಾ ಹಗುರವಾದಂತಾಗಿ ಎದೆ ಢಬ ಢಬ ಹೊಡೆದುಕೊಳ್ಳಲಾರಂಭಿಸಿತು. 'ತಾಯಣ್ಣ' ಎಂದು ಜೋರಾಗಿ ಕೂಗಿದ. 'ನೀನು ಹಂಗೇ ಪೆಡಲ್ ತುಳಿ' ಎಂದು ತಾಯಣ್ಣನ ಧ್ವನಿ ಕೇಳಿತಾದರೂ ಅದು ದೂರದಿಂದ ಬಂದಂತಿತ್ತು. ಪುಟ್ಟನಿಗೆ ಸೈಕಲ್ ತನ್ನನ್ನು ಎಲ್ಲಿಗೆ ಎಳೆದುಕೊಂಡು ಹೋಗಿಬಿಡುತ್ತದೋ ಎಂದು ಭಯವಾಗಲಾರಂಭಿಸಿತು. ಅದನ್ನು ನಿಲ್ಲಿಸಲೂ ತನಗೆ ಗೊತ್ತಿಲ್ಲ. ತನಗಿಷ್ಟು ಭಯವಾಗುತ್ತಿದ್ದರೂ ಯಾವುದೇ ಮುಲಾಜಿಲ್ಲದಂತೆ ಸೈಕಲ್ ತನಗೆ ತೋಚಿದ ಕಡೆ ವೇಗವಾಗಿ ಹೋಗಲಾರಂಭಿಸಿತು. ಈಗ 'ತಾಯಣ್ಣ' ಎಂದು ಕೂಗಿದರೂ ಉತ್ತರವಿಲ್ಲ. ಪುಟ್ಟನಿಗೆ ತಾನು ಖಂಡಿತಾ ಸತ್ತುಹೋಗುತ್ತೇನೆ ಅನ್ನಿಸಿಬಿಟ್ಟಿತು. 'ನರಸಿಂಹಸ್ವಾಮಿ, ನರಸಿಂಹಸ್ವಾಮಿ' ಎಂದು ಮನಸ್ಸಿನಲ್ಲಿಯೇ ಹೇಳಿಕೊಂಡ. ಸೈಕಲ್ ಬಯಲಿನಲ್ಲಿ ಉಳಿಯದೆ ಹತ್ತಿರದಲ್ಲಿದ್ದ ಹೊಲದ ದಿಕ್ಕಿಗೆ ಓಡಲಾರಂಭಿಸಿತು. ಪುಟ್ಟ 'ಅಯ್ಯೋ...' ಎಂದು ಕಿರುಚಿದ. ಸೈಕಲ್ಲು ಅವನನ್ನು ಬೀಳಿಸಿಬಿಟ್ಟಿತು. ಮೊಣಕೈ ಹಾಗೂ ಮೊಣಕಾಲು ತರಚಿ ರಕ್ತ ಒಸರಲಾರಂಭಿಸಿತು.

ದೂರದಲ್ಲಿ ತಾಯಣ್ಣ ಓಡಿ ಬರುತ್ತಿದ್ದ. ಅಂದರೆ ಅಷ್ಟು ದೂರದಿಂದ ತಾನೊಬ್ಬನೇ ಸೈಕಲ್ ತುಳಿದುಕೊಂಡು ಬಂದೆನೆ? ಆ ನೋವಿನಲ್ಲೂ ಪುಟ್ಟನಿಗೆ ಮೈ ಜುಂ ಅಂತು. ತಾಯಣ್ಣ ಹತ್ತಿರ ಬಂದವನೇ ಅವನ ರಕ್ತ ಒಸರುತ್ತಿದ್ದ ಭಾಗಗಳಿಗೆ ಹುಡಿ ಮಣ್ಣು ತಿಕ್ಕಿ ನಾಳೆಗೆಲ್ಲಾ ವಾಸಿಯಾಗುತ್ತದೆಂದು ಧೈರ್ಯ ಕೊಟ್ಟ. 'ಭಾಳ ನೋಯ್ತೈತಾ?' ಎಂದು ಕೇಳಿದ. 'ಲಬೋ ಲಬೋ' ಎಂದು ಹೊಡೆದುಕೊಳ್ಳುವಷ್ಟು ನೋಯುತ್ತಿತ್ತು. ಪುಟ್ಟ 'ಇಲ್ಲ, ಒಂಚೂರೂ ನೋಯ್ತಾ ಇಲ್ಲ' ಅಂತ ಹೇಳಿಬಿಟ್ಟ! ನಾಳೇನೂ ಸೈಕಲ್ ಹೊಡೆದರೆ ಪುಟ್ಟನಿಗೆ ಖಂಡಿತಾ ಸವಾರಿ ಬರುತ್ತದೆಂದು ತಾಯಣ್ಣ ಹೇಳಿದಾಗ ಪುಟ್ಟನಿಗೆ ನಿಜಕ್ಕೂ ನೋವು ಮರೆತುಹೋಗಿತ್ತು.

ಮನೆಗೆ ಹೋಗುವಾಗ ಸೈಕಲ್ ತಳ್ಳಿಕೊಂಡೇ ಹೋದರು. ಪುಟ್ಟನೇ ಸೈಕಲ್ ಹಿಡಿದುಕೊಂಡು ಹೊಸ ಮನುಷ್ಯನಂತೆ ಸಂಭ್ರಮ ಪಡುತ್ತಿದ್ದ. ತನಗೆ ಸೈಕಲ್ ಕಲಿಯಲು ಸಹಾಯ ಮಾಡಿದ ತಾಯಣ್ಣನ ಮೇಲೆ ಸ್ನೇಹ ಭಾವ ಮೂಡಿತ್ತು. ಅಂತಹವನಿಗೆ ತಾನು ಆರನೇ ಕ್ಲಾಸ್ ಎಂದು ಸುಳ್ಳು ಹೇಳಿದ್ದು ತುಂಬಾ ದೊಡ್ಡ ಅಪರಾಧವೆನ್ನಿಸಲಾರಂಭಿಸಿತು. ಅವನಿಗೆ ತಾನು ಮೋಸ ಮಾಡುತ್ತಿರುವಂತೆ ಭಾಸವಾಯ್ತು. 'ಒಂದು ಮಾತು ಹೇಳ್ತೀನಿ...' ಎಂದು ಪ್ರಾರಂಭಿಸಿ, ತಾನು ಎಂಟನೇ ಕ್ಲಾಸೆಂದೂ, ತಾಯಣ್ಣ ತಿಳಿದುಕೊಂಡಂತೆ ಆರನೇ ಕ್ಲಾಸ್ ಅಲ್ಲವೆಂದೂ, ತನಗಿನ್ನೂ ಸೈಕಲ್ ತುಳಿಯಲು ಬರುವುದಿಲ್ಲವೆಂದರೆ ನೀನು ನಗುತ್ತೀಯೆಂದು ಹೆದರಿ ಆ ರೀತಿ ಸುಳ್ಳು ಹೇಳಿದ್ದೆಂದು ಹೇಳಿಬಿಟ್ಟ. ಆದರೆ ತಾಯಣ್ಣನಿಗೆ ಪುಟ್ಟ ಯಾವ ಕ್ಲಾಸ್ ಎಂದು ಹೇಳಿದ್ದು ನೆನಪೇ ಇರಲಿಲ್ಲವಾದ್ದರಿಂದ ಪಿಳಿಪಿಳಿ ಕಣ್ಣು ಬಿಟ್ಟ. ಅವನ ಮೌನವನ್ನು ನೋಡಿ ಪುಟ್ಟನಿಗೆ ಅವನು ತನ್ನ ಮಾತನ್ನು ನಂಬುತ್ತಿಲ್ಲವೆಂದು ಅನುಮಾನವಾಯ್ತು. 'ಬೇಕಾದ್ರೆ ಕನ್ನಡ ಪುಸ್ತಕದ ನಾಲ್ಕನೇ ಪದ್ಯ ಹೇಳ್ತೀನಿ ನೋಡು...' ಎಂದು ಹೇಳಿ ಕುಮಾರವ್ಯಾಸನ ಅಭಿಮನ್ಯುವಿನ ಪರಾಕ್ರಮ ಪದ್ಯವಾದ 'ಬವರವಾದರೆ ಹರನ ವದನಕೆ ಬೆವರ....' ಎಂದು ಪಟಪಟನೆ ಹೇಳಿಬಿಟ್ಟ. ತಾಯಣ್ಣ ದಂಗು ಬಡಿದು ಹೋದ. ಹಳೆಗನ್ನಡ ಪದ್ಯಗಳನ್ನು ಕನ್ನಡ ಮಾಸ್ತರರು ಮಾತ್ರ ಕಂಠ ಪಾಠ ಮಾಡಬೇಕೆಂದು ಭಾವಿಸಿದ್ದ ತಾಯಣ್ಣನಿಗೆ ಪುಟ್ಟ ಈ ರೀತಿ ಪಟಪಟನೆ ಹೇಳಿದ್ದು ಅವನ ಬಗ್ಗೆ ತುಂಬಾ ಹೆಮ್ಮೆಯನ್ನು ಉಂಟು ಮಾಡಿತು. ಪುಟ್ಟ ಸುಳ್ಳು ಹೇಳಿದ್ದಕ್ಕೆ ತಾನೇನೂ ಬೇಜಾರು ಮಾಡಿಕೊಂಡಿಲ್ಲವೆಂದೂ, ಅಷ್ಟಕ್ಕೂ ಅವನ ಸ್ಕೂಲಲ್ಲೂ ಎಷ್ಟೋ ಹುಡುಗರಿಗೆ ಸೈಕಲ್ ಬರುವುದಿಲ್ಲವೆಂದು ಹೇಳಿದ.

ಸೈಕಲ್ಲನ್ನು ಇಸ್ಮಾಯಿಲ್ ಅಂಗಡಿಯಲ್ಲಿ ಕೊಟ್ಟು, ತಾಯಣ್ಣ ದರ್ಗಾದ ಬಳಿ ತಮ್ಮ ಮನೆಯ ದಾರಿ ಹಿಡಿದಾಗ ಪುಟ್ಟ, "ಹಂಗಾರೆ ನಾಳೇನೂ ನಂಗೆ ಸೈಕಲ್ ಕಲಿಸಿಕೊಡ್ತೀಯಾ?" ಎಂದು ಕೇಳಿದ. "ಓ" ಎಂದ ತಾಯಣ್ಣ ಸ್ವಲ್ಪ ತಡೆದು "ಆದ್ರೆ ನಾನು ಕೇಳಿದ್ದು ಕೊಡ್ತೀಯಾ?" ಎಂದ.

"ಏನು?"

"ಮುಂಜಾನೆ ಕೊಟ್ಯಲ್ಲ – ಉಂಡಿ, ಕೋಡುಬಳಿ. ಮತ್ತೊಂದೀಸು ಕೊಡ್ತೀಯಾ?"

"ಓಹ್, ಗ್ಯಾರಂಟಿ. ಸಾಯಂಕಾಲ ನಮ್ಮನಿಗೆ ಬಾ. ಅಜ್ಜಿ ರಾಯರ ಮಠಕ್ಕೆ ಹೋಗಿರ್ತಾಳೆ. ಯಾರೂ ಮನ್ಯಾಗೆ ಇರಂಗಿಲ್ಲ" ಎಂದು ಪುಟ್ಟ ಆಶ್ವಾಸನೆ ಕೊಟ್ಟ.

ಪುಟ್ಟನೊಬ್ಬನೇ ಅಜ್ಜಿಯ ಮನೆಯ ಕಡೆ ಹೆಜ್ಜೆ ಹಾಕಲಾರಂಭಿಸಿದಾಗ ನಾಳೆ ಏನೆಲ್ಲಾ ಕೆಲಸವಿದೆ ಎಂದನ್ನಿಸಿತು. ಕೂರ್ಮನಿಗೆ ಮಾತು ಕಲಿಸಬೇಕು, ಕಲ್ಲು ಹೊಡೆದು ಹುಣಸೇಕಾಯಿ ಬೀಳಿಸುವುದನ್ನು ಕಲಿಯಬೇಕು, ಸೈಕಲ್ ಸವಾರಿ ನಾಳೆಗೆ ಬಂದೇ ಬಿಡ್ತದಂತೆ... ಒಂದೆ, ಎರಡೆ?

ಪುಟ್ಟ ಮನೆಯಲ್ಲಿ ಕಾಲಿಡುತ್ತಿದ್ದಂತೆಯೇ ಅವರಮ್ಮ ನುಗ್ಗಿ ಬಂದು ಅವನನ್ನು ಗಟ್ಟಿಯಾಗಿ ತಬ್ಬಿಕೊಂಡು 'ಪುಟ್ಟಾ, ಪುಟ್ಟಾ... ಎಲ್ಲಿಗ್ಹೋಗಿದ್ದೋ... ಎಷ್ಟೊಂದು ಹೆದರಿಸಿಬಿಟ್ಯಲ್ಲೋ... ಅತ್ತೆ, ಪುಟ್ಟಾ ಬಂದಾ ನೋಡ್ರಿ' ಎಂದು ಒಂದೇ ಸವನೆ ಗದ್ಗದಿತ ಕಂಠದಲ್ಲಿ ಬಡಬಡಿಸುತ್ತಾ ಪುಟ್ಟನ ಮುಖಕ್ಕೆಲ್ಲ ಮುತ್ತು ಕೊಡಲಾರಂಭಿಸಿದರು. ಪುಟ್ಟಗೆ ಬಳ್ಳಾರಿಯಲ್ಲಿದ್ದ ಅಮ್ಮ ಇಲ್ಲಿಗೆ ಹೇಗೆ ಬಂದ್ಲು? ಅಂತ ಆಶ್ಚರ್ಯವಾಗಿತ್ತು. ಅಡಿಗೆ ಮನೆಯಿಂದ ಹೊರಬಂದ ಅಜ್ಜಿ "ನಾನಾಗ್ಲೆ ಹೇಳಿದ್ರೆ ನೀನು

ಕೇಳ್ಲಿಲ್ಲ. ಎಲ್ಲೋ ಆಡ್ಲಿಕ್ಕೆ ಹೋಗಿರ್ತಾನೆ, ಬಂದೇ ಬರ್ತಾನಂದ್ರೂ ಅಷ್ಟೊಂದು ಗಾಬರಿ ಬೀಳ್ತಿ. ಸಂಡೂರೇನು ಬಳ್ಳಾರೀನಾ? ಹುಡುಗರು ಕಳೆದುಹೋಗ್ತವೆ ಅನ್ಲಿಕ್ಕೆ? ಇರೋದೇ ನಾಲ್ಕು ಓಣಿ".

"ನಿಮಗೇನು ಗೊತ್ತಾಗುತ್ತೆ ಅತ್ತೆ, ಎಂಥಾ ದುಸ್ವಪ್ನ ಬಿದ್ದಿತ್ತು ಅಂತೀರ? ಅದೂ ಮಧ್ಯಾಹ್ನ ಮಲಗಿಕೊಂಡಾಗ. ಮನೆ ಬಾವಿಯೊಳಗೆ ಪುಟ್ಟ ಬಿದ್ದು ಸ.... ಈಗ್ಲೂ ನೆನಸ್ಕೊಂಡರೆ ಮೈ ಥರಥರ ನಡುಗ್ತದೆ. ಉಟ್ಟ ಸೀರಿ ಮೇಲೆ ಹೊರಟು ಬಂದೀನಿ. ಪುಟ್ಟಾನ ಮುಖ ನೋಡೋ ತನಕ ನಂಗೆ ಜೀವದಾಗೆ ಜೀವ ಇರ್ಲಿಲ್ಲ. ಇರೋವ್ನು ನಂಗೆ ಒಬ್ಬ. ಅವನಿಗೆ ಏನಾದ್ರೂ ಆದ್ರೆ ನಂಗೆ ಸಹಿಸ್ಲಿಕ್ಕೆ ಆಗಲ್ಲ ಅತ್ತೆ, ನಾನು ಜೀವ ಸಹಿತ ಉಳಿಯಂಗಿಲ್ಲ" ಮತ್ತೊಮ್ಮೆ ಪುಟ್ಟನನ್ನು ತಬ್ಬಿಕೊಂಡು 'ಹೋ' ಎಂದು ಬಿಕ್ಕಿಬಿಕ್ಕಿ ಅಳಲಾರಂಭಿಸಿದರು. ಈ ಬಾರಿ ಅವನ ಗಾಯಕ್ಕೆ ತಾಕಿದ್ದರಿಂದ 'ಹಾ...' ಎಂದ. ಅವನಮ್ಮ ಆ ಗಾಯಗಳನ್ನು ನೋಡಿದ್ದೇ ಹೌಹಾರಿಬಿಟ್ಟರು. "ಎಲ್ಲಿ ಬಿದ್ದೋ, ರಕ್ತ ಬಂದದಲ್ಲೋ... ನೋವಾಗ್ತದೇನೋ ರಾಜ? ಎಂಥಾ ಗಾಯ ಮಾಡ್ಕೊಂಡೀಯಲ್ಲೋ..." ಎಂದು ಹೇಳಿ ಆ ಗಾಯವನ್ನೆಲ್ಲಾ ನೀರಿನಿಂದ ತೊಳೆದು, ಟಿಂಚರ್ ಹಚ್ಚಿ ಬ್ಯಾಂಡೇಜ್ ಕಟ್ಟಿದರು. ಅವನ ಕೈಯಿಂದಲೇ ದೇವರ ದೀಪವೊಂದನ್ನು ಹಚ್ಚಿಸಿ, ತಿರುಪತಿ ತಿಮ್ಮಪ್ಪನಿಗೆ ಮುಡಿಪೊಂದನ್ನು ಕಟ್ಟಿಸಿ, ದೇವರಿಗೆ ಅಡ್ಡ ಬೀಳಿಸಿದರು.

ಸಾಯಂಕಾಲದೊಳಗೆ ಪುಟ್ಟನ ಬಟ್ಟೆಗಳೆಲ್ಲಾ ಪ್ಯಾಕ್ ಆದವು. ಅವನಮ್ಮ ಪುಟ್ಟನನ್ನು ಕರೆದುಕೊಂಡು ಏಳು ಗಂಟೆಯ ಬಸ್ಸಿಗೆ ಹೊರಡುವುದೆಂದು ನಿರ್ಧರಿಸಿಬಿಟ್ಟಳು. ಪುಟ್ಟ "ಅಜ್ಜಿ ನಾ ಹೋಗಂಗಿಲ್ಲ, ಇಲ್ಲೇ ಇರ್ತೀನಿ" ಅಂತ ಹಠ ಹಿಡಿದ. ಆದರೆ ಈ ಬಾರಿ ಅವರಮ್ಮ ಅವನ ಹಠಕ್ಕೆ ಸೊಪ್ಪು ಹಾಕಲಿಲ್ಲ. ಪುಟ್ಟನಿಲ್ಲದೆ ಅವರ ಜೀವ ಅರೆಗಳಿಗೆಯೂ ನಿಲ್ಲುವುದಿಲ್ಲವೆಂದೂ, ಅವರಿದ್ದಲ್ಲಿಯೇ ಅವನಿರಬೇಕೆಂದು ಹೇಳಿಬಿಟ್ಟರು. ಮುಂದಿನವಾರ ಬೇಕಾದರೆ ತಾವೇ ಅವನನ್ನು ಸಂಡೂರಿಗೆ ಕರೆದುಕೊಂಡು ಬರುವುದಾಗಿ ಹೇಳಿದರು.

ಸಾಯಂಕಾಲ ಬಸ್ ನಿಲ್ದಾಣಕ್ಕೆ ಹೊರಡುವ ಮುಂಚೆ ಪುಟ್ಟನಿಗೆ 'ಕೂರ್ಮ'ನನ್ನೊಮ್ಮೆ ನೋಡಬೇಕೆಂದು ಆಸೆಯಾಯ್ತು. ಆದರೆ ಹಿಂದೆಯೇ ಅದರ ಮೇಲೂ ಸಿಟ್ಟುಬಂದು ಸುಮ್ಮನಾಗಿಬಿಟ್ಟ. ಇವರು ಮನೆಯಿಂದ ಹೊರಡುವ ವೇಳೆಗೆ ಸರಿಯಾಗಿ ತಲ ಬಾಗಿಲಿನಲ್ಲಿ ತಾಯಣ್ಣ ಕಾಣಿಸಿಕೊಂಡ. ಉಂಡಿ, ಕೋಡುಬಳೆಗಳ ಆಸೆಯನ್ನು ಕಣ್ಣಲ್ಲಿ ತುಂಬಿಕೊಂಡು ಬಂದ ತಾಯಣ್ಣ ಬ್ಯಾಂಡೇಜ್ ಕಟ್ಟಿಕೊಂಡು ಅವರಮ್ಮನ ಜೊತೆ ಹೊರಟುನಿಂತ ಪುಟ್ಟನನ್ನು ನೋಡಿ ಏನೂ ಮಾತನಾಡಲು ತೋಚದೆ ಸುಮ್ಮನೆ ನಿಂತುಬಿಟ್ಟ. ಆದರೆ ಅವನು ಬಂದ ಉದ್ದೇಶ ತಿಳಿದಿದ್ದ ಪುಟ್ಟ, ತಾನೇನೂ ಮಾಡಲು ಸಾಧ್ಯವಿಲ್ಲವೆಂಬ ಅಸಹಾಯಕತೆಯಿಂದ ತಾಯಣ್ಣನ್ನ ಕಣ್ಣಲ್ಲಿ ಕಣ್ಣಿಟ್ಟು ನೋಡಲೂ ಸಾಧ್ಯವಾಗದೆ ತಲೆ ತಗ್ಗಿಸಿಬಿಟ್ಟ. ಅವನಿಗೆ ಉಂಡಿ ಕೋಡುಬಳೆಯನ್ನು ಕೊಡಲೂ ತನ್ನಿಂದ ಶಕ್ಯವಿಲ್ಲವೆಂದು ಪುಟ್ಟನಿಗೆ ಅಳು ಬಂದಂತಾಯ್ತು. ಆದರೆ ತಾನು ಅಳುವುದಿಲ್ಲವೆಂದು ನಿರ್ಧರಿಸಿ ತುಟಿ ಬಿಗಿಹಿಡಿದ.

ತಾಯಣ್ಣನನ್ನು ನೋಡಿದ ಪುಟ್ಟನ ಅಮ್ಮ, "ಹೇಳಿ ಕಳಿಸ್ದಂಗೆ ಬಂದಿ ನೋಡು. ಅಲ್ಲಿ ಜೋಳದ ಚೀಲ ಅದೆ. ಹೊತ್ತುಕೊಂಡು ಬಸ್‌ಸ್ಟಾಂಡ್‌ಗೆ ಬಾ. 15 ಕೆ.ಜಿ. ಅದೆ, ಭಾರ ಇಲ್ಲ" ಎಂದು ಅಪ್ಪಣೆ

ಕೊಟ್ಟರು. ತಾಯಣ್ಣ ಮರು ಮಾತಾಡದೆ ಜೋಳದ ಚೀಲವನ್ನು ತಲೆಯ ಮೇಲಿಟ್ಟುಕೊಂಡು ಬಸ್ ನಿಲ್ದಾಣದ ಕಡೆ ಹೆಜ್ಜೆ ಹಾಕಿದ. ಪುಟ್ಟ ತಾನೂ ಸೂಟ್‌ಕೇಸ್ ಹಿಡಿದುಕೊಂಡು ಬರುತ್ತೀನೆಂದಾಗ, ಅವರಮ್ಮ ಅದು ತುಂಬಾ ಭಾರವಾಗಿದೆಯೆಂದೂ, ಬೇಕಿದ್ದರೆ ವಾಟರ್ ಬಾಟಲ್ ಹಿಡಿದುಕೊಂಡು ಬರಬೇಕೆಂದು ಹೇಳಿದರು. ಪುಟ್ಟ ಏನೂ ಬೇಡ ಅಂದುಬಿಟ್ಟ.

ಬಸ್ಸು ಯಾವತ್ತಿನಂತೆ ಗಿಜಿಗುಟ್ಟುತ್ತಿತ್ತು. ಕಾಲಿಡಲೂ ಸಾಧ್ಯವಿರಲಿಲ್ಲ. "ಗಂಟು ಹೊತ್ತುಕೊಂಡು ಮುಂಚೇನೇ ಬಂದ್ಯಲ್ಲೋ, ಒಂದು ಸೀಟ್ ಹಿಡೀಲಿಕ್ಕೆ ಆಗ್ಲಿಲ್ವಾ?" ಎಂದು ಪುಟ್ಟನ ಅಮ್ಮ ತಾಯಣ್ಣನನ್ನು ಹಂಗಿಸಿದರು. ಇದೇ ಕಡೆಯ ಬಸ್ಸಾದ್ದರಿಂದ ಬೇರೆ ಬಸ್ಸಿಗೆ ಕಾಯುವಂತಿರಲೂ ಇಲ್ಲ. ಬಸ್ಸಿನಲ್ಲಿ ಕುಳಿತವರ ಮುಂದೆಲ್ಲಾ ತಮಗೆ ಸೀಟಿರದಿದ್ದರೂ ಪರವಾಯಿಲ್ಲ, ತಮ್ಮ ಪುಟ್ಟನಿಗೆ ಸ್ವಲ್ಪ ಜಾಗ ಮಾಡಿಕೊಡಿ, ಮೈ ಕೈಯೆಲ್ಲಾ ಗಾಯ ಮಾಡ್ಕೊಂಡು ಸುಸ್ತಾಗ್ಯಾನೆ, ಅವನ ಕೈಲೆ ಬಳ್ಳಾರಿ ತನಕ ನಿಂತ್ಕೊಂಡು ಬರ್ಲಿಕ್ಕೆ ಆಗಲ್ಲ, ಸಣ್ಣವನು ಎಂದು ಹೃದಯ ಕರಗುವಂತೆ ಗೋಗರೆದರು. ಯಾರೋ ಇಬ್ಬರು ದಪ್ಪ ಹೆಂಗಸರು ಆಚೆ ಈಚೆ ಜರುಗಿ ಅಂಗೈಯಗಲ ಜಾಗ ಮಾಡಿಕೊಟ್ಟರು. ಪುಟ್ಟ ಕೂಡಲ್ಲ, ನಿಂತೇ ಬರ್ತೀನಿ ಎಂದು ನಿರಾಕರಿಸಿದ. ಫುಲ್ ಟಿಕೇಟ್ ತೆಗೆದುಕೊಂಡು ಪ್ರಯಾಣ ಮಾಡುವ ಗಂಡು ಅಂಗೈಯಗಲದ ಜಾಗದಲ್ಲಿ – ಅದೂ ಇಬ್ಬರು ದಪ್ಪನೆಯ ಹೆಂಗಸರ ಮಧ್ಯೆ – ಕುಂಡಿ ತುದಿಯಲ್ಲಿ ಕೂಡುವುದೆಂದರೇನು? ಆದರೆ ಅವನಮ್ಮ "ಹಠ ಮಾಡಿ ಹೊಟ್ಟೆ ಉರಿಸ್ಬೇಡೋ, ರಾತ್ರಿ ನೀ ಕಾಲು ನೋವಂತ ಅತ್ರೆ ನಾನೇನ್ ಮಾಡ್ಲಿ" ಎಂದು ಅವನ ಕೈ ಹಿಡಿದು ಸೀಟಿನ ಮೇಲೆ ಕೂಡಿಸಿಬಿಟ್ಟರು.

ಪುಟ್ಟನಿಗೆ ಅವಮಾನವಾಗಿತ್ತು. ಆದರೂ ಅವನೇನೂ ಮಾಡುವಂತಿರಲಿಲ್ಲ. ಬಸ್ಸಿನ ಕಿಟಕಿಯಿಂದ ಹೊರನೋಡೋಣವೆಂದರೆ ಅಲ್ಲಿ ತಾಯಣ್ಣ ನಿಂತಿದ್ದಾನೆಂಬ ಭಾವನೆಯಿಂದ ತಲೆ ತಗ್ಗಿಸಿದವನು ಮೇಲೆತ್ತಲಿಲ್ಲ. ಪುಟ್ಟನ ಅಮ್ಮ ಕಿಟಕಿಯಲ್ಲಿ ತಲೆ ತೂರಿಸಿ ತಾಯಣ್ಣನಿಗೆ ದುಡ್ಡು ಕೊಡಲು ಹೋದರು. ತಾಯಣ್ಣ ಬೇಡವೆಂದು ತಲೆಯಲ್ಲಾಡಿಸಿ ಓಡಿ ಹೋದ. "ಹೊಟ್ಟೆಗೆ ಕೂಳಿಲ್ಲದಿದ್ದರೂ ಧಿಮಾಕ್ ನೋಡು" ಎಂದು ಬೈದುಕೊಂಡರು.

ಬಸ್ಸು ಬಳ್ಳಾರಿಯ ಕಡೆಗೆ ಸಾಗಿತು. ಸಂಡೂರಿನ ಹಚ್ಚ ಹಸುರು ಮರ–ಗಿಡ–ಬೆಟ್ಟಗಳು ಹಿಂದೆ ಹಿಂದೆ ಸರಿದು, ಬಳ್ಳಾರಿಯ ಜಾಲಿಯ ಮುಳ್ಳಿನ ಗಿಡಗಳು ಹತ್ತಿರವಾಗಲಾರಂಭಿಸಿದವು. ಪುಟ್ಟನಿಗೆ ನಾರಿಹಳ್ಳವನ್ನು ನೋಡಬೇಕೆನಿಸಲಿಲ್ಲ, ಗಂಡಿ ಹನುಮಪ್ಪಗೆ ಕೈ ಮುಗಿಯಬೇಕೆನಿಸಲಿಲ್ಲ, ಕುಡುತಿನಿಯಲ್ಲಿ ಸೋಡಾವನ್ನು ಚೌಕಾಸಿ ಮಾಡಿಕೊಳ್ಳಬೇಕೆನಿಸಲಿಲ್ಲ. ಮನೆಗೆ ಬಂದವನೆ ತನ್ನ ರೂಮಿಗೆ ಹೋಗಿ ಬಾಗಿಲು ಹಾಕಿಕೊಂಡ. ಅವರಮ್ಮ, ಪುಟ್ಟ ಗಾಯ ಮಾಡಿಕೊಂಡಿದ್ದನ್ನು ಅಪ್ಪನ ಮುಂದೆ ಹೃದಯವೇ ಕರಗುವಂತೆ ವರ್ಣರಂಜಿತವಾಗಿ ವಿವರಿಸಿದರು.

ರಾತ್ರಿ ಪುಟ್ಟ ತನಗೆ ಊಟ ಬೇಡವೆಂದು ಹೇಳಿದ. ಅವರಮ್ಮ ರಾತ್ರಿಯ ಹೊತ್ತು ಹಸಿ ಹೊಟ್ಟೆಯಲ್ಲಿ ಮಲಗಬಾರದೆಂದೂ, ಸ್ವಲ್ಪಾದರೂ ಬಾಯಿ ಎಂಜಲು ಮಾಡಬೇಕೆಂದು ಹೇಳಿ ಅವನನ್ನು ತಟ್ಟೆಯ ಮುಂದೆ ಕೂರಿಸಿದರು. ಬರೀ ಸ್ವಲ್ಪ ಮೊಸರನ್ನ ಉಣ್ಣು ಸಾಕು, ಬೇರೆ ಏನೂ ಬೇಡ ಎಂದು ಅವನ ತಲೆ ಸವರಿ ಸಮಾಧಾನ ಮಾಡಿದರು. ಅನ್ನ ಹಾಕಿ ಮೊಸರನ್ನ ಹಾಕುವಾಗ

ಅದರ ವಾಸನೆಯಿಂದಲೇ ಮೊಸರು ಹುಳಿಗೊಡ್ಡಾಗಿದೆಯೆಂದು ಗೊತ್ತಾಯಿತು. ಬಳ್ಳಾರಿಯ ಬಿಸಿಲಿಗೆ ಮೊಸರು ಹುಳಿಯಾಗದೆ ಸಿಹಿಯಿದ್ದೀತೆ?

"ಹಂಗೇ ಉಣ್ಬೇಡ, ಮೊಸರು ಹುಳಿ ಅದೆ. ಹಾಲು ಹಾಕ್ತೀನಿ" ಎಂದು ಹೇಳಿ ಅಡುಗೆ ಮನೆಗೆ ಹೋದರು.

"ನಂಗೆ ಹುಳಿಮೊಸರೇ ಇಷ್ಟ, ಹಾಲು ಹಾಕ್ಬೇಡ" ಪುಟ್ಟ ಕಿರುಚಿದ.

ಅವರಮ್ಮ ಅವನ ಮಾತಿಗೆ ಹೆಚ್ಚು ಗಮನ ಕೊಡಲಿಲ್ಲ. ಮಗ ಹುಳಿಮೊಸರನ್ನು ತಿಂದರೆ ತಾಯಿ ಕರುಳು ಹೇಗೆ ತಾನೆ ಸಹಿಸೀತು? ಹಾಲನ್ನು ತಂದೇಬಿಟ್ಟರು. "ನಂಗೆ ಹಾಲು ಬೇಡ" ಎಂದು ಪುಟ್ಟ ಕೈ ಅಡ್ಡ ಹಿಡಿದ. "ಯಾಕೋ ಹಾಲು ಬೇಡ ಅಂತಾನೆ, ಬಿಟ್ಟು ಬಿಡೆ" ಎಂದು ಪುಟ್ಟನ ಅಪ್ಪನೂ ಅವನ ಪರ ವಹಿಸಿದರು. "ನೀವು ಸುಮ್ನಿರ್ರಿ. ಎಲ್ಲಾದಕ್ಕೂ ತಲೆ ಹಾಕ್ಬೇಡಿ. ಹುಳಿಮೊಸರು ಉಂಡು ರಾತ್ರಿಯೆಲ್ಲಾ ಅವನು ಕೆಮ್ತಾ ಕೂತ್ರೆ ನೀವಾ ಇಲ್ಲಾ ನಾನಾ ಒದ್ದಾಡೋದು?" ಎಂದು ಗಂಡನ ಬಾಯಿ ಮುಚ್ಚಿಸಿ ಪುಟ್ಟನ ಚಿಕ್ಕ ಕೈಯನ್ನು ಸಲೀಸಾಗಿ ಸರಿಸಿ ಹಾಲು ಸುರಿದು ತಾವೇ ಮೊಸರನ್ನವನ್ನು ಕಲಿಸಿಟ್ಟು 'ತಿನ್ನು' ಎಂದರು.

ಪುಟ್ಟನಿಗೆ ಮೈಯೆಲ್ಲಾ ಉರಿದುಹೋಯ್ತು. ತಟ್ಟೆಯಲ್ಲಿದ್ದ ಮೊಸರನ್ನವನ್ನು ತನ್ನ ಪುಟ್ಟ ಕೈಯಲ್ಲಿ ತೆಗೆದುಕೊಂಡು ಅವರಮ್ಮನ ಮುಖಕ್ಕೆ ಬೀಸಿ ಒಗೆದ. ಅಮ್ಮ-ಅಪ್ಪ ಇಬ್ಬರೂ ದಿಗ್ಭ್ರಮೆಯಿಂದ ಪುಟ್ಟನ ಈ ಹೊಸ ಅವತಾರವನ್ನು ನೋಡಿದರು. ಮೊಸರನ್ನ ಎಸೆದ ನಂತರ ಅವರಮ್ಮನ ಮುಖವನ್ನು ನೋಡಿದ ಪುಟ್ಟನಿಗೆ ಖಂಡಿತಾ ತನ್ನನ್ನು ಹೊಡೆಯುತ್ತಾಳೆಂದು ಭಯವಾಗಿ ಥರಥರನೆ ನಡುಗಲಾರಂಭಿಸಿದ.

21ನೇ ಮಾರ್ಚ್ 1998

ಮೌಢ್ಯೋಪಾಸನೆ

ಮೂರು ತಿಂಗಳಿನ ನಿರಂತರ ಚಿಕಿತ್ಸೆಯ ನಂತರ ಡಾಕ್ಟರರು "ಮುಂದಿನ ವಾರ ನಿಮ್ಮಮ್ಮನ್ನ ಮನೆಗೆ ಕರೆದುಕೊಂಡು ಹೋಗಬಹುದು, ಈಗ ಸ್ವಲ್ಪ ಗುಣ ಆಗ್ಯದೆ" ಎಂದು ಹೇಳಿದಾಗ ಖುಷಿಯಿಂದ ನಾನು ನಮ್ಮಮ್ಮಗೆ ಈ ವಿಷಯ ತಿಳಿಸಿದರೆ ನಾನೆಣಿಸಿದಂತೆ ಅಮ್ಮ ಖುಷಿಯಾಗಲಿಲ್ಲ. "ಹಾಗಂತಂದ್ರೇನು?" ಎಂದು ನಿರುತ್ಸಾಹದಿಂದಲೇ ಮಾತನಾಡಿ ಸುಮ್ಮನಾಗಿಬಿಟ್ಟಳು. ಆದರೆ ಮೂರು ತಿಂಗಳಿನಿಂದ ಈ ಕಾಣದ ಊರಿನಲ್ಲಿ ಆಸ್ಪತ್ರೆ–ಮನೆ ಅಂತ ಓಡ್ಯಾಡಿ ಸಾಕಾಗಿದ್ದ ನನಗೆ ಬಿಡುಗಡೆ ಸಿಕ್ಕಂತಾಗಿ ಒಂದು ರೀತಿಯ ಸಂತೋಷವಾದ್ದರಿಂದ ಅಮ್ಮನ ನಿರುತ್ಸಾಹ ನನ್ನ ಗಮನಕ್ಕೆ ಬರಲಿಲ್ಲ.

ಹಾಗೆ ನೋಡಿದರೆ ನನ್ನ ಹೊರತಾಗಿ ಇಲ್ಲಿ ಅಮ್ಮನ ಸೇವೆಗೆ ಬರಲು ಮನೆಯಲ್ಲಿ ಯಾರೂ ಇರಲಿಲ್ಲ. ಮನೆಯಲ್ಲಿದ್ದ ಏಕೈಕ ಗಂಡು ಜೀವಿಯೆಂದರೆ ನನ್ನ ತಮ್ಮ. ಆಗ ಅವನು ಅನಂತಪುರದ ಕಾಲೇಜಿನಲ್ಲಿ ಓದುತ್ತಿದ್ದ. ಪರೀಕ್ಷೆಯ ಸಮಯ ಬೇರೆ! ಇನ್ನು ಉಳಿದವರೆಂದರೆ ನಮ್ಮವ್ವ – ನನ್ನಮ್ಮನ ಅಮ್ಮ – ಮಡಿಹೆಂಗಸು. ದಿನನಿತ್ಯ ರಾಯರ ಮಠದ ತೀರ್ಥ ತೆಗೆದುಕೊಳ್ಳದೆ ಆಹಾರದ ಕಡೆ ಕಣ್ಣೆತ್ತಿಯೂ ನೋಡದ ಅವ್ವ, ಇಂತಹ ಊರಿನಲ್ಲಿ ಬದುಕುವುದಾದರೂ ಹೇಗೆ? ಹೆತ್ತ ಕರುಳು ಮಗಳ ಅವಸ್ಥೆಯನ್ನು ನೋಡಿ ವಿಲವಿಲನೆ ಒದ್ದಾಡಿದ್ದರೂ, ಮದ್ರಾಸಿಗೆ ಬಂದು ಸೇವೆ ಮಾಡುವುದು ಅಸಾಧ್ಯದ ಮಾತಾಗಿತ್ತು. ಆದರೆ ಆಗ ನಾನು ಹತ್ತನೇ ತರಗತಿಯಲ್ಲಿ ಪಾಸಾಗಿ, "ಹೆಣ್ಣು ಹುಡುಗಿಗೆ ಕಾಲೇಜು ಬೇಡ" ಅಂತ ತಮ್ಮ ಹೇಳಿದ್ದಕ್ಕೆ ಮನೆಯಲ್ಲಿ ಖಾಲಿ ಕುಳಿತಿದ್ದರಿಂದ ನಾನೇ ಮದ್ರಾಸಿಗೆ ಬರಬೇಕಾಯ್ತು. ಅಂತಹ ಘಳಿಗೆಯಲ್ಲಿ ನನಗೆ ಅಪ್ಪನಾದರೂ ಬದುಕಿದ್ದಿದ್ದರೆ... ಅಂತ ಅನ್ನಿಸುತ್ತಿತ್ತು. ಆದರೆ ಪುಣ್ಯಾತ್ಮ, ಅಮ್ಮ ನನ್ನ ತಮ್ಮನ ಬಸಿರಿರುವಾಗಲೇ ಅವಳನ್ನು ಮಡಿಹೆಂಗಸಾಗಿ ಮಾಡಿಬಿಟ್ಟಿದ್ದ.

ನಮ್ಮ ಮನೆಯಿದ್ದುದು ಬಳ್ಳಾರಿಯಲ್ಲಿ, ಕಾಳಮ್ಮ ಬೀದಿಯ ಮಧ್ಯದಲ್ಲಿ. ದೊಡ್ಡ ಆಚಾರ್ಯರು ಬಾಳಿದ ಶ್ರೀಮಂತ ಮನೆತನವಂತೆ. ನೂರಾರು ಎಕರೆ ಗದ್ದೆ, ಬೆಳ್ಳಿ-ಬಂಗಾರ, ಆಳು-ಕಾಳು... ಹಾಗಂತ ಓಣಿಯ ಎಷ್ಟೋ ತಲೆಗಳು ಪ್ರಮಾಣಿಸುತ್ತಾರೆ. ಆದರೆ ನನ್ನ ನೆನಪಿಗೆ ಬರುವುದು ನನ್ನ ಅಮ್ಮ-ಅವ್ವ ಮಂದಿಮನೆಗೆ ನೀರು ಹೊತ್ತು, ಮಡಿ ಅಡಿಗೆ ಮಾಡಿ, ಹೂಬತ್ತಿ, ಹಪ್ಪಳ-ಸಂಡಿಗೆಗಳನ್ನು ಮಾರಿ ಕಷ್ಟದಿಂದ ನಮ್ಮನ್ನು ಬೆಳೆಸಿದ್ದು ಮಾತ್ರ. ಅವ್ವನಾದರೂ ಆವಾಗಾವಾಗ ತನ್ನ ಗಂಡ – ಅಂದರೆ ನನ್ನ ತಾತನ ಪರಾಕ್ರಮಗಳನ್ನು ಹೇಳಿಕೊಳ್ಳುತ್ತಿದ್ದಳಾದರೂ ಅಮ್ಮ ಅಪ್ಪನ ಬಗ್ಗೆ ಎಂದೂ ತುಟಿ ಪಿಟಕ್ ಅನ್ನುತ್ತಿರಲಿಲ್ಲ. ಅವಳಿಗೆ ಆ ವಿಷಯದಲ್ಲಿ ಆಸಕ್ತಿಯೇ ಇರಲಿಲ್ಲ. ದೊಡ್ಡ ಮನೆತನಕ್ಕೆ ಮದುವೆ ಮಾಡಿ ಕೊಟ್ಟಿದ್ದರೂ, ಮೂರೇ ವರ್ಷಕ್ಕೆ ಗಂಡ ತೀರಿಕೊಂಡು ಸಂಪತ್ತೆಲ್ಲಾ ಸೋರಿ ಹೋಗಿ ಮನಸ್ಸಿಗಾದ ಗಾಯ ಮಾಯದಿರುವುದೇ ಅಮ್ಮನ ಮೌನಕ್ಕೆ ಕಾರಣವಿರಬಹುದು. ಅತ್ತೆ ಮನೆಯವರ್‍ಯಾರೂ ಅಮ್ಮನ ಬಗ್ಗೆ ಆಸಕ್ತಿ ವಹಿಸದಿದ್ದುದರಿಂದ ಅಮ್ಮ ತೌರು ಮನೆಯನ್ನು ಸೇರಬೇಕಾಯ್ತಂತೆ. ಆ ವೇಳೆಗಾಗಲೇ ತಾತನೂ ಸತ್ತಿದ್ದರಿಂದ ಅಲ್ಲಿಯೂ ಅವ್ವ ಕಂಗಾಲಾಗಿದ್ದಳು. ನೊಂದ ಜೀವಕ್ಕೆ ಮತ್ತೊಂದು ನೊಂದ ಜೀವ ಆಸರೆಯಾಯ್ತು. ಅವ್ವಗೆ ಒಬ್ಬ ಗಂಡು ಮಗನಿದ್ದ, ಅಂದರೆ ನನ್ನ ಸೋದರಮಾವ. ಸೈನ್ಯದಲ್ಲಿ ವೈದ್ಯನಾಗಿದ್ದ ಅವನು ಹಿಂತಿರುಗಿದ ಮೇಲೆ ಮದುವೆಯಾಗಿ, ಆ ಹೆಣ್ಣಿನ ಹಠಕ್ಕೆ ಸೋತು ಬಳ್ಳಾರಿ ತೊರೆದು ಉತ್ತರ ಭಾರತದ ಕಡೆಗೆಲ್ಲೋ ಹೊರಟು ಹೋಗಿದ್ದ. ಆವಾಗಾವಾಗ ಹೆಂಡತಿಯ ಕಣ್ಣು ತಪ್ಪಿಸಿ ದಿಢೀರೆಂದು ಮನೆಗೆ ಬಂದು ನಮ್ಮನ್ನೆಲ್ಲಾ ಪ್ರೀತಿಸಿ, ತಿಂಡಿ-ತಿನಿಸು ಕೊಟ್ಟು ಹೋಗುತ್ತಿದ್ದನಾದರೂ ಅವನಿಂದ ನಮ್ಮ ಜೀವನಾಧಾರಕ್ಕೆ ಬೇಕಾದ ನಿರಂತರ ವರಮಾನವನ್ನು ನಿರೀಕ್ಷಿಸುವುದು ಅಸಾಧ್ಯವಾಗಿತ್ತು. ತಾತನ ಆಸ್ತಿ ಸಾಕಷ್ಟಿತ್ತಾದರೂ, ಅದನ್ನು ನೋಡಿಕೊಳ್ಳಲು ಯಾರೂ ಗಂಡಸರಿಲ್ಲದ್ದರಿಂದ ದಿನದಿಂದ ದಿನಕ್ಕೆ ಕೈಜಾರಿ ನಮ್ಮನ್ನು ಈ ಸ್ಥಿತಿಗೆ ತಂದು ನಿಲ್ಲಿಸಿತ್ತು.

ನಾನು 'ಅಮ್ಮ', 'ಅವ್ವ' ಎಂದು ಮೊದಲು ತೊದಲು ನುಡಿಗಳನ್ನಾಡುವುದು ಕಲಿಯುವ ವೇಳೆಗಾಗಲೇ ಅಪ್ಪ-ತಾತ ಇಬ್ಬರೂ ಸತ್ತಿದ್ದರಿಂದ, ಅಮ್ಮ-ಅವ್ವ ಅಂದರೆ ಮಡಿಹೆಂಗಸರೇ ಆಗಿರಬೇಕೆಂದು ತುಂಬಾ ದಿನ ನನ್ನ ತಲೆಯಲ್ಲಿ ಉಳಿದುಬಿಟ್ಟಿತ್ತು. ಅವರು ತಮ್ಮ ಜೀವ ತೇಯ್ದು ಸಂಸಾರ ಸಾಗಿಸುತ್ತಿದ್ದುದು ಅವರು ಮಾಡಲೇಬೇಕಾದ ಕರ್ತವ್ಯವೆನ್ನಿಸುತ್ತಿತ್ತು. ಆದರೆ ಅಮ್ಮ-ಅವ್ವ ಎಷ್ಟೇ ಕಷ್ಟ ಪಡುತ್ತಿದ್ದರೂ ಎಂದೂ ಅದರ ಬಗ್ಗೆ ಗೊಣಗಾಡುತ್ತಿರಲಿಲ್ಲ. ನಗು ನಗುತ್ತಲೇ ನಮ್ಮನ್ನು ಬೆಳೆಸಿದರು. ತಮ್ಮ ಕಷ್ಟ ಮಕ್ಕಳಿಗೆ ಬರದಿರಲಿ ಎಂದು ನಮ್ಮನ್ನು ಶಾಲೆಗೆ ಸೇರಿಸಿ ಕಟ್ಟುನಿಟ್ಟಾಗಿ ಓದಿಸಿದರು. ಹತ್ತನೇ ತರಗತಿಯ ತನಕ ಓದಿದ ನಾನು, ತಮ್ಮ 'ಕಾಲೇಜು ಮರ್ಯಾದಸ್ತ ಕುಟುಂಬದ ಹೆಣ್ಣುಮಕ್ಕಳಿಗಲ್ಲ' ಎಂದಿದ್ದಕ್ಕೆ ಮನೆಯಲ್ಲುಳಿಯಬೇಕಾಯ್ತು. ಅಮ್ಮ-ಅವ್ವ ನನ್ನ ಮದುವೆಗಾಗಿ ವರಾನ್ವೇಷಣೆ ಪ್ರಾರಂಭಿಸಿದ್ದರೂ ಯಾವುದೂ ಫಲಿಸಿರಲಿಲ್ಲ. ತಮ್ಮ ಓದಿನಲ್ಲಿ ಬುದ್ಧಿವಂತ. ಅಮ್ಮ-ಅವ್ವರ ಕಷ್ಟಕ್ಕೆ ಮಾರಕವಾಗದಂತೆ ಕಾಲೇಜಿನಲ್ಲಿ ವ್ಯಾಸಂಗ ಮುಂದುವರೆಸಿದ್ದ. ಸ್ವಲ್ಪೇ ದಿನದಲ್ಲಿ ಅವನ ಓದು ಮುಗಿದು ನಮ್ಮ ಕಷ್ಟಗಳೆಲ್ಲಾ ತೀರಿ ಹೋಗುವುದೆಂದು ನಾವು ಆಶಿಸಿಕೊಂಡು ಕುಳಿತಿದ್ದೆವು.

ಹೇಗೋ ಒಂದು ರೀತಿ ನೆಮ್ಮದಿಯಿಂದ ಸಾಗುತ್ತಿದ್ದ ಕುಟುಂಬ, ಅಮ್ಮನಿಗೆ ಕಿವಿ ನೋವು ಬಂದಿದ್ದೇ ನೆಪವಾಗಿ ಅಲ್ಲೋಲ ಕಲ್ಲೋಲವಾಯ್ತು. ಮೊದಲಿಗೆ ನಮಗ್ಯಾರಿಗೂ ಅದು ಭಯಂಕರವಾಗಿ ಕಂಡಿರಲಿಲ್ಲ. ಅವ್ವ ತನಗೆ ಗೊತ್ತಿದ್ದ ಔಷಧಿಗಳನ್ನೆಲ್ಲಾ ಕಿವಿಗೆ ಸುರಿದು 'ಅದೇನ್ ಮಾಡ್ತದೆ ಮಹಾ' ಎಂದು ಧೈರ್ಯ ಹೇಳಿದ್ದಳು. ಆದರೆ ಅಮ್ಮನ ಕಿವಿ ನೋವು ಮಿತಿ ಮೀರಿ ಡಾಕ್ಟರರಿಗೆ ತೋರಿಸಿದಾಗ 'ಕ್ಯಾನ್ಸರ್' ಎಂದು ಮೆತ್ತಗೆ ಪಿಸುಗುಟ್ಟಿ ನಮ್ಮ ಜಂಘಾಬಲವನ್ನೇ ಉಡುಗಿಸಿಬಿಟ್ಟರು. "ಮದ್ರಾಸಿಗೆ ಕರಕೊಂಡು ಹೋಗಿ ಟ್ರೀಟ್‌ಮೆಂಟ್ ಕೊಡಿಸಿ. ಇಲ್ಲಾ ಅಂತಂದ್ರೆ ಉಳಿಯಂಗಿಲ್ಲ" ಅಂತ ಎಚ್ಚರಿಕೆಯನ್ನು ಕೊಟ್ಟರು.

ಅಳಿದುಳಿದ ಗದ್ದೆಯೊಂದನ್ನು ಸಿಕ್ಕಿದ ಹಣಕ್ಕೆ ಮಾರಿ ನಾನು ಅಮ್ಮನನ್ನು ಮದ್ರಾಸಿಗೆ ಕರೆದುಕೊಂಡು ಬಂದೆ. ನನ್ನ ಗೆಳತಿಯೊಬ್ಬಳಿಗೆ ಮದುವೆಯಾಗಿ ಅವಳು ಮದ್ರಾಸಿನಲ್ಲಿದ್ದಳು. ಅವಳ ಮನೆಯಲ್ಲಿಯೇ ಉಳಿದು, ಅಮ್ಮನಿಗೆ ಅನ್ನ-ಆಹಾರಾದಿಗಳನ್ನು ಒಯ್ದು ಅವಳನ್ನು ನೋಡಿಕೊಳ್ಳುವುದಕ್ಕೆಂದು ನಾನು ಸಿದ್ಧಳಾದೆ. ಅಮ್ಮನಿಗೆ ಡಾಕ್ಟರರು ಪಥ್ಯದ ಆಹಾರವನ್ನು ತೆಗೆದುಕೊಳ್ಳಲು ಹೇಳಿದ್ದರಿಂದ ನಾನೇ ಅದನ್ನು ತಯಾರಿಸುತ್ತಿದ್ದೆ.

ಆಸ್ಪತ್ರೆಗೆ ಸೇರಿದ ಮೊದಲನೇ ದಿನ ನಾನು ಅನ್ನವನ್ನು ಒಯ್ದಾಗ ಅಮ್ಮ 'ಹೋ' ಎಂದು ಅತ್ತು ಬಿಟ್ಟಳು. ಗಂಡ ಸತ್ತ ನಂತರ ಎಂದೂ ಮೈಲಿಗೆ ಅಡಿಗೆಯನ್ನು ಉಂಡಿರಲಿಲ್ಲ. ಎಂತಹ ಚಳಿಗಾಲದಲ್ಲೂ ಬಾವಿಯ ಮೇಲೆ ಸ್ನಾನ ಮಾಡಿ, ಗುರುಮಂತ್ರ ಹೇಳಿಕೊಂಡು, ಅಡಿಗೆಗಿಟ್ಟು, ಮಂದಿ ಮನೆಗೆ ನೀರು ಹೊತ್ತು ಹಾಕಿ ಬಂದು, ರಾಯರ ಮಠಕ್ಕೆ ಹೋಗಿ ತೀರ್ಥ ತೆಗೆದುಕೊಂಡ ಮೇಲೆಯೇ ಊಟ ಮಾಡುತ್ತಿದ್ದಳು. ಬೆಳಿಗ್ಗೆ ಹೊಟ್ಟೆ ತುಂಬ ಉಂಡಳೆಂದರೆ ಆಯ್ತು, ಮತ್ತೆ ಮರುದಿನದವರೆಗೆ ಬಾಯಿಗೆ ನೀರನ್ನೂ ಹಾಕುತ್ತಿರಲಿಲ್ಲ. ಎರಡೆರಡು ಏಕಾದಶಿಯನ್ನು ಮಾಡಿ, ಋಷಿ ಪಂಚಮಿ, ಭೀಷ್ಮ ಪಂಚಕಿಯನ್ನು ಮಾಡಿದ ಜೀವ. ಆ ರೀತಿ ಮಡಿ-ಹುಡಿ ಮಾಡದಿದ್ದರೆ ಮಂದಿ ಮನೆಗೆ ಅಡಿಗೆ ಮಾಡುವುದಾಗಲಿ, ನೀರು ಹಾಕುವುದಾಗಲಿ ಸಾಧ್ಯವಿರಲಿಲ್ಲ. ಅಮ್ಮ-ಅವ್ವ ನಿಷ್ಠೆಯಿಂದ ಮಡಿ-ಮೈಲಿಗೆ ಮಾಡಿಕೊಂಡಿದ್ದವರಲ್ಲದೆ, ಅದನ್ನೇ ನಂಬಿಕೊಂಡಿದ್ದವರು.

ಅಮ್ಮನ ಅಳುವನ್ನು ಕಂಡು ನನಗೂ ದುಃಖವಾಯ್ತು. ಹಾಗಂತ ಉಪವಾಸ ಇರಲಾದೀತೆ? "ನಿನ್ನ ದುಃಖ ನಂಗೂ ಅರ್ಥ ಆಗ್ತದಮ್ಮ. ಆದರೆ ಪರಿಸ್ಥಿತಿ ಹಂಗದೆ. ಏನು ಮಾಡ್ಲಿಕ್ಕಾಗ್ತದ್ಹೇಳು" ಎಂದು ಸಮಾಧಾನ ಹೇಳಿದೆ. ಅಲ್ಲಿಗೆ ಬಂದ ಡಾಕ್ಟರರೊಬ್ಬರು, "ಹಂಗೆಲ್ಲಾ ಹಠ ಮಾಡಬಾರದಮ್ಮ. ಆಸ್ಪತ್ರೆ ಅಂದ್ರೆ ದೇವರ ಗುಡಿ ಇದ್ದಂಗೆ. ಇಲ್ಲಿ ಮೈಲಿಗಿ ಅನ್ನೋದು ಇರಂಗಿಲ್ಲ. ಡಾಕ್ಟರುಗಳೇ ಇಲ್ಲಿ ದೇವರು. ಅವರು ಹೇಳಿದಂಗೆ ನೀವು ಕೇಳಬೇಕು. ನಾಳೆ ಮನಿಗ್ಹೋದ್ಮೇಲೆ ನಿಮಗೆಷ್ಟು ಮಡಿ ಬೇಕೋ ಅಷ್ಟು ಮಡಿ ಮಾಡ್ಕೊಳ್ವಂತ್ರಿ" ಅಂತ ಸ್ವಲ್ಪ ಗದರಿಸಿ ಹೇಳಿದ ನಂತರ ಅಮ್ಮ ಒಪ್ಪಿಕೊಂಡಳು. ಆದರೆ ಮೊದಲನೇ ದಿನ ನಾಲ್ಕೇ ತುತ್ತಿಗೆ ಉಬ್ಬಳಿಕೆ ಬಂದು ಉಂಡಿದ್ದನ್ನೆಲ್ಲಾ ವಾಂತಿ ಮಾಡಿಕೊಂಡುಬಿಟ್ಟಳು.

ಆದರೆ ಒಂದೆರಡೇ ದಿನದಲ್ಲಿ ಅಮ್ಮ ಊಟಕ್ಕೆ ಒಗ್ಗಿ ಹೋದಳು. ಹದಿನೈದು ದಿನದಲ್ಲಿ "ಆಸ್ಪತ್ರಿನಾಗೆ ಸುಮ್ನೆ ಮಲಗಿ, ಮಲಗಿ ಹಸಿವಿ ಜಾಸ್ತಿ ಅಂತ ಕಾಣಿಸ್ತದೆ. ನಾಳೆಯಿಂದ ಒಂದೆರಡು

ತುತ್ತು ಜಾಸ್ತಿ ಹಾಕ್ಕೊಂಬಾ ಪುಟ್ಟಾ" ಎಂದು ಬಾಯಿಬಿಟ್ಟು ಕೇಳಿದ್ದಳು. ಮತ್ತೊಂದು ದಿನ, "ಎಷ್ಟು ಛಂದಾಗಿ ಅಡಿಗಿ ಮಾಡ್ತೀಯಲ್ಲೇ ಪುಟ್ಟಾ. ನೀನು ಅಡಿಗಿ ಮಾಡಿದ್ದು ಉಣ್ಣಿಲಿಕ್ಕಾದ್ರೂ ಆಸ್ಪತ್ರಿ ಸೇರಿದ್ದು ಭೇಷ್ ಆಯ್ತು ಅನ್ನಿಸ್ತದೆ ನೋಡು. ಈ ರೋಗ ಬರದಿದ್ದರೆ ನೀನು ಹೆಂಗೆ ಅಡಿಗಿ ಮಾಡ್ತಿ ಅನ್ನೋದು ಗೊತ್ತೂ ಆಗ್ತಿದ್ದಿಲ್ಲ" ಅಂದಳು.

ಮೂರು ತಿಂಗಳಿನಲ್ಲಿ ಆಸ್ಪತ್ರೆಯ ವಾತಾವರಣ ನಮ್ಮಿಬ್ಬರಿಗೂ ಬೇಸರಿಕೆ ತಂದುಬಿಟ್ಟಿತ್ತು. ಒಬ್ಬಳೇ ಹಾಸಿಗೆಯಲ್ಲಿ ಮಲಗಿ ಮಲಗಿ ಅಮ್ಮನಿಗೆ ಸಾಕುಸಾಕಾಗಿತ್ತು. ಮಾತಾಡಲು ಕನ್ನಡ ಅಥವಾ ತೆಲುಗು ಬರುವವರ್ಯಾರೂ ಅಲ್ಲಿರಲಿಲ್ಲ. ನಾನು ಸಂದರ್ಶನದ ವೇಳೆಯಲ್ಲಿ ಮಾತ್ರ ಒಳ ಹೋಗುವ ಅವಕಾಶವಿತ್ತೇ ಹೊರತು ಉಳಿದಂತೆ ಹೋಗುವಂತಿರಲಿಲ್ಲ. ನನಗೂ ಆಸ್ಪತ್ರೆ-ಮನೆ ಎಂದು ಭಾಷೆ ಬಾರದ ಆ ಊರಲ್ಲಿ ಓಡ್ಯಾಡಿ ಯಾವಾಗ ಬಳ್ಳಾರಿಗೆ ಹಿಂತಿರುಗಿಯೇನೋ ಎಂದನ್ನಿಸಿಬಿಟ್ಟಿತ್ತು. ಆದ್ದರಿಂದ ಡಾಕ್ಟರರು ಮನೆಗೆ ಹೋಗಬಹುದು ಎಂದಾಗ ಖುಷಿಯಾಗಿತ್ತು. ಆದರೆ ಅಮ್ಮ ಅಷ್ಟೊಂದು ನಿರುತ್ಸಾಹ ತೋರಿಸಲು ಕಾರಣವೇನೆಂದು ತಿಳಿಯಲಿಲ್ಲ. ಊರಿಗೆ ಹಿಂತಿರುಗುವ ದಿನಗಳು ಹತ್ತಿರವಾದಂತೆಲ್ಲಾ ಅಮ್ಮನ ಆತಂಕ ಹೆಚ್ಚಾಗುತ್ತಾ ಹೋಯಿತು. ಮಾತನ್ನು ಕಡಿಮೆ ಮಾಡಿಬಿಟ್ಟಳು. ಏನೋ ಕೆಟ್ಟದ್ದನ್ನು ನಿರೀಕ್ಷೆ ಮಾಡುತ್ತಿರುವಂತೆ ಹೆದರಿಕೊಳ್ಳುತ್ತಿದ್ದಳು. ಏನೆಂದು ಕೇಳಿದರೂ ಹೇಳಲಿಲ್ಲ. ಮೊದಲ ದಿನದಂತೆ, ಊಟ ಮಾಡಿದ ಸ್ವಲ್ಪೇ ಹೊತ್ತಿಗೆ ಸಂಕಟವಾಗಿ ವಾಂತಿ ಮಾಡಿಕೊಳ್ಳುತ್ತಿದ್ದಳು. ತಮ್ಮನಿಂದ ಬಂದ ಕಾಗದವನ್ನು ಓದಿದರೂ ಅಂತಹ ಉತ್ಸಾಹವನ್ನು ತೋರಿಸಲಿಲ್ಲ.

ಮದ್ರಾಸಿನಿಂದ ಗುಂತಕಲ್ಲಿನವರೆಗೆ ಒಂದು ರೈಲಿನಲ್ಲಿ ಬಂದು, ಅಲ್ಲಿಂದ ಬಳ್ಳಾರಿಗೆ ಮತ್ತೊಂದು ರೈಲನ್ನು ಹತ್ತಿ ಬರಬೇಕಿತ್ತು. ಬಳ್ಳಾರಿಯ ರೈಲ್ವೇ ನಿಲ್ದಾಣಕ್ಕೆ ತಮ್ಮನ ಜೊತೆ ಅವ್ವನೂ ಬಂದಿದ್ದಳು. ಅಮ್ಮನನ್ನು ತಬ್ಬಿಕೊಂಡು 'ಎಷ್ಟೊಂದು ಬಡವಾಗಿಯಲ್ಲೇ ಕಮ್ಲೀ...' ಅಂತ ಅವ್ವ ಕಣ್ಣೀರು ಸುರಿಸಿದಳು. ಆದರೆ ಅಮ್ಮ ಮಾತ್ರ ಅಳಲಿಲ್ಲ, ಅವ್ವನೊಡನೆ ಹೆಚ್ಚಿಗೆ ಮಾತನಾಡಲೂ ಇಲ್ಲ.

ಈ ಮೂರು ತಿಂಗಳಿನಲ್ಲಿ ಅಮ್ಮನ ತಲೆಯಲ್ಲಿ ಸಾಕಷ್ಟು ಕೂದಲು ಬೆಳೆದಿತ್ತು. ತಲೆಯ ಮೇಲೆ ಹೊದ್ದ ಸೀರೆಯಂಚಿನಿಂದ ಇಣುಕಿ ಹಾಕುವಷ್ಟು ಬೆಳೆದು ಬಿಟ್ಟಿತ್ತು. ನಾನೇ ತಮ್ಮನ ಮೂಲಕ ಹಜಾಮನಿಗೆ ಹೇಳಿ ಕಳುಹಿಸಿದೆ. ಅವನು ಬಂದು ಹೋದ ನಂತರ ಅವ್ವನೇ ಅಮ್ಮನಿಗೆ ಬಾವಿಯಿಂದ ನೀರು ಸೇದಿ ಹಾಕಿ ಸ್ನಾನ ಮಾಡಿಸಿದರು. "ಈವೊತ್ತಿನಿಂದ ನಿಂಗ್ಯಾರೂ ಮೈಲಿಗಿ ಅನ್ನ ತಿನ್ನಿಸಂಗಿಲ್ಲಮ್ಮ. ಆದದ್ದೆಲ್ಲಾ ಮರ್ತು ಬಿಡು" ಅಂತ ಅಮ್ಮನ ಮುಂದೆ ಗದ್ಗದಿತಳಾಗಿ ಹೇಳಿದೆ. ಅಮ್ಮ ಸುಮ್ಮನೆ ಒಮ್ಮೆ ನನ್ನ ಮುಖವನ್ನು ನೋಡಿದಳು.

ನಾನೇ ಅಮ್ಮನನ್ನು ರಾಯರ ಮಠಕ್ಕೆ ಕರೆದುಕೊಂಡು ಹೋದೆ. ಅಮ್ಮ ರಾಯರ ಮುಂದೆ ಕಣ್ಣು ಮುಚ್ಚಿ ಬಹಳ ಹೊತ್ತು ನಿಂತಿದ್ದಳು. ಆಚಾರ್ಯರು ತೀರ್ಥ ಕೊಟ್ಟಾಗ, ಚಾಚಿದ ಅಮ್ಮನ ಕೈ ನಡುಗುತ್ತಿತ್ತು.

ಮಠದಿಂದ ಮನೆಗೆ ಬರುವಾಗ ವಕೀಲರ ಮನೆಯ ಸೀತಮ್ಮನವರು ಅಮ್ಮನನ್ನು ಮಾತಾಡಿಸಿ, ನನಗೆ ಒಂದಿಷ್ಟು ಬಿಡಿ ಮಲ್ಲಿಗೆ ಹೂಗಳನ್ನು ಕೊಟ್ಟರು. "ಮಡೀನೋ, ಇಲ್ಲ ಮೈಲಿಗೀನೋ... ಪುಟ್ಟಿ

ಇದ್ಲು ಅಂತ ಎಲ್ಲ ಅನುಕೂಲ ಆಯ್ತು ನೋಡು ಕಮಲಕ್ಕ. ಇಲ್ಲಾ ಅಂತಂದ್ರೆ ಭಾರೀ ಫಜೀತಿ ಆಗ್ತಿತ್ತು" ಅಂತಂದರು. ಅಮ್ಮ ಅದಕ್ಕೆ ಉತ್ತರವನ್ನು ಕೊಡದೆ "ನಡಿ ಪುಟ್ಟ, ಹೊತ್ತಾಯ್ತು" ಎಂದು ನನ್ನನ್ನು ಕರೆದುಕೊಂಡು ಹೋದಳು.

ಮನೆಗೆ ಬರುವಷ್ಟರಲ್ಲಿ ಅವ್ವ ಅರ್ಧಂಬರ್ಧ ಅಡಿಗೆಯನ್ನು ಮಾಡಿಯಾಗಿತ್ತು. ಚಟ್ಣಿ ರುಬ್ಬುವದು ಮಾತ್ರ ಬಾಕಿಯಿತ್ತು. ನಾನು ಸೀತಮ್ಮನವರು ಕೊಟ್ಟಿದ್ದ ಬಿಡಿ ಹೂಗಳನ್ನು ಕಟ್ಟುತ್ತಾ ಕುಳಿತೆ. ಅಮ್ಮ ಅಲ್ಲೇ ಹತ್ತಿರದಲ್ಲಿದ್ದ ಕಂಬಕ್ಕೆ ಒರಗಿ ಕುಳಿತಳು. ಸ್ವಲ್ಪ ಹೊತ್ತು ಹಾಗೇ ಕುಳಿತಿದ್ದ ಅಮ್ಮ ಅನಂತರ ಎದ್ದು ಅಡಿಗೆ ಮನೆಗೆ ಹೋದಳು. ಅವ್ವನನ್ನು ನಡುಗುವ ಸ್ವರದಲ್ಲಿ "ಚಟ್ಣಿ ನಾನು ರುಬ್ಬಲೇನಮ್ಮ?" ಎಂದು ಕೇಳಿದಳು. ಅವ್ವ, "ನಿಂಗೆ ಕೈಲಾಗಲ್ಲ ಕಮ್ಲಿ, ಸುಮ್ನೆ ಮಲಕ್ಕೊಂಡು ಆರಾಮ ತೊಗೋ, ನಾನೆಲ್ಲಾ ನೋಡ್ಕೊಳ್ತೀನಿ" ಅಂತ ಹೇಳಿಬಿಟ್ಟಳು. ಅಮ್ಮ ಮತ್ತೆ ಒಂದೆರಡು ಕ್ಷಣ ತಡೆದು, "ಕೈಲಾಗ್ತದಮ್ಮ. ಅಂಥಾ ಪರಿ ಸೂಲಿಯೇನೂ ಇಲ್ಲ. ಈಗ ಸ್ವಲ್ಪ ಮೇಲು" ಅಂತ ಬಲವಂತಪಡಿಸಿದಳು. ಅವ್ವ ಮಾತನಾಡಲಿಲ್ಲ. ಮತ್ತೆ ಅಮ್ಮನೇ ಮಾತಾಡಿ "ಏನಂತೀಯಮ್ಮ?" ಎಂದು ಕೇಳಿದಳು.

"ಕಮ್ಲೀ, ಯಾಕೆ ಸುಮ್ನೆ ಬಲವಂತ ಮಾಡಿ ನನ್ನ ಬಾಯಿ ಕಟ್ಟಿಸ್ತಿ? ಮಡಿ ವಿಚಾರ ಏನು ಅಂತ ನಿಂಗೇ ಗೊತ್ತದೆ. ಒಮ್ಮೆ ಮೈಲಿಗಿ ಊಟ ಉಂಡ್ಮೇಲೆ ಮಡಿ ಕೆಲಸಕ್ಕೆ ಬರಂಗಿಲ್ಲ. ಸುಮ್ನೆ ಬಲವಂತ ಮಾಡಿ ನಾನು ಕೆಟ್ಟ ಮಾತು ಆಡೋ ಹಂಗೆ ಮಾಡ್ಬೇಡ" ಅಂತ ಅವ್ವ ಸ್ಪಷ್ಟವಾಗಿ ಹೇಳಿಬಿಟ್ಟಳು. ಅಮ್ಮ ಅಡಿಗೆ ಮನೆಯಿಂದ ಹೊರಬಂದಿದ್ದೇ ಮಡಿಯಲ್ಲಿದ್ದೇನೆಂಬ ಪರಿವೆಯೂ ಇಲ್ಲದಂತೆ ನನ್ನನ್ನು ತಬ್ಬಿಕೊಂಡು, "ನಾನಿನ್ಯಾತಕ್ಕೂ ಕೆಲಸಕ್ಕೆ ಬರಂಗಿಲ್ಲಲ್ಲೇ..." ಅಂತ ಅತ್ತುಬಿಟ್ಟಳು. ಅಮ್ಮ ಮದ್ರಾಸಿನಲ್ಲಿ ಆಸ್ಪತ್ರೆಯಿಂದ ಬಿಡುಗಡೆ ಹೊಂದಬಹುದೆಂದು ಸುದ್ದಿ ತಿಳಿದಾಗಿನಿಂದ ಆತಂಕಗೊಂಡಿದ್ದೇಕೆಂದು ನನಗೀಗ ಸ್ಪಷ್ಟವಾಯ್ತು. ಅವ್ವನ ಮೇಲೆ ಸಿಟ್ಟು ಬಂತು.

"ಹಂಗಂದ್ರೇನವ್ವ ಅರ್ಥ? ಅಮ್ಮ ಏನು ಬೇಕಂತ್ಲೆ ಹೋಗಿ ಮೈಲಿಗಿ ಆಗ್ಯಾಳೇನು? ರೋಗ-ರುಜಿನಿ ಅಂತಾದ್ಮೇಲೆ ಇನ್ನೇನ್ ಮಾಡ್ಲಿಕ್ಕಾಗ್ತದೆ? ನೀನು ಇಲ್ಲದ್ದು ನೆವ ತೆಗೆದು ಅಮ್ಮನ ಮನಸ್ಸು ನೋಯಿಸ್ಬೇಡ" ಅಂತ ಅವ್ವನ ಮೇಲೆ ಕೂಗಾಡಿದೆ.

ಆದರೆ ಅವ್ವ ಶಾಂತವಾಗಿ, "ಪುಟ್ಟಾ, ನೀನಿನ್ನೂ ಚಿಕ್ಕೋಳು. ನಿಂಗಿದೆಲ್ಲಾ ಅರ್ಥ ಆಗಂಗಿಲ್ಲ. ಸುಮ್ನೆ ಮಧ್ಯ ತಲಿ ಹಾಕ್ಬೇಡ" ಅಂತ ಹೇಳಿದಳು. ನನಗೆ ಮತ್ತಷ್ಟು ರೇಗಿತು. "ನಾನೇನೂ ಸಣ್ಣಾಕಿ ಅಲ್ಲ. ಚೂರುಪಾರು ಓದ್ಕೊಂಡಾಕಿ ಇದೀನಿ. ಕಪ್ಪಾವುದು, ಬಿಳುಪ್ಯಾವುದು ಅಂತ ನಂಗೂ ತಿಳೀತದೆ. ಇದರಾಗೆ ಅಮ್ಮಂದೇನೂ ತಪ್ಪಿಲ್ಲ ಅಂತ ಝಳಾ ಝಳಾ ಹೇಳ್ತೀನಿ" ಅಂತ ಜೋರು ಮಾಡಿದೆ. ಆದರೆ ಅಳುತ್ತಿದ್ದ ಅಮ್ಮ ಮಾತನಾಡಿ ನಾನು ಮತ್ತೆ ಅವ್ವನೊಂದಿಗೆ ಜಗಳವಾಡದಂತೆ ನನ್ನನ್ನು ಕಟ್ಟಿಹಾಕಿಬಿಟ್ಟಳು. "ಪುಟ್ಟಾ, ಸುಮ್ನೆ ಅವ್ವನ ಮೇಲೆ ಕೂಗಾಡ್ಬೇಡ. ಆಕಿ ನೇಮ-ನಿಷ್ಠೆ ಮಾಡಿದಾಕಿ. ಆಕಿ ಮನಸ್ಸನ್ನ ನೋಯಿಸ್ಲಿಕ್ಕೆ ನಾನೂ ಸಿದ್ಧ ಇಲ್ಲ" ಅಂತಂದುಬಿಟ್ಟಳು. ಮತ್ತೆ ಅಮ್ಮ ಎಂದೂ ಮಡಿ ಕೆಲಸಗಳಲ್ಲಿ ಭಾಗವಹಿಸಲಿಲ್ಲ. ಒಂದೆರಡು ದಿನ ಅಭ್ಯಾಸ ಬಲದಿಂದ ಬಾವಿಯ ಮೇಲೆ ಸ್ನಾನ ಮಾಡಿ ಊಟಕ್ಕೆ ಕುಳಿತುಕೊಳ್ಳುತ್ತಿದ್ದಳಾದರೂ, ಅನಂತರ ಅದು ಯಾವುದೇ ರೀತಿಯಿಂದಲೂ ಉಪಯೋಗವಿಲ್ಲವೆಂದು ಭಾವಿಸಿ ಮೈಲಿಗೆಯಲ್ಲೇ ಊಟ ಮಾಡಲಾರಂಭಿಸಿದಳು.

ಅವ್ವ, ಅಮ್ಮನನ್ನು ಮಡಿಯಲ್ಲಿ ಸೇರಿಸಲಿಲ್ಲವೆಂಬುದೊಂದನ್ನು ಬಿಟ್ಟರೆ ಉಳಿದಂತೆ ಮಗಳ ಸೇವೆಯನ್ನು ಶಕ್ತಿ ಮೀರಿ ಮಾಡಿದಳು. ಅವಳು ಕಿವಿ ನೋವೆಂದರೆ ಮಡಿಯಲ್ಲಿದ್ದವಳು ಮೈಲಿಗೆಯಾಗಿ ಅಮ್ಮನಿಗೆ ಕಾವು ಕೊಡುತ್ತಿದ್ದಳು. ಅಮ್ಮನಿಗೆ ಒಮ್ಮೊಮ್ಮೆ ಶೌಚದವರೆಗೂ ಹೋಗಲಿಕ್ಕಾಗದೆ ಸೀರೆಯಲ್ಲೇ ಮಾಡಿಕೊಂಡರೆ, ಅದನ್ನೆಲ್ಲಾ ತೊಳೆದು ಒಗೆದ ಸೀರೆಯೊಂದನ್ನು ಉಡಿಸುತ್ತಿದ್ದಳು. ಮಧ್ಯಾಹ್ನದ ಹೊತ್ತಿನಲ್ಲಿ ಹರಿಕಥಾಮೃತಸಾರ, ಭಕ್ತ ವಿಜಯ, ದಾಸರ ಪದ... ಮುಂತಾದವುಗಳನ್ನು ಶ್ರವಣ ಮಾಡುತ್ತಿದ್ದಳು. "ಸುಮ್ನೆ ಚಿಂತಿ ಮಾಡ್ಕೊಂತಾ ಕೂತ್ಗೋಬ್ಯಾಡ. ದೇವರ ಸ್ಮರಣಿ ಮಾಡು. ಎಲ್ಲಾ ಒಳ್ಳೇದಾಗ್ತದೆ" ಎಂದು ಅಮ್ಮನಿಗೆ ಧೈರ್ಯ ತುಂಬುತ್ತಿದ್ದಳು.

ಆದರೆ ಅಮ್ಮನ ಆರೋಗ್ಯ ದಿನದಿಂದ ದಿನಕ್ಕೆ ಕ್ಷೀಣಿಸುತ್ತ ಹೋಯಿತು. ಮನಸ್ಸಿನಲ್ಲಿ ಕೊರಗನ್ನಿಟ್ಟುಕೊಂಡವರಿಗೆ ಯಾವ ಔಷಧಿಯಾದರೂ ಹೇಗೆ ತಾನೆ ಕೆಲಸ ಮಾಡೀತು? ಮತ್ತೊಮ್ಮೆ ಮದ್ರಾಸಿಗೆ ಹೋಗೋಣವೆಂದು ನಾನು, ತಮ್ಮ ಎಷ್ಟೇ ಬಲವಂತ ಮಾಡಿದರೂ ಅಮ್ಮ ಅದಕ್ಕೊಪ್ಪಲಿಲ್ಲ. "ಒಮ್ಮೆ ಹೋಗೀನೇ ಪಡಬಾರದ ಪಾಡು ಪಟ್ಟೀನ್ರೋ, ಮತ್ತೊಮ್ಮೆ ನನ್ನ ಆ ನರಕಕ್ಕೆ ಹಾಕ್ಬೇಡ್ರಿ" ಅಂತ ಹಠ ಹಿಡಿದುಬಿಟ್ಟಳು. ಒಂದು ದಿನ ನನ್ನನ್ನು ತನ್ನ ಹಾಸಿಗೆಯ ಪಕ್ಕ ಕೂಡಿಸಿಕೊಂಡು, "ಅವ್ವನ ಮೇಲೆ ಸುಮ್ನೆ ಸಿಟ್ಟು ಇಟ್ಗೋ ಬ್ಯಾಡ ಪುಟ್ಟಾ. ನಾನು ಪಡ್ಕೊಂಬಂದಿದ್ದೇ ಇಷ್ಟು. ಆಕಿನ್ನಂದು ಏನು ಸಿಗ್ತದೆ ಹೇಳು? ನಿಂದೊಂದು ಮದುವಿ ಮಾಡಿದ್ಮೇಲೆ ಕಣ್ಣು ಮುಚ್ಚಬೇಕಂತ ಇಷ್ಟ ಇತ್ತು. ದೇವರು ಅದನ್ನೂ ನಡಸಂಗಿಲ್ಲ ಅಂತ ಕಾಣಿಸ್ತದೆ" ಎಂದು ನನ್ನ ಕೈ ಹಿಡಿದುಕೊಂಡು, ತಲೆ ನೇವರಿಸಿ ಹೇಳಿದಳು.

ಹಾಗೆ ಹೇಳಿದ ಮರುದಿನವೇ ಅಮ್ಮ ತನ್ನ ಕೊನೆಯುಸಿರನ್ನೆಳೆದಳು. ಮದರಾಸಿಗೆ ಕರೆದುಕೊಂಡು ಹೋಗಿದ್ದರೆ ಇನ್ನೂ ಸ್ವಲ್ಪ ದಿನ ಬದುಕಿರುತ್ತಿದ್ದಳೆಂದು ಡಾಕ್ಟರರು ಪೇಚಾಡಿದರು. ತಮ್ಮ ಅದೇ ತಾನೆ ಕೆಲಸ ಸಿಕ್ಕು ಆದೋನಿಯಲ್ಲಿದ್ದ. ಅವನು ಬರುವವರೆಗೆ ಹೆಣ ಎತ್ತದೆ ಕಾಯಬೇಕಾಯ್ತು. ಅವನ ಪ್ರಥಮ ತಿಂಗಳ ಸಂಬಳವನ್ನು ಅಮ್ಮನ ಅಂತ್ಯಕ್ರಿಯೆಗೆ ಉಪಯೋಗಿಸಿದೆವು. "ಈ ಸಂತೋಷಕ್ಕಾಗೇ ನನ್ನ ಇಷ್ಟು ಕಷ್ಟ ಪಟ್ಟು ಓದಿಸಿದೆಯೇನಮ್ಮ?" ಅಂತ ತಮ್ಮ ತುಂಬಾ ಅತ್ತ. ಅಮ್ಮ ಸತ್ತಾಗ ಅತ್ಯಂತ ದುಃಖ ಪಟ್ಟಿದ್ದು ಅವ್ವನೇ ಇರಬೇಕು. "ಹಡದ ತಾಯಿ ಕಣ್ಣ ಮುಂದೆ ಮದುವಿ ಆದಿ, ಮಡಿ ಆದಿ, ಈಗ ಮಣ್ಣು ಆದಲ್ಲೇ ಕಮ್ಲೀ" ಅಂತ ಎದೆ ಬಡಿದುಕೊಂಡು ಅತ್ತಳು. ಹೆತ್ತ ಕರುಳಿನ ದುಃಖ ಹೃದಯವನ್ನೇ ಕಲುಕುವಂತಿತ್ತು.

ಅಂದಿನಿಂದ ಅವ್ವ, ಅಮ್ಮನಿಗೆ ಇಷ್ಟವಾಗುವ ಎಲ್ಲಾ ಪದಾರ್ಥಗಳನ್ನು ತ್ಯಜಿಸಿಬಿಟ್ಟಳು. "ಇದು ನಮ್ಮ ಕಮ್ಲಿ ಇಷ್ಟ ಪಡ್ತಿದ್ಲು. ಆಕಿಗಿಲ್ಲದಂಗೆ ನಾನು ತಿಂದ್ರೆ ಹೆಂಗೆ ಅರಗಿಸ್ಕೊಳ್ಳಿ" ಅಂತ ಹೇಳಿ ಬಿಡುತ್ತಿದ್ದಳು. ಅಮ್ಮನಿಗಿಷ್ಟವಾದ ಮಂಡಿಗೆ, ಬೂಂದಿ, ಬದನೆಕಾಯಿ ಪಲ್ಯ, ಬೂದುಗುಂಬಳಕಾಯಿ ಪಳದ್ಯಾ... ಇವುಗಳ ಕಡೆಗೆ ಕಣ್ಣೆತ್ತಿಯೂ ನೋಡಲಿಲ್ಲ.

ಕಾಲಚಕ್ರ ಉರುಳಲಾರಂಭಿಸಿತು. ತಮ್ಮನು ಉದ್ಯೋಗದಲ್ಲಿ ಒಳ್ಳೆಯ ಹೆಸರು ಸಂಪಾದಿಸಿ ಬಡ್ತಿಗಳನ್ನು ಪಡೆದಿದ್ದ. ನಾನು, ಅವ್ವ ಬಳ್ಳಾರಿಯನ್ನು ತೊರೆದು ತಮ್ಮನಿದ್ದ ಊರಿಗೆ ಹೊರಟು ಹೋದೆವು. ಅವ್ವ ಈಗ ದೈಹಿಕವಾಗಿ ತುಂಬಾ ನಿತ್ರಾಣವಾಗಿದ್ದಳು. ನನ್ನ ಮದುವೆಯಾದರೆ ತಾನೂ

ಮದುವೆಯಾಗಬಹುದೆಂದು ತಮ್ಮ ಕಾಯುತ್ತಿದ್ದ. ನನಗೆ ಒಂದೆರಡು ಎರಡನೇ ಸಂಬಂಧದ ಜಾತಕಗಳು ಬಂದಿದ್ದವು. ಮೊದಲ ಬಾರಿ ಈ ರೀತಿಯ ಸಂಬಂಧವನ್ನು ಸೂಚಿಸಿದವರ ಮೇಲೆ ಅವ್ವ ಕೂಗಾಡಿಬಿಟ್ಟಿದ್ದಳು. ಆದರೆ ಎರಡು ದಿನಗಳ ನಂತರ ತಾನೇ ಅವರಿಗೆ ಮತ್ತೊಮ್ಮೆ ಹೇಳಿ ಕಳುಹಿಸಿದ್ದಳು.

ವಿಧಿಲಿಖಿತ ಹೇಗಿರುತ್ತದೆಂದು ಯಾರೂ ಊಹಿಸಲಾಗುವುದಿಲ್ಲ. ಯಾರು ಯಾರನ್ನು ಯಾವ ಯಾವ ಪಾತ್ರ ಆಡಲು ನಿರ್ದೇಶಿಸುತ್ತದೋ ಹೇಳಲಾಗುವುದಿಲ್ಲ. ಮಗಳನ್ನು ಬಲಿ ತೆಗೆದುಕೊಂಡ ಕ್ಯಾನ್ಸರ್ ಬೇನೆ ಅವ್ವನಿಗೂ ತಗುಲುತ್ತದೆಂದು ಯಾರು ತಾನೆ ನಿರೀಕ್ಷಿಸಿಯಾರು? ಗಂಟಲ ಕೆರೆತವೆಂದು ಪ್ರಾರಂಭವಾಗಿದ್ದೇ ಗಂಟಲ ಕ್ಯಾನ್ಸರಿಗೆ ಮೂಲವಾಗಿತ್ತು. ಮತ್ತದೇ ಮದ್ರಾಸಿಗೆ ನಾನು ಅವ್ವನನ್ನು ಕರೆದುಕೊಂಡು ಹೋಗಬೇಕಾಯ್ತು. ತಮ್ಮನಿಗೆ ಅಷ್ಟೊಂದು ದಿನ ರಜೆ ಸಿಗುವ ಸಾಧ್ಯತೆಯಿರಲಿಲ್ಲವಾದ್ದರಿಂದ ಮತ್ತೆ ನಾನೊಬ್ಬಳೇ ಹೋಗಬೇಕಾಯ್ತು. ಮದ್ರಾಸಿನಲ್ಲಿದ್ದ ಗೆಳತಿಗೆ ಈಗಾಗಲೇ ಹೈಸ್ಕೂಲಿಗೆ ಹೋಗುವ ಮಕ್ಕಳಿದ್ದರು.

ಅಂದು ಚಿಕಿತ್ಸೆ ಹೊಂದಿ ಮನೆಗೆ ಹಿಂತಿರುಗಿದ ಅಮ್ಮನನ್ನು ಮಡಿಗೆ ಸೇರಿಸದೇ ಹೋದ ಅವ್ವನ ಮೇಲೆ ನನ್ನ ಮನಸ್ಸಿನಾಳದಲ್ಲೆಲ್ಲೋ ಕ್ರೌರ್ಯ ಹುದುಗಿ ಕುಳಿತಿದ್ದಿರಬೇಕು. ಆದ್ದರಿಂದಲೋ ಏನೋ, ಮೊದಲನೆಯ ದಿನ ಅವ್ವಗೆ ಅನ್ನವನ್ನು ತೆಗೆದುಕೊಂಡು ಹೋದಾಗ ಮನಸ್ಸನ್ನು ಚುಚ್ಚುವಂತೆ ಮಾತನಾಡಿದೆ. "ಅವ್ವ, ಅವತ್ತು ಅಮ್ಮ ಮೈಲಿಗಿ ಊಟ ಮಾಡಿದ್ದಕ್ಕೆ ಅಷ್ಟೊಂದು ಮನಸ್ಸು ನೋಯೋ ಹಂಗೆ ಮಾತಾಡಿದಿ. ಆಕಿನ್ನ ಮತ್ತೆ ಮಡಿಗೆ ಸೇರಿಸ್ಲಿಲ್ಲ. ಈಗ ನೀನೂ ಅದೇ ಜಾಗದಾಗೆ ನಿಂತಿದ್ದಿ. ಈಗ ನಿಂಗೇನೂ ಅನಿಸವಲ್ದೇನು?" ಅಂತ ಕೇಳಿಯೇ ಬಿಟ್ಟೆ. ಕೇಳಿದ ನಂತರ ಅಂತಹ ಕಟು ಮಾತನ್ನಾಡಬಾರದಿತ್ತು ಎಂದು ಪಶ್ಚಾತ್ತಾಪವಾಗಿತ್ತು. ಎಷ್ಟಾದರೂ ನಮ್ಮನ್ನು ಸಾಕಿ ಸಲುಹಿದ ಜೀವ. ಅಮ್ಮ ಸತ್ತ ನಂತರ ಅವಳ ಸ್ಥಾನದಲ್ಲಿ ನಿಂತು ನಮ್ಮನ್ನು ನೋಡಿಕೊಂಡವಳು.

ಅವ್ವ ಕಣ್ಣು ತುಂಬಿಕೊಂಡು, "ಪುಟ್ಟಾ, ಇನ್ನೂ ಅದನ್ನ ಮನಸ್ಸಿನಾಗೆ ಇಟ್ಟುಕೊಂಡೀಯೇನೆ? ನಾನು ಬೇಕಂತ್ಲೇ ಹಂಗೆ ಮಾಡ್ಲಿಲ್ಲಮ್ಮ, ಬೇಕಂತ್ಲೆ ಹಂಗೆ ಮಾಡ್ಲಿಲ್ಲ. ಆಕಿ ನಿಂಗೆ ಹಡದ ತಾಯಾದ್ರೆ, ನಾನು ಆಕಿನ್ನ ಹಡದ ತಾಯಿ ಇದ್ದೀನಿ. ಆಕಿಯೇನೂ ನನ್ನ ವೈರಿ ಅಲ್ಲ. ಪರಿಸ್ಥಿತಿ ನನ್ನ ಹಂಗೆ ಮಾಡಿಸ್ತು. ನಾಲ್ಕು ಮನಿ ಮಡಿ ಅಡಿಗಿ ಮಾಡಿ ಜೀವನ ಮಾಡ್ತಿದ್ದೋರು ನಾವು. ಅಂಥವರಿಗೆ ತಮ್ಮ ಮನಸ್ಸಿಗೆ ತೋಚಿದಂಗೆ ಬದುಕು ಮಾಡ್ಲಿಕ್ಕೆ ಆಗಂಗಿಲ್ಲ. ಜನಕ್ಕಂಜಿ ತಗ್ಗಿ-ಬಗ್ಗಿ ನಡಿಬೇಕಾಗ್ತದೆ" ಅಂತ ಹೇಳಿ ಅತ್ತುಬಿಟ್ಟಳು.

ಅವ್ವ ನಾನು ಒಯ್ದ ಅನ್ನವನ್ನು ತಿನ್ನಲಿಲ್ಲ. "ಒಳ್ಳೇದೋ, ಕೆಟ್ಟದ್ದೋ... ಏನೋ ಒಂದು ನಂಬಿಕೊಂಡು ಬದುಕು ಮಾಡೀನಿ. ಈ ಕಡಿಗಾಲಕ್ಕೆ ನಂಗೆ ಮೈಲಿಗಿ ಊಟ ಮಾಡಿಸಿ ನಾನು ಇಷ್ಟು ದಿನ ಬದುಕಿದ್ದ ರೀತೀನೇ ತಪ್ಪು ಅನಿಸಬೇಡ ಪುಟ್ಟಾ. ಊಟ ಬಿಟ್ಟರೆ ನಾಲ್ಕು ದಿನ ಕಡಿಮಿ ಬದುಕೀನಲ್ಲೇನು? ಏನೂ ನಷ್ಟ ಆಗಂಗಿಲ್ಲ ಬಿಡು. ದಿನಾ ಆಕಳ ಹಾಲೊಂದನ್ನ ಮಾತ್ರ ತೊಗೊಂಡು ಬಾ. ಕ್ಷೀರಕ್ಕೆ ಮೈಲಿಗಿ ಇಲ್ಲ. ಬೇರೆ ಏನೂ ಬೇಡ" ಎಂದು ಖಡಾಖಂಡಿತವಾಗಿ ಹೇಳಿಬಿಟ್ಟಳು. ಅಮ್ಮನನ್ನು ಗದರಿಸಿ ಊಟಕ್ಕೊಪ್ಪಿಸಿದ ಡಾಕ್ಟರರೇ ಅವ್ವನನ್ನೂ ಗದರಿಸಿದರು. ಆದರೆ

ಅವ್ವ ಮಣಿಯಲಿಲ್ಲ. "ನೋಡಪ್ಪ, ನೀನು ದೊಡ್ಡ ಓದು ಓದ್ಕೊಂಡವನಿದ್ದಿ ಖರೆ. ಆದರೆ ನೀನು ಭಲೋ ಅಂತ ಅಂದ್ಕೊಳ್ಳದೆಲ್ಲಾ ಎಲ್ಲಾರಿಗೂ ಭಲೋ ಆಗಿ ಕಾಣ್ತದೆ ಅಂತ ಅಂದ್ಕೋಬೇಡ. ವಯಸ್ನಾಗೆ ನಂಗಿಂತಾ ಅರ್ಧ ಆಯುಷ್ಯ ಸಣ್ಣವನಿದ್ದಿ. ನಿಂಗೆ ಕೈ ಜೋಡಿಸಿ ಬೇಡ್ಕೊಳ್ತೀನಿ, ನನ್ನ ಮಡಿ ಕೆಡಸ್ಬೇಡ" ಅಂತ ಆ ಡಾಕ್ಟರರಿಗೆ ಕೈ ಮುಗಿದು ಕೇಳಿಕೊಂಡಳು. 'ನಿಮ್ಮಿಷ್ಟ' ಎಂದು ಹೇಳಿದ ಡಾಕ್ಟರರು ಸುಮ್ಮನಾದರು.

ಅಂದಿನಿಂದ ಅವ್ವ ಬರೀ ಹಾಲು ಕುಡಿದೇ ಬದುಕಿದ್ದಳು. ಏಕಾದಶಿ ಬಂತೆಂದರೆ ಹಾಲನ್ನೂ ಕುಡಿಯುತ್ತಿರಲಿಲ್ಲ. ಹಣ್ಣಿನ ರಸವನ್ನಾದರೂ ಕುಡಿಯಲೆಂದು ನಾನು ಪ್ರಯತ್ನಿಸಿದರೂ ಕೆಮ್ಮು ಹೆಚ್ಚಾಗಿ ಅವ್ವನಿಗೆ ಅದು ತಡೆಯಲಿಲ್ಲ. ಎಷ್ಟು ದಿನವಂತ ಬರೀ ಹಾಲನ್ನು ಕುಡಿದಿದ್ದಾಳು, ತಿಂಗಳೊಪ್ಪತ್ತಿನಲ್ಲಿ ವಾಕರಿಕೆ ಬಂದು ಅವ್ವನೇ ಬೇರೆ ಆಹಾರಕ್ಕಾಗಿ ಬಾಯಿ ಬಿಡುತ್ತಾಳೆ ಎಂದು ನಾನು ಯೋಚಿಸಿದ್ದೆ. ಆದರೆ ಅವ್ವ ನಾನೆಂದುಕೊಂಡಂತಹ ಸರಳ ವ್ಯಕ್ತಿತ್ವ ಆಗಿರಲಿಲ್ಲ. ಅಪ್ಪಿ-ತಪ್ಪಿಯೂ ಅನ್ನ ಬೇಕೆಂದು ಕೇಳಲಿಲ್ಲ. ಅಥವಾ ಬರೀ ಹಾಲನ್ನು ಕುಡಿದು ಸಾಕಾಗಿದೆ ಎಂದೂ ಹೇಳಲಿಲ್ಲ. ಈ ರೀತಿಯಾಗಿ ಆಹಾರವನ್ನು ಸರಿಯಾಗಿ ತೆಗೆದುಕೊಳ್ಳದ್ದರಿಂದ ಅವ್ವನಿಗೆ ಯಾವ ಚಿಕಿತ್ಸೆಯೂ ಫಲ ನೀಡಲಿಲ್ಲ. ಅಮ್ಮ ಡಾಕ್ಟರರು ಹೇಳಿದ ಮಾತನ್ನು ಕೇಳಿದ್ದರಿಂದ ಚಿಕಿತ್ಸೆಯಿಂದ ಗುಣ ಹೊಂದಿದ್ದಳು. ಆದರೆ ಅವ್ವ ದಿನದಿಂದ ದಿನಕ್ಕೆ ಕ್ಷೀಣಿಸಲಾರಂಭಿಸಿದಳು. ಸ್ವಲ್ಪೇ ದಿನದಲ್ಲಿ ಅವ್ವ ಸಾಯುವುದು ಖಂಡಿತ ಎಂದು ನನಗನ್ನಿಸಿಬಿಟ್ಟಿತು. ಅವ್ವಗೂ ಅದು ಗೊತ್ತಾಗಿರಬೇಕು. ಒಂದು ದಿನ ನನ್ನನ್ನು ಹತ್ತಿರಕ್ಕೆ ಕರೆದು, "ಪುಟ್ಟಾ, ಇನ್ನ ಬಾಳ ದಿನ ನಾನು ಉಳಿಯಂಗಿಲ್ಲ. ನನ್ನ ಮನಿಗೆ ಕರ್ಕೊಂಡ್ಹೋಗು. ಈ ಆಸ್ಪತ್ರಿ ಹಾಸಿಗಿ ಮೇಲೆ ಸಾಯೋ ಹಂಗೆ ಮಾಡ್ಬೇಡ" ಅಂತ ಬೇಡಿಕೊಂಡಳು.

ನಾನು ತಮ್ಮನಿಗೆ ತಾರು ಕೊಟ್ಟು ಕರೆಸಿಕೊಂಡು, ಅವ್ವನನ್ನು ಕರೆದುಕೊಂಡು ಊರಿಗೆ ಹೊರಟು ಹೋದೆ. ಆಗ ತಮ್ಮ ಗೋದಾವರಿ ದಂಡೆಯ ರಾಜಮಂಡ್ರಿಯಲ್ಲಿ ಕೆಲಸ ಮಾಡುತ್ತಿದ್ದ. ನಾವು ಊರಿಗೆ ಹೋದ ಕೆಲವೇ ದಿನಗಳಲ್ಲಿ ಅವ್ವನ ಸ್ಥಿತಿ ಚಿಂತಾಜನಕವಾಯ್ತು. ಒಂದು ದಿನ ತಮ್ಮನನ್ನು ಕರೆದು, "ನಾಳೆ ವೈಕುಂಠ ಏಕಾದಶಿ. ಭಲೋ ದಿನ. ನಂಗೆ ಬಾವಿ ಮೇಲೆ ಸ್ನಾನ ಮಾಡಿಸಿ, ತಲಬಾಗಿಲ ಹೊರಗೆ ಮಲಗಿಸಿಬಿಡ್ರಿ. ಬೆಳಿಗ್ಗೆ ಹತ್ತು ಗಂಟೆಗೆ ನನ್ನ ಆಯುಷ್ಯ ಮುಗೀತದೆ. ಬಾಯಾಗೆ ಗಂಗಾ ಹಾಕೋದು ಮರೀ ಬ್ಯಾಡ್ರಿ" ಅಂತ ಹೇಳಿಬಿಟ್ಟಳು.

ತಮ್ಮನಿಗೆ ಈ ವೇಳೆಗಾಗಲೇ ಮುಂಜಿಯಾಗಿತ್ತು. ಅವನೇ ಬಾವಿಯ ಮೇಲೆ ಸ್ನಾನ ಮಾಡಿ, ಅವ್ವನಿಗೂ ಮಡಿ ಸ್ನಾನ ಮಾಡಿಸಿ, ಅವಳನ್ನು ತಲಬಾಗಿಲ ಹೊರಗೆ ತಂದು ಮಲಗಿಸಿದ. ನಾನು ಮೊದಲೇ ನೆಲವನ್ನು ಸಾರಿಸಿ, ಒಣಗಿದ ನಂತರ ರಂಗೋಲಿ ಹಾಕಿ, ತುಳಸೀದಳವನ್ನು ಹಾಕಿಟ್ಟಿದ್ದೆ. ತಮ್ಮ ಅವ್ವನ ಬಾಯಿಗೆ ಗಂಗೆಯನ್ನು ಹಾಕಿದ. ಕಾಕತಾಳೀಯ ಎಂಬಂತೆ ಅವ್ವ ಹೇಳಿದ ಹಾಗೆ ಸರಿಯಾಗಿ ಬೆಳಗಿನ ಹತ್ತು ಗಂಟೆಗೆ ಅವ್ವ ತನ್ನ ಕೊನೆಯುಸಿರನ್ನೆಳೆದಳು.

ನಮ್ಮ ಸೋದರಮಾವ ಆಗ ಎಲ್ಲಿದ್ದಾನೆಂದು ನಮಗೆ ಸರಿಯಾಗಿ ತಿಳಿದಿರಲಿಲ್ಲ. ಹಿಂದೆಂದೋ ಅವನು ಕೊಟ್ಟಿದ್ದ ವಿಳಾಸಕ್ಕೆ ತಾರು ಕೊಟ್ಟರೂ ಅವನಿಂದ ಯಾವ ಉತ್ತರವೂ ಬರಲಿಲ್ಲ. ಅವ್ವ ಸಾಯುವ ಮುಂದೆ ಅವನ ಫೋಟೋವನ್ನು ಅವಳ ಮುಂದೆ ಹಿಡಿದರೆ ಮುಖವನ್ನು ಆಚೆ

ತಿರುಗಿಸಿ ಬಿಟ್ಟಿದ್ದಳು. ಆದ್ದರಿಂದ ನನ್ನ ತಮ್ಮನೇ ಮುಂದೆ ನಿಂತು ಸಂಸ್ಕಾರ ಮಾಡಿದ. "ವಾವಿಯಲ್ಲಿ ನಮಗೆ ಅವ್ವ ಆದರೂ ಆಕಿ ಅಮ್ಮನ ಸ್ಥಾನದಲ್ಲಿ ನಿಂತು ನಮ್ಮನ್ನ ನೋಡಿಕೊಂಡಾಳೆ. ಆಕಿಗೆ ನಾನು ಮಗನೇ ಹೊರ್ತು ಮೊಮ್ಮಗ ಅಲ್ಲ" ಅಂತ ಹೇಳಿ ಕೊಳ್ಳಿ ಹಿಡಿದ.

ಈಗ ಇವೆಲ್ಲಾ ನಡೆದು ಸುಮಾರು ನಲವತ್ತು ವರ್ಷಗಳಾಗಿವೆ. ನನಗೂ ಮದುವೆಯಾಗಿ, ಮಕ್ಕಳು-ಮೊಮ್ಮಕ್ಕಳಾಗಿದ್ದಾರೆ. ವರ್ತಮಾನ ಪ್ರಭಾವದಲ್ಲಿ ಸಿಕ್ಕಿ ಹೋಗಿರುವ ನಾನು ಅವ್ವನ ಅಂದಿನ ನಿರ್ಧಾರವನ್ನು ಸರಿ ಅಥವಾ ತಪ್ಪೆಂದು ನಿರ್ಧರಿಸಲು ಹೋಗುವದಿಲ್ಲ. ಆದರೆ ಮಡಿಯನ್ನೇ ಜೀವನದ ಪರಮೋಧ್ಯೇಯವೆಂದು ನಂಬಿದ್ದ ಅವ್ವನನ್ನು ನೆನೆದರೆ ಆಶ್ಚರ್ಯವಾಗುತ್ತದೆ. ತನಗಾದ ಅನ್ಯಾಯದ ಅರಿವಿಲ್ಲದೆ ಆ ರೀತಿಯ ಮೌಢ್ಯವನ್ನು ಜೀವನ ರೀತಿಯನ್ನಾಗಿ ಅವಳು ನಂಬುವಂತೆ ಮಾಡಿದ ಸಮಾಜದ ಮೇಲೆ ಅಸಹ್ಯವಾಗುತ್ತದೆ.

ಆದರೆ ಇಂದು ಕಾಲ ಬದಲಾಗಿದೆ. ಗಂಡ ಸತ್ತ ಹೆಣ್ಣಿಗೆ ಮಡಿ ಮಾಡುವ ಅನಿಷ್ಟ ಸಂಪ್ರದಾಯ ಕಾಣದಾಗಿದೆ. ಆದರೆ ಮಡಿಯನ್ನೇ ಜೀವನವೆಂದು ನಂಬಿ, ಸ್ವಂತ ಮಗಳಿಂದಲೂ ನಿಷ್ಠೂರ ಕಟ್ಟಿಕೊಂಡು, ತನ್ನ ಪ್ರಾಣವನ್ನೂ ಲೆಕ್ಕಿಸದೆ ಬಾಳಿದ ಅವ್ವ ಖಂಡಿತವಾಗಿಯೂ ನಕ್ಷತ್ರವಾಗಿರಬಹುದೆಂದು ಅನ್ನಿಸಿ ಆಗೊಮ್ಮೆ-ಈಗೊಮ್ಮೆ ಆಕಾಶವನ್ನು ನೋಡಿದಾಗ ಅವಳಿಗಾಗಿ ಹುಡುಕಾಡುತ್ತೇನೆ.

15ನೇ ನವೆಂಬರ್ 1998

ಹುಲಿಗೆವ್ವ

ಹಕ್ಕಿಗಳ ಚಿಲಿಪಿಲಿಯೋ, ಕೋಳಿಯ 'ಕೊಕ್ಕೋಕ್ಕೋ...' ಧ್ವನಿಯೋ, ರಾಗಿ ಬೀಸುವ ಹಾಡಿನ ಸದ್ದೋ – ನಮ್ಮ ಬೆಳಗಿನ ಸಕ್ಕರೆ ನಿದ್ದೆಗೆ ಪೂರ್ಣವಿರಾಮ ಹಾಕಿ, ಹೊಸ ದಿನಕ್ಕೆ ಸುಪ್ರಭಾತ ಹಾಡುವುದು ಪ್ರಕೃತಿ ಸಹಜ. ಆದರೆ ಪಟ್ಟಣದಲ್ಲಿ ವಾಸಿಸುವವರ ಸ್ಥಿತಿಯೇ ಬೇರೆ! ವಾಹನಗಳ ಕಿರುಚಾಟ, ಬೆಳಗಿನ ಹೊತ್ತಿನಲ್ಲಿ ಪವರ್ ಕಟ್ ಆಗಿ ಫ್ಯಾನ್ ನಿಂತಾಗ ಉಂಟಾದ ಸೆಕೆ, 8–30ರ ಬಸ್ಸು ಎಲ್ಲಿ ತಪ್ಪಿಸಿಕೊಳ್ತೇನೋ ಎನ್ನುವ ಆತಂಕ – ಹಕ್ಕಿ, ಕೋಳಿ, ರಾಗಿ ಬೀಸುವ ಹಾಡಿನ ಕೆಲಸ ಮಾಡುತ್ತವೆ. 'ತಥ್, ಯಾಕಾದ್ರೂ ಬೆಳಗಾಗುತ್ತೋ...' ಎನ್ನುತ್ತಾ ಏಳುವ ದಿನಗಳೇ ಹೆಚ್ಚು.

ತಯಾರಿಯಾದಾಗ ರೇಡಿಯೋದಲ್ಲಿ ಇಂಗ್ಲೀಷ್ ವಾರ್ತೆ ಮುಗಿದುಹೋಗಿತ್ತು. ಓಡು, ಓಡು! ಓಡೋದೇ ಜೀವನ. ಓಟದ ಗುರಿ ಮುಖ್ಯವೇ ಹೊರತು, ಓಡುವ ದಾರಿಯ ಸುತ್ತಮುತ್ತಲಿನ ಪರಿಸರವನ್ನು ನೋಡಲು ಸಮಯವಾದರೂ ಎಲ್ಲಿ?

ಅದೃಷ್ಟ ಚೆನ್ನಾಗಿತ್ತು. ಇನ್ನೂ ಬೆಳಗಿನ ರಿಜಿಸ್ಟರ್ ಪುಸ್ತಕ ರಿಸೆಪ್ಷನ್ ಹತ್ತಿರವೇ ಇತ್ತು. ಸಹಿ ಹಾಕಿ, ನನಗಿಂತ ಮುಂಚೆ ಬಂದ ವ್ಯಕ್ತಿ ಬರೆದ ಸಮಯವನ್ನೇ ನಾನೂ ಬರೆದು, ನನ್ನ ಮೇಜಿಗೆ ಬಂದು ಕುಳಿತಾಗ ವಿಶ್ವವನ್ನೇ ಗೆದ್ದ ಅನುಭವ! ಕಂಪ್ಯೂಟರ್ ಆನ್ ಮಾಡಿ, ಅಂದಿನ ಇ–ಮೇಲ್ ನೋಡುವ ಹೊತ್ತಿಗೆ ರಾಣಿ ಆಫೀಸಿನೊಳಗೆ ಬಂದದ್ದು ಅವಳ 'ಹಲೋ..', 'ಹಾಯ್...'ಗಳಿಂದಲೇ ಗೊತ್ತಾಯ್ತು.

ನನ್ನ ಬೆನ್ನಿಗೊಂದು ಗುದ್ದು ಗುದ್ದಿ, 'ಗೊತ್ತೇನೋ ವಿಷಯ?' ಅಂತಂದಳು. 'ಖಂಡಿತಾ ಗೊತ್ತಿಲ್ಲ. ಬೇಗನೆ ವಾರ್ತೆಯ ಮುಖ್ಯಾಂಶಗಳನ್ನು ಹೇಳಿ ಜಾಗ ಖಾಲಿ ಮಾಡು' ಅಂತ ನಾಟಕೀಯವಾಗಿ ಹೇಳಿದೆ. ಅದಕ್ಕಾಗಿಯೇ ಕಾದಿದ್ದವಳಂತೆ ಮುಖವನ್ನು ಹತ್ತಿರಕ್ಕೆ ತಂದು ಪಿಸುಗುಟ್ಟಿದಳು.

"ನಮಗೆ ಮುಂಬಯಿಂದ ಬರ್ತಿರೋ ಹೊಸ ಪ್ರಾಜೆಕ್ಟ್ ಮ್ಯಾನೇಜರ್ 'ಟೈಗರ್' ಕಣೋ?".

"ಯಾಕೆ, ಅಷ್ಟೊಂದು ಬಿಗಿಯಾದ ವ್ಯಕ್ತಿನಾ?"

"ಬರ್ತಿರೋದು ಹೆಣ್ಣು ಹುಲಿ. ಅದು ಸ್ಟ್ರಿಕ್ಟ್ ಹೌದೋ ಅಲ್ವೋ ಗೊತ್ತಿಲ್ಲ. ಆದರೆ ಹೆಸರಂತೂ 'ಟೈಗರ್', ಇನ್‌ಫ್ಯಾಕ್ಟ್ 'ಮದರ್ ಆಫ್ ಟೈಗರ್'".

"ಟೈಗರ್' ಅನ್ನೋ ಹೆಸರಾ?"

"ಹೂಂ, 'ಹುಲಿಗೆವ್ವ' ಅನ್ನೋ ಸುಂದರ ಹೆಸರಂತೆ" ಕಿಸಕ್ಕನೆ ನಕ್ಕಳು. "ಕೊಂಚ ಹುಷಾರಾಗಿರ್ಬೇಕಪ್ಪ. ತಪ್ಪು ಮಾಡಿದ್ರೆ ತಿಂದುಹಾಕಿಬಿಡುತ್ತೆ" ಎರಡೂ ಕೈಗಳನ್ನು ಹುಲಿಯ ಪಂಜದಂತೆ ತೋರಿಸಿ, ಅತಿ ನಾಜೂಕಿನಿಂದ ಕತ್ತರಿಸಿದ ಉಗುರುಗಳಿಂದ ನನ್ನನ್ನು ಸೀಳಿಯೇ ಬಿಡುವಂತೆ ಕಣ್ಣು, ಮೂಗಿನ ಹೊಳ್ಳೆ, ಬಾಯನ್ನು ಅಗಲ ಮಾಡಿ ರಾಣಿ ನಟಿಸಿದಾಗ ನನಗೂ ತಮಾಷೆಯೆನ್ನಿಸಿತು. "ಮತ್ತೆ ಲಂಚ್ ಟೈಂನಲ್ಲಿ ಸಿಕ್ತೀನೋ..." ಅಂತಂದಿದ್ದೇ ಜಿಂಕೆ ಜಾಗ ಖಾಲಿ ಮಾಡಿತು. ಮತ್ತೆಲ್ಲೋ ಸುದ್ದಿ ಹೇಳುವ ಅವಸರವಿರಬೇಕು. ಅವಳು ಹೋದ ದಿಕ್ಕನ್ನೇ ನೋಡುತ್ತಿದ್ದಾಗ ಮನಸ್ಸು ಅವಳು ಹೇಳಿದ ಹೆಸರನ್ನೇ ಮೆಲುಕು ಹಾಕಿತು – 'ಹುಲಿಗೆವ್ವ'!

ನಮ್ಮಿಬ್ಬರ ಮಾತನ್ನೆಲ್ಲಾ ಕೇಳಿಸಿಕೊಳ್ಳುತ್ತಿದ್ದ ನನ್ನ ಪಕ್ಕದ ಮೇಜಿನಲ್ಲಿ ಕೂಡುವ ಶ್ರೀಧರ್, "ಏನಂತೆ ಬಣ್ಣದ ಬೀಸಣಿಕೆಯ ಹೊಸ ಸುದ್ದಿ?" ಅಂತಂದ.

"ಹೊಸದಾಗಿ ಬರ್ತಿರೋ ಪ್ರಾಜೆಕ್ಟ್ ಮ್ಯಾನೇಜರ್ ಹೆಸರು 'ಹುಲಿಗೆವ್ವ' ಅಂತೆ. ಅದೇ ಒಂದು ದೊಡ್ಡ ಸುದ್ದಿಯಾಗಿಬಿಟ್ಟಿದೆ ಇವಳಿಗೆ".

"ನಂಗೆ ನಿನ್ನೆಯೇ ಗೊತ್ತಾಯ್ತು. ತುಂಬಾ ಎಫಿಷಿಯೆಂಟ್ ಅಂತೆ. ಮುಂಬಯಿ ಯಲ್ಲಿ ಅವರು ಹ್ಯಾಂಡಲ್ ಮಾಡಿರೋ ಸ್ಟಾಕ್ ಎಕ್ಸ್‌ಚೇಂಜ್ ಪ್ರಾಜೆಕ್ಟ್‌ನಲ್ಲಿ ಒಂದೂ ಬಗ್ ಇರಲಿಲ್ಲಂತೆ. ಕಸ್ಟಮರ್ ಅಂತೂ ತುಂಬಾ ಖುಷಿಯಾಗಿ ಇನ್ನೊಂದು ಪ್ರಾಜೆಕ್ಟ್ ಕೂಡಾ ಅವರೇ ಹ್ಯಾಂಡಲ್ ಮಾಡಬೇಕು ಅಂತ ಡಿಮ್ಯಾಂಡ್ ಮಾಡ್ಯಾರಂತೆ".

"ಹೌದಾ? ವೆರಿ ಇಂಟರೆಸ್ಟಿಂಗ್".

"ಹುಲಿಗೆವ್ವ ಅನ್ನೋ ಹೆಸರು ನಿಮ್ಮ ಬಳ್ಳಾರಿ ಕಡೆ ತುಂಬಾ ಹೆಚ್ಚಲ್ವಾ?"

"ಹೌದು. ಆದರೆ ಮುಂಬಯಿಂದ ಬರ್ತಿರೋ ಈ ಪ್ರಾಜೆಕ್ಟ್ ಮ್ಯಾನೇಜರ್ ಹೆಸರು ಹುಲಿಗೆವ್ವ ಅನ್ನೋದು ಕೊಂಚ ವಿಚಿತ್ರ ಅನ್ನಿಸ್ತದೆ".

"ಬೆಳಗಿನ ಫ್ಲೈಟ್‌ಗೆ ಬರ್ತಾ ಇದಾರಂತೆ. ಗೆಸ್ಟ್‌ಹೌಸ್‌ನಲ್ಲಿದ್ದು, ಮಧ್ಯಾಹ್ನ ಆಫೀಸಿಗೆ ಬರ್ತಾರಂತೆ. ಅಲ್ಲೀತನಕ ಕುತೂಹಲ ತಡಕೊಂಡಿರಿ".

ನಂಗೆ ಹೆಚ್ಚು ಮಾತನಾಡಲು ಇಷ್ಟವಿಲ್ಲದ ಕಾರಣ, ಒಂದು ಕಿರುನಗೆ ನಕ್ಕು ಮತ್ತೆ ನನ್ನ ಕೆಲಸದಲ್ಲಿ ಮಗ್ನನಾದೆ. ಅದ್ಯಾಕೋ, ಈ ಹುಲಿಗೆವ್ವ ನನಗೆ ತುಂಬಾ ಹತ್ತಿರದವಳೆಂಬ ಭಾವನೆ ಸುಳಿದುಹೋಯ್ತು.

ಮಾಧ್ಯಮಿಕ ಶಾಲೆಯಲ್ಲಿ ಪ್ರತಿಯೊಂದು ತರಗತಿಯಲ್ಲೂ ನಾಲ್ಕಾರು ಹುಡುಗಿಯರ ಹೆಸರಾದರೂ 'ಹುಲಿಗೆವ್ವ' ಎಂದಿರುತ್ತಿತ್ತು. ಊರ ಹತ್ತಿರದಲ್ಲೇ ಇರುವ ದೇವಿಯ ಹೆಸರು 'ಹುಲಿಗೆವ್ವ' ಆದ ಕಾರಣ, ಆ ಹೆಸರೇ ತುಂಬಾ ಮಕ್ಕಳಿಗೆ ನಾಮಕರಣವಾಗುತ್ತಿತ್ತು. ಈ ರೀತಿಯ ಹೆಸರು ಸಾಮಾನ್ಯವಾಗಿ ಕೆಳವರ್ಗದಲ್ಲಿಯೇ ಹೆಚ್ಚು ಕಂಡುಬರುತ್ತಿತ್ತು. ಅಂತಹ ಮಕ್ಕಳನ್ನು ಶಾಲೆಗೆ ಸೇರಿಸಲು ತಂದೆ-ತಾಯಿಯರು ಬಂದಾಗ ಮಾಸ್ತರರು, "ನಿಮ್ಮ ಮನಿ ಹೆಸರೇನ್ರಿ?" ಎಂದು ಕೇಳಿದಾಗ, "ಮಾಸ್ತರ್‍ರೇ, ನಮಗೆ ಸರಿಯಾಗಿ ಮನೀನೂ ಇಲ್ಲ, ಮನೆತನಾನೂ ಇಲ್ಲ. ನೀವೇ ಏನೋ ಒಂದು ಅಡ್ಡ ಹೆಸರು ಹಚ್ಚಿ ಬಿಡ್ರಿ" ಎಂದು ಹೇಳಿ ಬಿಡುತ್ತಿದ್ದರು. ಆಗ ಮಾಸ್ತರರೇ ಆ

ಹುಡುಗಿಯ ಹಳ್ಳಿಯನ್ನೋ, ವಾಸಿಸುವ ಕೇರಿಯನ್ನೋ, ಅವಳ ದೇಹ ರಚನೆಯನ್ನೋ ಅಥವಾ ಮತ್ತಿನ್ನೇನನ್ನೋ ಆಧಾರವಾಗಿಟ್ಟುಕೊಂಡು, ಬಾವಳ್ಳಿ ಹುಲಿಗೆವ್ವ, ಮ್ಯಾದಾರ ಓಣಿ ಹುಲಿಗೆವ್ವ, ಸಣ್ಣ ಹುಲಿಗೆವ್ವ, ದೊಡ್ಡ ಹುಲಿಗೆವ್ವ, ಕರಿ ಹುಲಿಗೆವ್ವ ಅಂತೆಲ್ಲಾ ನಾಮಕರಣ ಮಾಡಿಬಿಡುತ್ತಿದ್ದರು. ನಂತರ ಮಾಸ್ತರರು ಹಾಜರಿ ಕೂಗುವಾಗ ಹೆಸರಿನ ಗೊಂದಲ ನಿಲ್ಲಿಸಲು ತಾವೇ ಸೃಷ್ಟಿಸಿದ ಅಡ್ಡ ಹೆಸರನ್ನೂ ಸೇರಿಸಿ ಕೂಗುತ್ತಿದ್ದರಿಂದ, ಅದೇ ಹೆಸರೇ ಆ ಹುಡುಗಿಯರಿಗೆ ಶಾಶ್ವತವಾಗಿಬಿಡುತ್ತಿತ್ತು. ಆದರೆ ಈ ಜನಾಂಗದಲ್ಲಿ ಹುಡುಗರೇ ಐದು ಅಥವಾ ಆರನೆಯ ತರಗತಿಗೆ ಓದಿಗೆ ಮಂಗಳ ಹಾಡಿ ಬಿಡುತ್ತಿದ್ದರು. ಅಂತಹದರಲ್ಲಿ ಹುಡುಗಿಯೊಬ್ಬಳು ಓದಿ, ಇಂತಹ ಒಳ್ಳೆಯ ಸ್ಥಾನಕ್ಕೆ ಬಂದಿರೋದು ನಿಜಕ್ಕೂ ಅಚ್ಚರಿ ಹಾಗೂ ಹೆಮ್ಮೆಯ ಸಂಗತಿ. ಅದೇನೇ ಇರಲಿ, ಮಧ್ಯಾಹ್ನ ಎಲ್ಲಾ ಗೊತ್ತಾಗುತ್ತಲ್ಲ ಅಂದ್ಕೊಂಡು ಕೆಲಸದಲ್ಲಿ ಮಗ್ನನಾಗಲು ಪ್ರಯತ್ನಿಸಿದೆ. ಆದರೂ, ಮತ್ತೆ ಮತ್ತೆ ಅದೇ ಹೆಸರೇ ತಲೆಯಲ್ಲಿ ಗುನುಗಲಾರಂಭಿಸಿತು – 'ಹುಲಿಗೆವ್ವ'!

ಮಧ್ಯಾಹ್ನ ಊಟದ ವೇಳೆಯಲ್ಲಿ ರಾಣಿ ತನ್ನ ಪುಟ್ಟ ಟಿಫಿನ್ ಡಬ್ಬಾದೊಂದಿಗೆ ನನ್ನ ಪಕ್ಕ ಬಂದು ಕುಳಿತಳು. ಬಹುಶಃ ಇನ್ನೂ ಹೇಳುವ ವಿಷಯವೆಲ್ಲಾ ಮುಗಿದಿಲ್ಲವೆಂದು ಕಾಣುತ್ತೆ.

"ಹಾಯ್, ಇನ್ನೊಂದು ಬಿಸಿ ಸುದ್ದಿ ಗೊತ್ತಾಯ್ತು".

"ಏನು?" ಅಷ್ಟೇ ತಣ್ಣಗೆ ಕೇಳಿದಾಗ, ರಾಣಿಗೆ ಕೋಪ ಬಂತು.

"ಇಷ್ಟೊಂದು ಕಷ್ಟಪಟ್ಟು ನಿನಗಾಗಿ ಹೊಸ ವಿಷಯ ಹೇಳೋಕೆ ಬಂದ್ರೆ, ಅದೆಷ್ಟು ನಿರುತ್ಸಾಹ ಕಣೋ ನಿಂಗೆ?"

"ನಂಗೆ ಉತ್ಸಾಹವಿರಲಿ, ನಿರುತ್ಸಾಹವಿರಲಿ – ನೀನಂತೂ ವಿಷಯ ಹೇಳೋದು ಬಿಡಲ್ಲ".

ನನ್ನ ವಿಷಯದಲ್ಲಿ ರಾಣಿಗೆ ತುಂಬಾ ಪ್ರೀತಿ. ಅದೆಷ್ಟೇ ಕೋಪಗೊಂಡಿದ್ದರೂ ತಕ್ಷಣ ಮಾಮೂಲಿಯಾಗಿ ಬಿಡುತ್ತಾಳೆ.

"ಟೈಗರ್‌ಗೆ ಮಗ ಇದ್ದಾನಂತೋ, ಗೊತ್ತಾ?" ಅಂತ ರಹಸ್ಯವನ್ನು ಬಯಲು ಮಾಡುವಂತೆ ತುಂಬಾ ಮೆಲುದನಿಯಲ್ಲಿ ರಾಣಿ ಹೇಳಿದಾಗ ನಿಜಕ್ಕೂ ನಗು ಬಂತು.

"ರಾಣಿ, ಅದೂ ನಿಂಗೆ ಸುದ್ದೀನಾ? ಟೈಗರ್‌ಗೆ ಕಣ್ಣಿದೆ, ಮೂಗಿದೆ, ಮದುವೆಯಾಗಿದೆ ಅನ್ನೋದೂ ನಿಂಗೆ ಸುದ್ದಿಯಾಗಿಬಿಡುತ್ತೆ".

"ಅಯ್ಯೋ ಮಂಕೆ, ಅದೇ ಸುದ್ದಿ ಕಣೋ! ಟೈಗರ್‌ಗೆ ಮಗ ಇದ್ದಾನೆ, ಆದರೆ ಮದುವೆ ಆಗಿಲ್ಲ!" ಅಂತ ನನ್ನ ದಡ್ಡತನವನ್ನು ಬಯಲು ಮಾಡಿದ ರಾಣಿ, ತನ್ನ ಊಟವನ್ನು ಮುಗಿಸಿ ಎದ್ದು ಹೋದಳು.

"ಮದುವೆಯಾಗಿಲ್ಲ, ಆದರೆ ಮಗ ಇದ್ದಾನೆ!" – ರಾಣಿ ಹೇಳಿದ ಮಾತು ನನ್ನ ಮನಸ್ಸಿನ ನೆಮ್ಮದಿಯನ್ನೆಲ್ಲಾ ಹಾಳು ಮಾಡಿದಂತಾಯ್ತು. ಮತ್ತೊಬ್ಬರ ವೈಯಕ್ತಿಕ ವಿಷಯ ಯಾಕೆ ಇಷ್ಟೊಂದು ಆಸಕ್ತಿ ಕೆರಳಿಸುತ್ತೆ? 'ಮದುವೆಯಾಯ್ತು' ಎನ್ನುವುದಕ್ಕಿಂತ 'ಮದುವೆ ನಿಂತು ಹೋಯ್ತು' ಎನ್ನುವ ಸುದ್ದಿ ಆಕರ್ಷಣೀಯವಾಗಿ ಕಾಣುತ್ತದೆ. ಹುಲಿಗೆವ್ವನ ಮದುವೆ-ಮಗನಿಗೂ, ನಮ್ಮ ಆಫೀಸಿನ ಕೆಲಸಕ್ಕೂ ಯಾವುದೇ ಸಂಬಂಧವಿಲ್ಲ. ಆದರೂ ವ್ಯಕ್ತಿಯೊಬ್ಬನ ವೈಯಕ್ತಿಕ ರಹಸ್ಯ ಬಯಲು ಮಾಡಿ ಖುಷಿ ಪಡೋದು ಮನುಷ್ಯನ ಸ್ವಾಭಾವಿಕ ಗುಣವಾಗಿಬಿಟ್ಟಿದೆ.

ಸುಮಾರು ನಾಲ್ಕು ಗಂಟೆಯ ಹೊತ್ತಿಗೆ ಆಫೀಸಿನ ಮುಂದೆ ಕಾರಿನ ಹಾರ್ನ್ ಆದಾಗ, ಎಲ್ಲರ ಕಣ್ಣಲ್ಲೂ ಕುತೂಹಲವಿತ್ತು. ಟೈಗರ್ ಹೇಗಿರುತ್ತೋ? ನಮ್ಮ ಬಾಸ್ ಎಲ್ಲರಿಗೂ ಹುಲಿಗೆವ್ವನನ್ನು ಪರಿಚಯ ಮಾಡಿಸುತ್ತಾ ಬಂದರು. ಹೆಣ್ಣಿಗೆ ಕೊಂಚ ಹೆಚ್ಚೆನಿಸುವಷ್ಟು ಎತ್ತರ, ತುಂಬಿದ ಮೈ, ಎಣ್ಣೆಗೆಂಪು ಬಣ್ಣ, ಸರಳವಾದ ಉಡುಪು, ಮುಖದಲ್ಲಿ ಪ್ರಪಂಚವನ್ನೆಲ್ಲಾ ಕಂಡ ಅನುಭವ, ಚುರುಕು ಕಣ್ಣು, ಹಣೆಗೆ ಕೊಂಚ ದೊಡ್ಡದೆನಿಸುವ ಕುಂಕುಮ, ಕೈ ತುಂಬಾ ಬಳೆ...

"ಮಿಸ್ಟರ್ ಹಯವದನ ಅಂತ. ನಿಮ್ಮ ಪ್ರಾಜೆಕ್ಟ್‌ನಲ್ಲಿಯೇ ಇರ್ತಾರೆ. ಇನ್ನು ಮುಂದೆ ನಿಮಗೇ ರಿಪೋರ್ಟ್ ಮಾಡ್ತಾರೆ. ತುಂಬಾ ಒಳ್ಳೆ ಪ್ರೋಗ್ರಾಮರ್". ಕೈ ಕುಲುಕಿ "ಗ್ಲಾಡ್ ಟು ಮೀಟ್ ಯು" ಎಂದೆ. ಒಂದು ಕ್ಷಣ ನನ್ನ ಮುಖವನ್ನೇ ಎವೆಯಿಕ್ಕಿ ನೋಡಿದ ಹುಲಿಗೆವ್ವ, ಕಣ್ಣಲ್ಲಿ ಆಶ್ಚರ್ಯ ಮತ್ತು ನಗುವಿನ ಮಿಶ್ರ ಭಾವ ಸೂಚಿಸುತ್ತಾ, "ಭಟ್ಟಂ ಭಟ್ಟ, ಕೋಳಿ ಜುಟ್ಟ" ಎಂದಾಗ ಮೈಯಲ್ಲಿ ವಿದ್ಯುತ್ ಸಂಚಾರವಾದಂತಾಯ್ತು. ಕುರುಡ ದಾಸಪ್ಪನ ಮಗಳು – ಹುಲಿಗೆವ್ವ!

ಕನ್ನಡದ ಗಂಧವೇ ಇಲ್ಲದ ಬಾಸ್, ಹುಲಿಗೆವ್ವ ಹೇಳಿದ್ದು ಅರ್ಥ ಮಾಡಿಕೊಳ್ಳುವಂತೆಯೂ ಇರಲಿಲ್ಲ. ಆದರೂ ಗಲಿಬಿಲಿಗೊಂಡು "ನಿಮಗೆ ಹಯವದನ್ ಮುಂಚೆಯೇ ಗೊತ್ತಿತ್ತಾ?" ಎಂದರು.

"ಓಹ್, ಚೆನ್ನಾಗಿಯೇ ಗೊತ್ತು. ಅವರ ಜೊತೆಯಲ್ಲಿಯೇ ಓದಿದ್ದು ಕೂಡಾ" ಅಂತ ನಗುತ್ತಾ ಹೇಳಿದಳು. ನಾನೂ "ಹೌದು" ಎಂದು ಧ್ವನಿ ಸೇರಿಸಿದೆ. "ಆಮೇಲಕ್ಕೆ ಮಾತಾಡೋಣ" ಎಂದು ಹೇಳಿದ ಹುಲಿಗೆವ್ವ ಬಾಸ್ ಜೊತೆ ಹೊರಟುಹೋದಳು.

ಒಂದೆರಡು ನಿಮಿಷ ನನಗ್ಯಾಕೋ ವಾಸ್ತವದಲ್ಲಿ ಅನುಮಾನವಾದಂತಾಯಿತು. ದಾಸಪ್ಪನ ಮಗಳು ನನ್ನ ಪ್ರಾಜೆಕ್ಟ್ ಮ್ಯಾನೇಜರ್ ಎಂದರೆ ನಂಬುವುದಾದರೂ ಹೇಗೆ? ನನ್ನ ಕುರ್ಚಿಯಲ್ಲಿ ದೊಪ್ಪನೆ ಕುಳಿತೆ. ಬಾಲ್ಯದ ನೆನಪು ನಿರಾತಂಕವಾಗಿ ಬರತೊಡಗಿತು.

)))

'ಮಾಡು ಸಿಕ್ಕದಲ್ಲ, ಮಾಡಿನ ಗೂಡು ಸಿಕ್ಕದಲ್ಲ...' ಅಂತ ರಾತ್ರಿ ಸುಮಾರು ಎಂಟು ಗಂಟೆಯ ಹೊತ್ತಿಗೆ ನಮ್ಮ ಸಂಡೂರಿನ ಬ್ರಾಹ್ಮಣರ ಬೀದಿಯಲ್ಲಿ ಹಾಡು ಕೇಳಿ ಬಂದರೆ, ಅದು ಹುಲಿಗೆವ್ವ ತನ್ನ ತಂದೆ ಕುರುಡ ದಾಸಪ್ಪನೊಡನೆ ಭಿಕ್ಷೆಗೆ ಬಂದಳೆಂದೇ ಅರ್ಥ. ಮನೆಯ ಮುಂಬಾಗಿಲಿಗೆ ಬಂದಾಗ ದಾಸಪ್ಪ 'ವೆಂಕಟರಮಣ ಗೋವಿಂದ, ಗೋ...ವಿಂದ' ಎಂದು ಒಮ್ಮೆ ರಾಗವಾಗಿ ಹೇಳಿ ತನ್ನ ಕೈಯಲ್ಲಿದ್ದ ಜಾಗಟೆಯನ್ನು ಬಾರಿಸಿ, 'ಅಮ್ಮ, ದಾಸಯ್ಯಂಗೆ ಭಿಕ್ಷೆ ಹಾಕ್ರಿ' ಎನ್ನುತ್ತಿದ್ದ. ಅತ್ಯಂತ ಕೈಚಳಕದಿಂದ ಹಚ್ಚಿಕೊಂಡ ಕೆಂಪು-ಬಿಳಿ ಬಣ್ಣಗಳ ನಾಮವೊಂದು ಅವನ ಹಣೆಯಲ್ಲಿರುತ್ತಿತ್ತು. ಕೈಯಲ್ಲಿ ಹಿಡಿದುಕೊಂಡ ದೊಡ್ಡ ನಂದಾದೀಪ, ಸೈಕಲ್ ಪಂಚೆ ಹಾಕಿಕೊಂಡು ತುಂಬುತೋಳಿನ ಬಿಳಿಯ ಅಂಗಿ ತೊಟ್ಟಿರುತ್ತಿದ್ದ. ಅವನ ಹಿಂದೆ ಬರುವ ಹುಲಿಗೆವ್ವನ ಹೆಗಲಿಗೆ ಭಿಕ್ಷೆಯ ಚೀಲವಿರುತ್ತಿತ್ತು. ಒಂದು ಮನೆಯ ಭಿಕ್ಷೆ ಮುಗಿದು ಮತ್ತೊಂದು ಮನೆಗೆ ಹೋಗುವಾಗ ಮತ್ತೆ ಹುಲಿಗೆವ್ವನ ಹಾಡು, 'ಮಾಡು ಸಿಕ್ಕದಲ್ಲ, ಮಾಡಿನ ಗೂಡು ಸಿಕ್ಕದಲ್ಲ...' ಪ್ರಾರಂಭವಾಗುತ್ತಿತ್ತು.

ದಾಸಪ್ಪಗೆ ಹುಲಿಗೆವ್ವನ ಹೊರತಾಗಿ ಬೇರೆ ಯಾರೂ ಇರಲಿಲ್ಲ. ಹುಲಿಗೆವ್ವನ ಹುಟ್ಟಿನೊಂದಿಗೆ ಪತ್ನಿಯನ್ನೂ ಕಳೆದುಕೊಂಡಿದ್ದ. "ಗಂಡು ಮಗ ಆದ್ರೂ ಆಗಿದ್ರೆ ಒಂದ್ಜೂರು ವೈನಾಗಿರ್ತಿತ್ತು.

ಆದರೆ ದೇವ್ರು ಈ ಹೆಣ್ಣು ಪಿಂಡ ಕೊಟ್ಬಿಟ್ಟ" ಅಂತ ಯಾವಾಗಲೂ ಪೇಚಾಡುತ್ತಿದ್ದ. ಅವನ ಈ ಮಾತನ್ನು ಕೇಳಿದಾಗ ಹುಲಿಗೆವ್ವ ಸುಮ್ಮನೆ ನಕ್ಕುಬಿಡುತ್ತಿದ್ದಳು. ಆದರೆ ನಮ್ಮಮ್ಮ ಇಂತಹ ಮಾತನ್ನು ಕೇಳಿದಾಕ್ಷಣ, "ಸಾಕು ಸುಮ್ನಿರೋ ದಾಸಪ್ಪ, ಹೆಣ್ಣು ಹುಡುಗಿ ಇದ್ದಾಳಂತ ಒಂದ್ಹೊತ್ತು ಕೂಳಾದ್ರೂ ಕಾಣ್ತಿ. ಗಂಡಾಗಿದ್ರೆ ಸೆಗಣಿ ತಿನ್ತಿದ್ದಿ. ಇಂಥಾ ಪರಿ ಹಗಲು-ರಾತ್ರಿ ಅನ್ದಂಗೆ ನಿನ್ನ ಸೇವಾ ಮಾಡ್ತದೆ ಕೂಸು" ಅಂತ ದಾಸಪ್ಪನನ್ನು ಬೈದು ಸುಮ್ಮನಾಗಿಸುತ್ತಿದ್ದಳು.

ಅಮ್ಮನಿಗೆ ಒಂದು ವಿಷಯದಲ್ಲಿ ತುಂಬಾ ನಂಬಿಕೆಯಿತ್ತು, ಸಂಜಾಕವಳ ಹಾಕಿದರೆ ಮುತ್ತೈದೆತನ ಚಿರಂತನವಾಗಿರುತ್ತೆ ಅಂತ. ಆದ್ದರಿಂದ ದಾಸಯ್ಯಗೆ ಭಿಕ್ಷೆ ಹಾಕದೆ ಮನೆಯಲ್ಲಿ ರಾತ್ರಿಯೂಟ ಸಾಧ್ಯವೇ ಇರಲಿಲ್ಲ, ವೈದಿಕದ ದಿನದ ಹೊರತು. ಒಮ್ಮೊಮ್ಮೆ ದಾಸಪ್ಪ ತಡವಾಗಿ ಬಂದರೆ, ಹೊಟ್ಟೆ ಚುರುಗುಟ್ಟುತ್ತಿದ್ದರಿಂದ ಸಿಟ್ಟಿನಿಂದ ಹುಲಿಗೆವ್ವನನ್ನು ತರಾಟೆಗೆ ತೆಗೆದುಕೊಳ್ಳುತ್ತಿದ್ದೆ.

"ಯಾಕೆ ತಡ ಮಾಡ್ದಿ? ಹೊಟ್ಟಾಗೆ ಭೂತ ಹೊಕ್ಕಂಡದೆ ಗೊತ್ತೇನು?"

"ಭಟ್ಟ, ಒಂದೊಪ್ಪತ್ತು ಊಟ ಇಲ್ಲಾಂದ್ರೆ ಸಾಕು ಹಾರಾಡ್ತಾನೆ" ಅಂತ ನಗುತ್ತಲೇ ಉತ್ತರ ಕೊಡುತ್ತಿದ್ದಳು. ನನ್ನನ್ನು ಅವಳು 'ಭಟ್ಟ' ಅಂತ ರಾಜಾರೋಷವಾಗಿ ಕರೆದಾಗಲೆಲ್ಲಾ ನನಗೆ ಕೆಂಡಾಮಂಡಲ ಕೋಪ ಬರುತ್ತಿತ್ತು. "ಇನ್ನೊಮ್ಮೆ ಹಾಗಂದ್ರೆ ಹುಟ್ಲಿಲ್ಲ ಅಂತ ಅನ್ನಿಸಿ ಬಿಡ್ತೀನಿ ನೋಡು" ಅಂತ ದಬಾಯಿಸುತ್ತಿದ್ದೆ. "ಭಟ್ಟ, ನಿಮ್ಮಮ್ಮ ನಾನು ಅಪ್ಪನ್ನ ಭಿಕ್ಷಾಕ್ಕೆ ಕರ್ಕೊಂಬರ್ಲಿಲ್ಲ ಅಂತಂದ್ರೆ ನಿಂಗೆ ಏಕಾದಶಿ ಮಾಡ್ಬಿಡ್ತಾಳೆ ನೋಡು. ನಿಂಗೇ ಕಷ್ಟ" ಅಂತ ನಗುತ್ತಲೇ ಉತ್ತರಿಸುತ್ತಿದ್ದಳು. ಅವಳ ಧೈರ್ಯದ ಮಾತಿನಿಂದ ಸಿಟ್ಟು ನೆತ್ತಿಗೇರಿ ಅಮ್ಮನ ಮುಂದೆಯೂ, "ಮಾತೆತ್ತಿದ್ರೆ ಭಟ್ಟ ಅಂತಾಳೆ ನೋಡಮ್ಮ, ಈ ಹುಲಿಗೆವ್ವ" ದೂರು ಹೇಳುತ್ತಿದ್ದೆ. ಆದರೆ ಅಮ್ಮ, "ಭಟ್ಟರಿಗೆ ಭಟ್ಟ ಅನ್ದೆ ಸಾಬಿ ಅಂತಾರೇನೋ" ಅಂತ ಹೇಳಿಬಿಡುತ್ತಿದ್ದಳು. ಕೊನೆಗೆ ನಾನೇ ಅವಳನ್ನು 'ಹುಲಿರಂಡೆ', 'ಹುಲಿಮುಂಡೆ' ಎಂದು ಸೇಡು ತೀರಿಸಿಕೊಳ್ಳುತ್ತಿದ್ದೆ.

ಹುಲಿಗೆವ್ವ ಓದುತ್ತಿದ್ದುದೂ ನಮ್ಮ ಶಾಲೆಯಲ್ಲಿಯೇ. ನನಗಿಂತ ವಯಸ್ಸಿನಲ್ಲಿ ಒಂದೆರಡು ವರ್ಷ ದೊಡ್ಡವಳಾದರೂ ತಡವಾಗಿ ಶಾಲೆಗೆ ಸೇರಿದ್ದರಿಂದ ನನ್ನ ತರಗತಿಯಲ್ಲಿಯೇ ಓದುತ್ತಿದ್ದಳು. ಅಮ್ಮನೇ ದಾಸಪ್ಪಗೆ ಹೇಳಿ ಬಲವಂತದಿಂದ ಶಾಲೆಗೆ ಸೇರಿಸಿದ್ದಳು. ಜೊತೆಗೆ ಆಗಾಗ ಸಾಯಂಕಾಲದ ಹೊತ್ತು ನನ್ನೊಡನೆ ಓದೂ ಹೇಳಿಕೊಡುತ್ತಿದ್ದಳು. ದಾಸಪ್ಪನ ಜೊತೆಯಲ್ಲಿ ಭಿಕ್ಷೆ ಬೇಡಲು ಅನುಕೂಲವಾಗಲೆಂದು ಒಂದೆರಡು ದಾಸರ ಪದಗಳನ್ನು ಹೇಳಿಕೊಟ್ಟಿದ್ದಳು. ಅಮ್ಮನಿಗೆ ಹುಲಿಗೆವ್ವನನ್ನು ಕಂಡರೆ ತುಂಬಾ ಪ್ರೀತಿಯಿತ್ತು. "ಸಣ್ಣ ಹುಡುಗಿಯಾದ್ರೂ ಬಂಗಾರ. ಮನೆ ಕೆಲಸ ಎಲ್ಲಾ ಲಕ್ಷಣವಾಗಿ ಮಾಡ್ಕೊಂಡ್ಹೋಗ್ತಾಳೆ. ನಮ್ಮ ಕುಲದಲ್ಲಿ ಹುಟ್ಟಬೇಕಾದಂತಹ ಹುಡುಗಿ" ಅಂತ ಅವಳನ್ನು ಪ್ರಶಂಸಿಸುತ್ತಿದ್ದಳು. ಆದರೆ ನಾನು ಅಮ್ಮನ ಮಾತಿಗೆ, "ಎಲ್ಲ ಸುಳ್ಳು ಹೋಗಮ್ಮ. ಸಾಲ್ಯಾಗೆ ಮಾಸ್ತರು ಆಕಿ 'ಮನೆಗೆಲಸ' ಮಾಡಂಗೇ ಇಲ್ಲ ಅಂತ ಛಡಿ ಏಟು ಕೊಡ್ತಾರೆ ಗೊತ್ತಾ?" ಅಂತಿದ್ದೆ. "ಹಗಲೂ ರಾತ್ರಿ ದುಡಿಯೋದೇ ಆಯ್ತು. ಇನ್ನ ಹೋಂವರ್ಕ್ ಹೆಂಗೆ ಮಾಡೀತು ಕೂಸು" ಅಂತ ಅಮ್ಮ ಪ್ರತಿಯುತ್ತರಿಸುತ್ತಿದ್ದಳು.

ರಾತ್ರಿ ಭಿಕ್ಷೆಗೆ ಬಂದಾಗ ಹುಲಿಗೆವ್ವ ಮತ್ತು ನನ್ನ ಮಾತುಕತೆ ಶಾಲೆಯದೇ ಆಗಿರುತ್ತಿತ್ತು.

"ಗಣಿತ ಪರೀಕ್ಷೆಗೆ ಓದಿ ಆಯ್ತೇನೆ?"

"ಇಲ್ಲ. ರಾತ್ರಿ ಓದ್ಬೇಕು".

"ಉತ್ತರ ತಪ್ಪೊಂದು ಬರಿ, ಮಾಸ್ತರು ನಿಂಗೆ ಮಂಗಳಾರತಿ ಮಾಡ್ತಾರೆ".

"ನಿನ್ನ ನೋಟ್ಸ್ ಸ್ವಲ್ಪ ಕೊಟ್ಟಿರೋ, ನಾಳೆ ವಾಪಸ್ ಕೊಡ್ತೀನಿ".

"ಹೋಗೇ ಹೋಗ್, ಕಷ್ಟ ಪಟ್ಟು ಬರದೀನಿ ಗೊತ್ತಾ? ಈಗ ರಾಣಿ ತರಹ ಕೇಳೋದ್ನೋಡು".

"ಏಯ್ ಇರ್ಲಿ ಕೊಡೋ, ಈವೊತ್ತೊಂದಿನ".

ಕಡೆಗೆ ಸೋಲುತ್ತಿದ್ದುದು ನಾನೇ!

ರಜೆಯ ದಿನ ಹುಲಿಗೆವ್ವ ಅಡವಿಗೆ ಹೋಗಿ ಕಟ್ಟಿಗೆ ತರುತ್ತಿದ್ದಳು. ರಾತ್ರಿ ಭಿಕ್ಷಾನ್ನವನ್ನೇ ತಿಂದಿದ್ದರೂ, ಬೆಳಿಗ್ಗೆ ರೊಟ್ಟಿ ಮಾಡಲು ಕಟ್ಟಿಗೆ ಬೇಕಾಗುತ್ತಿತ್ತು. ನಮ್ಮ ಊರಿನ ಕಾಡಿನಲ್ಲಿ ನೆಲ್ಲಿಕಾಯಿ, ಬೋರೆಹಣ್ಣಿನ ಗಿಡಗಳು ಹೇರಳವಾಗಿವೆಯಾದ್ದರಿಂದ ಕಾಡಿಂದ ಬರುವಾಗ ಕಟ್ಟಿಗೆಯ ಜೊತೆ ಚಿಕ್ಕ ಗಂಟಲ್ಲಿ ಹಣ್ಣುಗಳನ್ನೂ ತರುತ್ತಿದ್ದಳು.

"ಒಂಚೂರು ನೆಲ್ಲಿಕಾಯಿ ಕೊಡೆ, ಬಾಯಾಗೆ ನೀರೂರ್ಲಿಕ್ಹತ್ತದೆ".

"ನನ್ನ ಎಂಜಲು ತಿಂತೀಯಾ? ಹಂಗಂತಂದ್ರೆ ಕೊಡ್ತೀನಿ".

"ಥೂ! ಬ್ರಾಹ್ಮಣರ ಹುಡುಗ ಎಂಜಲು ಹೆಂಗವ್ವಾ ತಿಂತಾನೆ?"

"ಹಂಗಾರೆ ಮನೆಗೋಗಿ ತಿಥಿ ಊಟ ಮಾಡು. ನೆಲ್ಲಿಕಾಯಿ ಕೇಳ್ಬೇಡ".

ಉಪ್ಪಿನ ಜೊತೆ ಹುಲಿಗೆವ್ವ ಬಾಯಿ ಚಪ್ಪರಿಸುತ್ತಾ ನೆಲ್ಲಿಕಾಯಿ ತಿನ್ನುತ್ತಿದ್ದರೆ ಬಯಕೆಯನ್ನು ಹತ್ತಿಡುವುದಾದರೂ ಹೇಗೆ?

"ಕಾಗೆ ಎಂಜಲು ಮಾಡಿಕೊಡು. ತಿಂತೀನಿ".

"ಹಂಗ್ಬಾ ದಾರಿಗೆ. ಒಂಚೂರು ನೋಟ್ಸ್ ಕೊಡೋ ಅಂದ್ರೆ ಇಲ್ಲದ ಧಿಮಾಕೆಲ್ಲ ಮಾಡ್ತಿ. ಈಗ ನೋಡು ತೆಪ್ಪಗೆ ನೆಲ್ಲಿಕಾಯಿ ಕೇಳೋದು" ಅಂತ ಹೇಳಿ ತನ್ನ ಲಂಗದ ತುದಿಯಲ್ಲಿ ನೆಲ್ಲಿಕಾಯಿಯನ್ನಿಟ್ಟು, ಬಾಯಿಂದ ಕಚ್ಚಿ, ಅರ್ಧ ನೆಲ್ಲಿಕಾಯಿ ಕೊಡುತ್ತಿದ್ದಳು. ನೆಲ್ಲಿಕಾಯಿ ತಿಂದ ನಂತರ ಹಳ್ಳದ ನೀರು ಕುಡಿದಾಗ ಬಾಯೆಲ್ಲಾ ತಣ್ಣಗಾಗಿ ಸಿಹಿಯಾದಾಗ ಖುಷಿಯೋ ಖುಷಿ!

ಮತ್ತೊಂದು ದಿನ ಕಾಡಿಂದ ಬರುವಾಗ ಹುಲಿಗೆವ್ವ ಎರಡು ಜೀರಂಗಿಯನ್ನು ಹಿಡಿದು ತಂದಿದ್ದಳು. ಮನೆಯಲ್ಲಿದ್ದ ಎರಡು ಹೊಸ ಬೆಂಕಿಪೆಟ್ಟಿಗೆಯ ಕಡ್ಡಿಗಳನ್ನೆಲ್ಲಾ ಚೆಲ್ಲಿ, ಖಾಲಿ ಪೆಟ್ಟಿಗೆಗಳನ್ನು ತಂದಿದ್ದೆ. ನನ್ನ ಜೀರಂಗಿಗೊಂದು ಮನೆ, ಹುಲಿಗೆವ್ವನ ಜೀರಂಗಿಗೊಂದು ಮನೆ! ಆ ಬೆಂಕಿ ಪೊಟ್ಟಣಕ್ಕೆ ಒಂದೆರಡು ತೂತು ಮಾಡಿ ಕಿಟಕಿ, ಗವಾಕ್ಷಿಗಳನ್ನೂ ಮಾಡಿದ್ದೆ. ಮನೆಯ ಹಿಂದಿನ ತಿಪ್ಪೆಗೆ ನೆಗೆದು, ಜಾಲಿಯ ಮರದ ಎಲೆಗಳನ್ನು ತಂದು ಬೆಂಕಿ ಪೆಟ್ಟಿಗೆಯಲ್ಲಿ ಹಾಕಿ, ದಿನಕ್ಕೆ ನೂರು ಬಾರಿಯಾದರೂ "ತತ್ತಿ ಹಾಕಿದೆಯಾ?" ಅಂತ ನೋಡುತ್ತಿದ್ದೆವು. ಹೀಗಿರುವಾಗ ಒಂದು ದಿನ ನಾನು ಶಾಲೆಯಲ್ಲಿ ಆಟವಾಡುತ್ತಿದ್ದಾಗ, ಹುಲಿಗೆವ್ವ ಅಳುತ್ತಳುತ್ತಾ ಪಕ್ಕದ ಮನೆ ಕಮಲಿಯ ಜೊತೆ ಮನೆಗೆ ಹೋಗಿದ್ದು ಕಾಣಿಸ್ತು. "ಏನಾಯ್ತೆ ಹುಲಗಿ" ಎಂದ ನನ್ನ ಮಾತಿಗೂ ಉತ್ತರ ಕೊಟ್ಟಿರಲಿಲ್ಲ.

"ಗುಂಡಾ, ಹುಲಿಗೆವ್ವ ಯಾಕೆ ಅಳ್ಲಿಕ್ಹತ್ತಾಳೆ?"

"ಎಲ್ಲೋ ಬಿದ್ದು ಗಾಯ ಮಾಡ್ಕೊಂಡ್ಹಗದೆ. ಲಂಗಾ ಎಲ್ಲಾ ರಕ್ತ ಆಗಿತ್ತು".

"ಅಯ್ಯೋ ಪಾಪ, ಎಲ್ಲಿ ಬಿದ್ಲೋ ಏನೋ. ಆಸ್ಪತ್ರೆಗಾದ್ರೂ ಹೋದ್ರೆ ಟಿಂಚರ್ ಆದ್ರೂ ಹಚ್ತಾರೆ".

ಹುಲಿಗೆವ್ವ ಬಿದ್ದು ಗಾಯ ಮಾಡಿಕೊಂಡ ಸುದ್ದಿ ಮನಸ್ಸಿಗೆ ತುಂಬಾ ನೋವುಂಟು ಮಾಡಿತ್ತು. ಸೀದಾ ಮಾಸ್ತರರ ಬಳಿ ಹೋಗಿ, "ಸಾರ್, ಹುಲಿಗೆವ್ವ ಬಿದ್ದು ಗಾಯ ಮಾಡ್ಕೊಂಡಾಳೆ. ಲಂಗಾ ಎಲ್ಲಾ ರಕ್ತ ಆಗ್ಯದೆ. ಅತ್ಗೊಂತಾ ಕಮಲಿ ಜೊತೆ ಮನೆಗ್ಹೋದ್ಲು ಸಾರ್" ಅಂತ ಹೇಳಿದಾಗ, ಮಾಸ್ತರರು ಸಿಟ್ಟಾಗಿ, "ತಥ್ ತಲೆಹರಟೆ ಮುಂಡೆಗಂಡ. ನಿಂಗ್ಯಾಕೋ ಹುಲಿಗೆವ್ವನ ಉಸಾಬರಿ. ನಿನ್ ಪಾಡಿಗೆ ನೀನು ಆಡ್ಕೋ ಹೋಗು. ಬಂದು ಬಿಟ್ಟ ದೊಡ್ಡ ಮನುಷ್ಯ" ಅಂತ ನನ್ನನ್ನು ಗದರಿಸಿದ್ದರು.

ಮನೆಗೆ ಬಂದಾಗ ದಾಸಪ್ಪ ಪಡಸಾಲೆಯ ಮೂಲೆಯಲ್ಲಿ ಆಕಾಶವೇ ಕಳಚಿ ಬಿದ್ದಂತೆ ಕುಳಿತಿದ್ದ. ಅಡುಗೆ ಮನೆಯ ಬಾಗಿಲಲ್ಲಿ ನಿಂತ ಅಮ್ಮ, "ನೀನ್ಯಾಕೆ ಹಂಗೆ ಚಿಂತಿ ಮಾಡ್ತಿ ಬಿಡು. ನಾವೆಲ್ಲಾ ಇಲ್ಲೇನು? ಮಗಳಿಗೆ ಮದುವಿ ಮಾಡೋ ಯೋಚ್ನೆ ಮಾಡು" ಅಂತ ಹೇಳುತ್ತಿದ್ದಳು. ಹುಲಿಗೆವ್ವನಿಗೆ ಆಗಲೇ ಮದುವೆ ಅಂತ ಕೇಳಿ ನನಗೆ ಒಳಗೊಳಗೇ ನಗು ಬಂದಿತ್ತು.

"ನನ್ನ ಕೈಯಾಗೆ ಈ ಹೆಣ್ಣು ಪಿಂಡ ಹಾಕ್ಬಿಟ್ಟು ಶಿವನ ಪಾದ ಸೇರಿ ಬಿಟ್ಲವ್ವ. ಆ ಕೂಸಿಗೆ ಇಂಥಾ ವಿಷಯದಾಗೆ ತಿಳುವಳಿಕಿ ಹೇಳೋದಕ್ಕೆ ಮನ್ಯಾಗೆ ಒಂದು ಹೆಣ್ಣು ಜೀವಾನೂ ಇಲ್ಲ. ಏನೋ ಅನಾಹುತ ಆಗ್ಯಾದಂತ ಅತ್ಕೊಂತಾ ಮನೆಗೆ ಬಂದದೆ ಹುಡುಗಿ. ನಾನು ಇಂತಹದಕ್ಕೆಲ್ಲಾ ಏನ್ಮಾಡ್ಲಿ" ಅಂತ ದಾಸಪ್ಪ ಗೋಳಾಡುತ್ತಿದ್ದ.

"ಮತ್ತೆ ಮತ್ತೆ ಅದೇ ಮಾತಾಡ್ತಿಯಲ್ಲೋ ದಾಸಪ್ಪ. ಈಗ ಮೊದಲು ಮನೆಗೆ ನಡಿ. ಅಗಸರ ಮಂಗಮ್ಮಗೆ ಸುದ್ದಿ ಹೇಳಿ ಹೋಗು. ನಾನು ಆಮೇಲಕ್ಕೆ ಮೈಲಿಗಿಯಾಗಿ, ಮಂಗಮ್ಮನ ಜೊತೆ ಚಿಗುಳಿ-ತಂಬಿಟ್ಟು ಕೊಟ್ಟು ಕಳುಸ್ತೀನಿ".

ಒಂದಂತೂ ಖಾತರಿಯಾಗಿ ಹೋಗಿತ್ತು. ಹುಲಿಗೆವ್ವನಿಗೆ ಆಗಬಾರದ್ದೇನೋ ಆಗಿ ಹೋಗಿತ್ತು. ಆದರೆ ಅದೇ ಪ್ರಶ್ನೆಯನ್ನು ಕೇಳಿ ಮಾಸ್ತರರಿಂದ ಬೈಗುಳ ತಿಂದಿದ್ದು ಜ್ಞಾಪಕವಿದ್ದಿದ್ದರಿಂದ ಮತ್ತೆ ಆ ವಿಷಯವಾಗಿ ಕೆದಕಲು ಹೋಗಲಿಲ್ಲ.

ಇದೇ ದಿನಗಳಲ್ಲಿ ನಡೆದ ಮತ್ತೊಂದು ಘಟನೆ ನನ್ನ ಮನಸ್ಸಿನಲ್ಲಿ ಮರೆಯಲಾರದಂತೆ ಉಳಿದುಬಿಟ್ಟಿದೆ. ಅದೊಂದು ಚಳಿಗಾಲದ ರಾತ್ರಿ. 'ಉಫ್, ಉಫ್...' ಎನ್ನುವಂತೆ ನಡುಕ ಉಂಟು ಮಾಡುವ ಕುಳಿರ್ಗಾಳಿಯಲ್ಲಿ ಎದುರು ಮನೆಯ ನಿತ್ಯಮಲ್ಲಿಗೆಯ ಗಂಧ ಗಾಳಿಯಲ್ಲಿ ಬೆರೆತಿತ್ತು. ದಾಸಪ್ಪ ಬಂದಾಗ ಅಮ್ಮ ಭಿಕ್ಷೆ ಹಾಕಲು ನನ್ನನ್ನೇ ಕಳುಹಿಸಿದ್ದಳು. ಜೊತೆಗೆ, 'ಮಡೀಲಿದ್ದೀಯ. ಅವರನ್ನು ಮುಟ್ಟಿಸ್ಕೋಬೇಡ' ಅಂತ ಎಚ್ಚರಿಕೆಯನ್ನೂ ಕೊಟ್ಟಿದ್ದಳು. ಸಾಯಂಕಾಲದ ಸಂಧ್ಯಾವಂದನೆ ರಾತ್ರಿ ಮಾಡಿದ್ದರಿಂದ, ಇನ್ನೂ ಅದೇ ವೇಷದಲ್ಲಿದ್ದೆ. ರೇಶಿಮೆ ಪಂಚೆ, ಎದೆಯ ಮೇಲೆ ಬಲಕ್ಕೆ ನನ್ನ ಗಾತ್ರಕ್ಕೂ ದೊಡ್ಡದಾದ ಜನಿವಾರ, ಗೋಪಿಚಂದನದ ನಾಮ ಮತ್ತು ಮುದ್ರೆ.

"ಏಯ್ ಹುಲಿರಂಡೆ, ನನ್ನ ಮುಟ್ಟಬೇಡ್ವೆ" ಅಂತ ಹೇಳಿಯೇ ಅನ್ನ ಹಾಕಿದೆ. ಅವಳಿಗೆ ನನ್ನ ವೇಷ, ಮಾತು ನೋಡಿ ತಮಾಷೆ ಮಾಡಬೇಕೆನ್ನಿಸಿರಬೇಕು. "ಭಟ್ಟ ಬಾರಿ ಮಡಿ ಮಾಡೋನ್ ಬಿಡೋ" ಎಂದಿದ್ದೇ ನನ್ನ ಕೈ ಹಿಡಿದಿದ್ದಳು. ನನಗೆ ಮೈಯೆಲ್ಲಾ ಉರಿದು ಹೋಗಿತ್ತು! ಬೈಯಬೇಕೆಂದರೂ ತುಟಿ

ಕೋಪಕ್ಕೆ ನಡುಗತೊಡಗಿತ್ತು. ಅದೇನೋ ಆವೇಶ ನನ್ನಲ್ಲಿ ಮೂಡಿರಬೇಕು. ಗಟ್ಟಿಯಾಗಿ ಅವಳನ್ನು ಬರಸೆಳೆದು ಅಪ್ಪಿಕೊಂಡಿದ್ದೆ. ಅವಳೂ ನಿರೀಕ್ಷಿಸಿರಲಿಲ್ಲ. ನನ್ನ ಕಣ್ಣನ್ನೇ ಭಯದಿಂದ ನೋಡಿದಳು. ಅವಳ ತುಟಿಗೆ ನನ್ನ ತುಟಿಯನ್ನು ಒತ್ತಿದ್ದೆ. ಒಂದೇ ಕ್ಷಣದಲ್ಲಾದ ಅನಿರೀಕ್ಷಿತ ಆಕ್ರಮಣದಿಂದ ಅವಳು ಹೆದರಿದ್ದಳು. ನಾನೂ ಭಯಗೊಂಡಿದ್ದೆ. ಅದೃಷ್ಟಕ್ಕೆ ಹಾದಿಯಲ್ಲಿ ಜನರ್‍ಯಾರೂ ಇರಲಿಲ್ಲ. ಕುರುಡ ದಾಸಪ್ಪನೊಬ್ಬನೆ ತೆಪ್ಪಗೆ ನಿಂತಿದ್ದ! ಮನೆಯೊಳಗೆ ಬಂದ ನಂತರವೂ ನನ್ನ ಮೈ ಸಣ್ಣದಾಗಿ ನಡುಗುತ್ತಿತ್ತು. ಬೆತ್ತಲೆ ಎದೆಯ ಮೇಲಿನ ರೋಮ ನೇರವಾಗಿದ್ದವು. "ಅದ್ಯಾಕೋ ಹುಲಿಗೆವ್ವ ಹಾಡು ಹೇಳೋದೇ ನಿಲ್ಲಿಸಿದ್ಹಂಗಾಯ್ತಲ್ಲ, ಮುಂದಿನ ಓಣಿಗೆ ಹೋಗಿ ಆಯ್ತಾ?" ಅಂತ ಅಮ್ಮ ಕೇಳುತ್ತಿದ್ದ ಪ್ರಶ್ನೆಗೆ ಉತ್ತರ ಕೊಡುವ ಸ್ಥಿತಿಯಲ್ಲಿರಲಿಲ್ಲ.

ಮತ್ತೆ ಎರಡೇ ವರ್ಷಕ್ಕೆ, ಅಂದರೆ ಹತ್ತನೆಯ ತರಗತಿಯ ಪರೀಕ್ಷೆಗಳು ಹತ್ತಿರದಲ್ಲಿರುವಾಗ, ಒಂದು ದಿನ ಬೆಳಿಗ್ಗೆ ನಮಗೆಲ್ಲಾ ಸಿಡಿಲಿನ ವಾರ್ತೆಯೊಂದು ಬಂದಿತ್ತು. ರಾತ್ರಿ ಮಲಗಿದ್ದ ದಾಸಪ್ಪ ಎದ್ದೇ ಇರಲಿಲ್ಲ! ಹುಲಿಗೆವ್ವನ ಅಳು, ಜನರ ಅನುಕಂಪ ದೃಶ್ಯವನ್ನು ಭಯಾನಕಗೊಳಿಸಿದ್ದವು. ನಂಗೂ ಏನೂ ತೋಚದೆ ಅತ್ತಿದ್ದು ಜ್ಞಾಪಕವಿದೆ. ಕಡೆಗೆ ಊರಿನ ಜನರೇ ಹಣ ಹಾಕಿ ದಾಸಪ್ಪನ ಸಂಸ್ಕಾರವನ್ನು ಮಾಡಿದ್ದರು. ಮುಂದಿನೆರಡು ದಿನಗಳಲ್ಲಿಯೇ ಮತ್ತೊಂದು ವಾರ್ತೆ ನಮ್ಮನ್ನು ಧೃತಿಗೆಡಿಸಿತ್ತು. ಹುಲಿಗೆವ್ವ ಕಾಣೆಯಾಗಿದ್ದಳು! "ಯಾವನ ಹಿಂದೆ ಓಡಿ ಹೋದ್ಲೋ ಹಾಳುರಂಡೆ. ಒಳ್ಳೆ ಹುಡುಗಿ ಅಂತ ನಂಬ್ಕೊಂಡಿದ್ದೆ. ಮೊಲಿ ಬಂದವಳಿಗೆ ನೆಲ ಕಾಣಲ್ಲ ಅಂತ ಜನ ಸುಮ್ನೆ ಅನ್ನಂಗಿಲ್ಲ" ಅಂತ ಅಮ್ಮ ದಿನದಲ್ಲಿ ಹತ್ತಾರು ಬಾರಿಯಾದರೂ ಅಂದಿದ್ದಳು. ನನಗೆ ಒಳಗೊಳಗೇ, 'ನಾನು ಆ ರಾತ್ರಿ ಹಾಗೆ ಮುತ್ತು ಕೊಟ್ಟಿದ್ದಕ್ಕೇ ಅವಳು ಸಿಟ್ಟಾಗಿ ಹಿಂಗೆ ಎಲ್ಲಿಗೋ ಹೋಗಿ ಬಿಟ್ಟಳಾ?' ಅಂತ ಅಳುಕುಂಟಾಗಿತ್ತು. ಜೊತೆಗೆ ಹುಲಿಗೆವ್ವ ಪಬ್ಲಿಕ್ ಪರೀಕ್ಷೆಯಲ್ಲಿ ಫೇಲಾಗೋದು ಖಂಡಿತಾ ಅನ್ನಿಸಿ ದುಃಖವಾಗಿತ್ತು.

ಆದರೆ ಕಾಲ ಉರುಳಿದಂತೆ ಎಲ್ಲಾ ಮರೆತುಹೋಗಿತ್ತು. ಹುಲಿಗೆವ್ವ ಕೂಡಾ!

)))

ಸಾಯಂಕಾಲ ಮನೆಗೆ ಹೋಗುವ ಮುಂಚೆ ಮತ್ತೊಮ್ಮೆ ಹುಲಿಗೆವ್ವನ್ನ ಕಂಡಿದ್ದಾಯ್ತು.

"ಭಟ್ಟ, ಒಂದು ಕೆಲಸ ಮಾಡು. ನೀನೂ ನನ್ನ ಜೋಡಿ ಗೆಸ್ಟ್ ಹೌಸ್‌ಗೆ ಬಾ. ಎಲ್ಲಾ ಮಾತಾಡೋಣ. ಹಿಂದಿಂದೆಲ್ಲಾ ಜ್ಞಾಪಕ ಮಾಡ್ಕೋಬಹುದು".

ಹುಲಿಗೆವ್ವನ ಆಹ್ವಾನ ನಿರಾಕರಿಸಲು ಮನಸ್ಸಾಗಲಿಲ್ಲ. ನನಗೂ ಹಳೆಯ, ತೀರಾ ಪರಿಚಯದ ವ್ಯಕ್ತಿಯೊಬ್ಬರನ್ನು ಕಂಡ ಸಂತೋಷವಿತ್ತು. ತಂಗಳ ಹೋಳಿಗೆಗೆ ಸಿಹಿ ಹೆಚ್ಚು! ಬೇರೆ ಎಲ್ಲಾ ಕಾರ್ಯಕ್ರಮಗಳನ್ನು ಬದಿಗೊತ್ತಿ ಹುಲಿಗೆವ್ವನ ಜೊತೆ ಕಾರನ್ನು ಹತ್ತಿದೆ. ಅಲ್ಲೇ ಹತ್ತಿರದಲ್ಲಿ ನಿಂತಿದ್ದ ರಾಣಿ, ಶ್ರೀಧರನೊಡನೆ, "ಅಂತೂ ಟೈಗರ್ ಶಿಕಾರಿ ಮಾಡಿ ಬಿಡ್ತು" ಅಂತಂದ ಮಾತುಗಳು ಕಿವಿಗಪ್ಪಳಿಸಿದವು.

ಕಾರಲ್ಲಿ ಸ್ವಲ್ಪ ಹೊತ್ತು ಮೌನವಿತ್ತು. ತುಂಬಿದ ಬಲೂನಿಗೆ ಸೂಜಿ ಚುಚ್ಚಿದ್ದು ನಾನೇ!

"ನಿನ್ನ ನೋಡಿ ಬಾಳ ದಿನ ಆಯ್ತು".

"ಹತ್ತನೇ ಕ್ಲಾಸಲ್ಲೇನೋ? ಹದಿನೈದು ವರ್ಷದ ಮೇಲೇ ಆಯ್ತು ನೋಡು. ಕುರುಡು ದಾಸಪ್ಪನ ಮಗಳು ಹುಲಿರಂಡೆಯನ್ನ ಇಂಥಾ ವೇಷದಾಗೆ ಕಾಣ್ತೀನಿ ಅಂತ ನೀನು ಕನಸಿನಾಗೂ ಕಂಡಿರ್ಲಿಕ್ಕಿಲ್ಲ, ಅಲ್ಲ?"

"ಹುಲಿಗೆವ್ವ..."

"ಹುಲಿರಂಡೆ ಅಂತ್ಲೇ ಕರೆಯೋ ಮಾರಾಯ. ಹಿಂದಿಂದೆಲ್ಲಾ ಛಲೋ ನೆನಪಾಗ್ತದೆ. ನಮ್ಮೂರು, ಕೇರಿ, ಅಪ್ಪ, ಭಿಕ್ಷೆ ಬೇಡಿದ ಮನೆಗಳು, ಶಾಲೆ... ಎಲ್ಲಾ. ನಾನಂತೂ ನಿನ್ನ ಭಟ್ಟ ಅಂತ್ಲೇ ಕರೀತೀನಿ ನೋಡು. ನೀ ಬೇಕಾರೆ ಸಿಟ್ಟು ಮಾಡ್ಕೊಂಡ್ರೂ ಅಡ್ಡಿ ಇಲ್ಲ".

ಇಬ್ಬರೂ ಮನಃಪೂರ್ವಕವಾಗಿ ನಕ್ಕೆವು.

ಗೆಸ್ಟ್ ಹೌಸ್ ತುಂಬಾ ಪ್ರಶಾಂತವಾಗಿತ್ತು. ಹೆಚ್ಚು ಮಾವಿನ ಗಿಡಗಳಿದ್ದರಿಂದಲೋ ಏನೋ, ಕೋಗಿಲೆಯ ಸ್ವರ ಆಗಾಗ ಕೇಳಿ ಬರುತ್ತಿತ್ತು. "ಕಾಫಿ ತಿಂಡಿಗೆ ಹೇಳಿ ಬರ್ತೀನಿ. ಅಲ್ಲೇ ಹೊರಗೆ ಅಂಗಳದಾಗೆ ಕೂತ್ಕೊಂಡು ಮಾತಾಡಾಣ" ಎಂದ ಹುಲಿಗೆವ್ವ ಸ್ನೇಹಪೂರ್ವಕವಾಗಿ ಕೈ ಅದುಮಿ ಒಳಗೆ ಹೋದಳು. ಮತ್ತೇನು ಜ್ಞಾಪಕಕ್ಕೆ ಬಂತೋ? ಹೊರ ಬಂದು, "ಭಟ್ಟ, ಕೈ ಮುಟ್ದೆ ಅಂತ ಸಿಟ್ಟು ಮಾಡ್ಕೋ ಬ್ಯಾಡಪ್ಪ" ಅಂತ ಹೇಳಿ ನಕ್ಕಳು. ನನಗೂ ಹಿಂದಿನದು ಜ್ಞಾಪಕಕ್ಕೆ ಬಂದು ನಗು ಬಂತು.

ಬಟ್ಟೆ ಬದಲಾಯಿಸಿ ಬಂದ ಹುಲಿಗೆವ್ವ ಎರಡು ತಟ್ಟೆಗಳಲ್ಲಿ ಹಬೆಯಾಡುವ ಉಪ್ಪಿಟ್ಟನ್ನು ತಂದಳು.

"ಉಪ್ಪಿಟ್ಟಿನಾಗೆ ಬೆಳ್ಳುಳ್ಳಿ ಹಾಕಿದಂಗದೆ, ವಾಸನೆ ಬರ್ಲಿಕ್ಹತ್ತದೆ. ನಿಂಗೆ ಸೇರ್ತದೋ ಇಲ್ವೋ? ಹಿಂದಕ್ಕಂತೂ ಬೆಳ್ಳುಳ್ಳಿ ಅಂದ್ರೆ ಹಾರಾಡ್ತಿದ್ದಿ".

"ಈಗ ಸೇರ್ತದೆ ಬಿಡು. ಇಂಜಿನಿಯರಿಂಗ್ ಓದುವಾಗ ಹಾಸ್ಟೆಲ್‌ನಾಗೆ ಎಲ್ಲಾ ಅಡಿಗೀಗೂ ಹಾಕ್ತಾ ಇದ್ರು. ಸೇರಂಗಿಲ್ಲ ಅಂತ ನಾಜೂಕು ಮಾಡಿದ್ರೆ ಉಪಾಸ ಇರ್ಬೇಕಿತ್ತು".

"ಕಾಲದ ಶಕ್ತಿ ಅಂದ್ರೆ ಹಂಗೇ ನೋಡಪ್ಪ. ನಮಗೆ ಇಷ್ಟ ಇರ್ಲಿ, ಬಿಡ್ಲಿ ಕೇರ್ ಮಾಡಂಗಿಲ್ಲ. ಎಲ್ಲಾದಕ್ಕೂ ಹೊಂದಿಕೊಳ್ಳೋ ಹಂಗೆ ಮಾಡಿಸ್ತದೆ".

"ಹಂಗಾರೆ ಕಾಲ ನಿನ್ನ ಯಾವ್ದಾವ್ದಕ್ಕೆ ಹೊಂದ್ಕೊಳ್ಳೋ ಹಂಗೆ ಮಾಡ್ತು?"

"ಹೇಳ್ತೀನಿ ತಡಿಯೋ. ಎಲ್ಲಾ ಹೇಳ್ತೀನಿ. ಈವತ್ತಿನವರೆಗೆ ಹೊಟ್ಯಾಗೆ ಇಟ್ಗೊಂಡ ಸಂಕಟಾನೆಲ್ಲ ಹೊರ ಹಾಕ್ತೀನಿ. ಕೇಳೋದಕ್ಕೆ ಇಷ್ಟು ವರ್ಷದ ಮ್ಯಾಲೆ ಒಬ್ಬ ಸಿಕ್ಕಾನೆ....

...ಅಪ್ಪ ಸತ್ತ ಮ್ಯಾಲೆ ನಂಗೆ ಯಾರೂ ಭಿಕ್ಷ ಹಾಕಲ್ಲ ಅಂತ ಗೊತ್ತಾತು. ಕುರುಡ ಅಂತ ಜನಕ್ಕೆ ಅಪ್ಪನ ಮ್ಯಾಲೆ ಕನಿಕರ ಇರ್ತಿತ್ತು. ಆದರೆ ಮೈಕೈ ತುಂಬಿಕೊಂಡಿರೋ ನಾನು ಭಿಕ್ಷ ಬೇಡಿದ್ರೆ ಯಾರಿಗೆ ಹಾಕಬೇಕು ಅಂತ ಅನ್ನಿಸ್ತದೆ ಹೇಳು? ಅಷ್ಟಕ್ಕೂ ನಾನು ಹೆಣ್ಣು ಹುಡುಗಿ. ಸಂಡೂರಿನಾಗೆ 'ದಾಸಪ್ಪ' ಭಿಕ್ಷೆ ಬೇಡಬಹುದೆ ಹೊರ್ತು 'ದಾಸಮ್ಮ' ಭಿಕ್ಷೆ ಮಾಡಬಹುದೇನೋ? ಅಷ್ಟಕ್ಕೂ ಆ ಹೊತ್ತಿಗೆ ನಂಗೆ ಭಿಕ್ಷೆ ಬೇಡ್ಲಿಕ್ಕೂ ಇಷ್ಟ ಆಗ್ತಿರಲಿಲ್ಲ ಬಿಡು. ನನ್ನೊಳಗೆ 'ನಾನು' ಕಂಡುಕೊಳ್ಳಲಿಕ್ಕೆ ಶುರು ಆದ ದಿನ ಅವು. ಸಂಡೂರು ಬಿಟ್ಟೆ. ಎಲ್ಲಿಗೆ ಹೋಗ್ಬೇಕು ಅಂತ್ಲೂ ಗೊತ್ತಿರಲಿಲ್ಲ. ಅದೂ ಒಂದು ರೀತಿ ಛಲೋ ಬಿಡು. ಎಲ್ಲಿಗಾದ್ರೂ ಹೋಗಬಹುದು. ಮುಂಬಯಿ ಬಂದು ಸೇರಿದೆ. ನಾನು ಸೇರೋದೇನು

ಬಂತು, ಅದೇ ಕರಿಸ್ಕೊಳ್ತು ಅನ್ನಿಸ್ತದೆ. ನಿಂಗೊತ್ತಾ ಭಟ್ಟ, ಅದೇ ಮೊದಲನೇ ಸಲ ನಾನು ರೈಲು ಹತ್ತಿದ್ದು ನೋಡು. ಹೆದರಿಕಿಯಾಗಿತ್ತು. ಬೋಗಿಯೆಲ್ಲಾ ಖಾಲಿ ಇದ್ರೂ, ಟಾಯ್ಲೆಟ್ ಹತ್ತರ ಮುದುರಿ ಕೂತ್ಗೊಂಡಿದ್ದೆ. ಮುಂಬಯಿಗೆ ಬಂದು ಸೇರಿದ ಮ್ಯಾಲೆ ಅಲ್ಲಿ ಜನದ ರಾಶಿ ನೋಡಿದ್ಮೇಲೆ ನಂಗೆ ನಾನೊಬ್ಬಾಕೀನೇ ಇದ್ದೀನಿ ಅಂತ ಅನ್ನಿಸ್ಲಿಕ್ಕೆ ಹತ್ತಿತ್ತು. ಸರೀಗೆ ಹಿಂದಿ ಭಾಷಾನೂ ಬರ್ತಿರ್ಲಿಲ್ಲ. ಸಾಲಿನಾಗೆ ಥರ್ಡ್ ಲ್ಯಾಂಗ್‌ವೇಜ್ ಅಂತ ಕಲಿತಿದ್ದೆಷ್ಟೋ, ಅಷ್ಟು. ಆದ್ರೆ ಯಾರೋ ಪುಣ್ಯಾತ್ಮ, ಹುಬ್ಬಳ್ಳಿ-ಧಾರವಾಡದ ಕಡಿಯೋನು, ನನ್ನ ಬಗ್ಗೆ ವಿಚಾರಿಸಿ ಮನೀಗೆ ಕರಕೊಂಡು ಹೋದ. ಕಸ-ಮುಸುರಿ ಮಾಡ್ಲಿಕ್ಕೆ ಪುಕ್ಕಟ್ಟೆ ಜನ ಸಿಕ್ರೆ ಬಿಡ್ತಾರೇನೋ? ಅವನ ಮನ್ಯಾಗೆ ಇರ್ಲಿಕ್ಕೆ ಹತ್ತಿದೆ. ದಿನ ಸರಿದಂಗೆಲ್ಲಾ, 'ನಾನು ಈ ಊರಿಗೆ ಬಂದಿದ್ದು ಇನ್ನೊಬ್ಬರ ಮನಿ ಕಸ ಮುಸುರಿ ಮಾಡ್ಲಿಕ್ಕೇನು? ಹಂಗಿದ್ರೆ ಅದನ್ನ ಸಂಡೂರಾಗೆ ಮಾಡಬಹುದಿತ್ತಲ್ಲ' ಅಂತ ಅನ್ನಿಸ್ಲಿಕ್ಕೆ ಹತ್ತು".

ಒಂದು ಕ್ಷಣ ಮಾತನ್ನು ನಿಲ್ಲಿಸಿ, ಒಮ್ಮೆ ಗಟ್ಟಿಯಾಗಿ ಕಣ್ಣು ಮುಚ್ಚಿದ ಹುಲಿಗೆವ್ವ ಮತ್ತೆ ತನ್ನ ಮಾತನ್ನು ಮುಂದುವರೆಸಿದಳು. ರಕ್ತ ಹೆಪ್ಪುಗಟ್ಟುವ ಶಕ್ತಿಯನ್ನು ಕಳೆದುಕೊಂಡ ವ್ಯಕ್ತಿಗೆ ಗಾಯವಾಗಿತ್ತು.

"ಅವರ ಮಗ ಒಬ್ಬ ಇದ್ದ – ರಾಜು ಅಂತ. ನಂಗಿಂತಾ ಐದೋ, ಆರೋ ವರ್ಷ ದೊಡ್ಡಾತ ಇರಬಹುದು. ಇಂಜಿನಿಯರಿಂಗ್ ಕಲೀತಿದ್ದ. ಮನೆಯಾಗೂ ಒಂದು ಕಂಪ್ಯೂಟರ್ ಇಟ್ಗೊಂಡಿದ್ದ – 386 ಮಾಡೆಲ್. ಅದ್ಯಾಕೋ ಗೊತ್ತಿಲ್ಲ, ನಂಗೆ ಆ ಕಂಪ್ಯೂಟರ್ ಮೇಲೆ ವಿಚಿತ್ರ ವ್ಯಾಮೋಹ ಶುರು ಆಯ್ತು. ನಾನೂ ಅದರ ಮೇಲೆ ಕೆಲಸ ಮಾಡಬೇಕು ಅಂತ ಅನಿಸ್ಲಿಕ್ಕೆ ಹತ್ತಿತು. ಸ್ವಲ್ಪ ಕಲಿಸಿಕೊಡು ಅಂತ ರಾಜೂನ್ನೇ ಕೇಳ್ದೆ. ಅದಕ್ಕೆ ಅವನೇನು ಶರತ್ತು ಹಾಕಿದ ಗೊತ್ತಾ? 'ಒಂದೇ ಒಂದು ಸಲ ಪಕ್ಕಕ್ಕೆ ಮಲ್ಕೋ, ಹೇಳ್ಕೊಡ್ತೀನಿ' ಅಂತಂದ. ಹೆಣ್ಣು ಅಂದ್ರೆ ಬಾಯಿಬಾಯಿ ಬಿಡೋ ವಯಸ್ಸವಂದು. ಆದರೆ ನಂಗೂ ಅದೇನು ದುರ್ಬುದ್ಧೀನೋ ಗೊತ್ತಿಲ್ಲ, 'ಹೂಂ' ಅಂದೆ. ವಿದ್ಯೆ ಪುಕ್ಕಟ್ಟೆ ಸಿಗ್ತದೇನಪ್ಪ? ಏನಾದರೂ ಶುಲ್ಕ ಕೊಡ್ಲೇ ಬೇಕಲ್ಲ. ಅದಕ್ಕೇ ಕೊಟ್ಟೆ. ಏನಾದರೂ ಪಡಕೋಬೇಕು ಅಂತ ಅತಿ ಆಸೆ ಆದಾಗ, ನಾವು ಕಳ್ಕೊಳ್ತಾ ಇರೋದು ಗೊತ್ತೇ ಆಗಂಗಿಲ್ಲ ಬಿಡು. ಆದರೆ ರಾಜು ಕೊಟ್ಟ ಮಾತಿಗೆ ಮೋಸ ಮಾಡ್ಲಿಲ್ಲ. ತಂಪು ಹೊತ್ನಾಗೆ ಅವನ್ನ ನೆನಸಬೇಕು. ನನ್ನ ಸ್ಥಿತಿ ನೋಡಿ ಅನುಕಂಪ ಆಯ್ತೋ ಇಲ್ಲಾ ಯಾವುದೂ ಪುಕ್ಕಟ್ಟೆ ಬ್ಯಾಡ ಅನ್ನೋ ಸ್ವಾಭಿಮಾನಾನೋ ನಂಗೊತ್ತಿಲ್ಲ. ಆದರೆ ತಂಗೆ ಗೊತ್ತಿದ್ದೆಲ್ಲಾ ಒಂದೂ ಬಿಡದಂಗೆ ಹೇಳ್ಕೊಟ್ಟ. ನನ್ನ ಜೀವನದಾಗೆ ವಿಚಿತ್ರ ತಿರುವು ಬಂದಿದ್ದು ಇಲ್ಲೇ ನೋಡು. ಅವನು ಕಲಿಸಿಕೊಟ್ಟಿದ್ದೆಲ್ಲಾ ಅದೆಷ್ಟು ಬಡಬಡ ಕಲಿತೆ ಅಂತಂದ್ರೆ ರಾಜು ಕೂಡಾ ದಂಗಾಗಿ ಹೋದ. ತನ್ನ ಕಾಲೇಜ್‌ನಾಗೂ ನನ್ನಷ್ಟು ಛಲೋ ಪ್ರೋಗ್ರಾಮಿಂಗ್ ಮಾಡೋರು ಇಲ್ಲ ಅಂತಂದ. ಇನ್ನೂ ಹೆಚ್ಚುಹೆಚ್ಚು ಕಲಿ ಅಂತ ಪ್ರೋತ್ಸಾಹ ಕೊಟ್ಟ. ನಂಗೂ ನನ್ನ ಕಲಿಯೋ ಶಕ್ತಿ ನೋಡಿ ಆಶ್ಚರ್ಯ ಆಯ್ತು. ಸಂಡೂರಿನಾಗೆ ಸಾಲಿ ಕಲೀವಾಗ ನಾನು ಶ್ಯಾಣಾಕಿ ಅಂತ ನಂಗೆ ಯಾವತ್ತೂ ಅನ್ನಿಸಿರ್ಲಿಲ್ಲ ಬಿಡು. ಈಗನ್ನಿಸ್ತದೆ, ನನ್ನ ಮೆದುಳು ಕಂಪ್ಯೂಟರ್ ಜೋಡಿ ಕೆಲಸ ಮಾಡ್ಲಿಕ್ಕೆ ಹೇಳಿ ಮಾಡಿಸ್ದಂಗೆ ಅದೆ ಅಂತ.

ನಾನು ಒಂದು ವೇಳೆ ಸಂಡೂರಾಗೆ ಇದ್ದಿದ್ದೆ ಅಂತಿಟ್ಕೋ, ಆಗ ನಂಗೆ ಕಂಪ್ಯೂಟರ್ ಜೋಡಿ ಕೆಲಸ ಮಾಡ್ಲಿಕ್ಕೆ ನಂಗಿರೋ ಶಕ್ತಿ ಗೊತ್ತೇ ಆಗ್ತಿದ್ದಿಲ್ಲ ಬಿಡು. ನಮ್ಮ ಶಕ್ತಿ ನಮಗೆ ಗೊತ್ತಾಗ್ಲಿಕ್ಕೆ ಒಂದು

ಸಲನಾದ್ರೂ ಆ ರಂಗಕ್ಕೆ ಪ್ರವೇಶ ಮಾಡಿ ಪರೀಕ್ಷೆ ಮಾಡ್ಕೊಳ್ಳೇಬೇಕು ನೋಡು. ಮಾತಿಗೆ ಹೇಳ್ತೀನಿ, ಈಗ ನಿನ್ನ ಮೈಮಾಟ ಆಫ್ರಿಕಾದ ಯಾವುದೋ ಕಾಡಿನ ನೃತ್ಯಕ್ಕೆ ಸರಿ ಹೊಂದೋ ಹಂಗದೆ ಅಂತಂದ್ರೆ, ನೀನು ಒಮ್ಮೆಯನ್ನ ಆ ನೃತ್ಯ ಮಾಡ್ಲಿಕ್ಕೆ ಪ್ರಯತ್ನ ಪಡಬೇಕಲ್ಲೇನು? ಅದೃಷ್ಟ ಛಲೋ ಇಲ್ಲಾಂದ್ರೆ ಅಂಥ ಅವಕಾಶ ನಮಗೆ ಸಾಯೋ ತನಕ ಸಿಗದೇನೇ ಇರಬಹುದು. ಈ ರೀತಿ ವಿಚಾರ ಮಾಡಿದ್ರೆ ನನ್ನ ಅದೃಷ್ಟ ಛಲೋನೇ ಇತ್ತು ಅಂತ ಅಂದ್ಕೋ ಬೇಕು. ಕಂಪ್ಯೂಟರ್ ಮ್ಯಾಲೆ ಕೈ ಆಡಿಸ್ಲಿಕ್ಕೆ ಅವಕಾಶ ಸಿಕ್ಕಿತ್ತು. ನಂಗೆ ನನ್ನ ಬಗ್ಗೆ ನಂಬಿಕಿ ಬರಲಿಕ್ಕೆ ಶುರು ಆಯ್ತು. ಒಮ್ಮೆ ನಮ್ಮ ಶಕ್ತಿ ನಾವು ಕಂಡುಕೊಂಡ ಮೇಲೆ ಮುನ್ನುಗ್ಲಿಕ್ಕೆ ಎಷ್ಟು ದಿನ ಬೇಕು ಹೇಳು? ನಂಗೆ ಈ ಊರಾಗೆ ಯಾರೂ ದಿಕ್ಕಿಲ್ಲ ಅನ್ನೋ ಸತ್ಯ ಬೇರೆ ನನ್ನ ಕೊರೀತಿತ್ತಲ್ಲ, ಅದು ನಾನು ಇನ್ನೂ ಹೆಚ್ಚು ಹೆಚ್ಚು ಕಲಿಯೋ ಹಂಗೆ ಮಾಡ್ತು. ರಾಜೂನೇ ನನ್ನ ಯಾವುದೋ ಸ್ಕಾಲರ್‌ಶಿಪ್ ಪರೀಕ್ಷೆಗೆ ಕೂಡಿಸಿ ಪಾಸ್ ಮಾಡಿಸ್ದ.

ಆದರೆ ಬರೀ ಓದು, ಓದು ಅಂತ ನಾನು ಹಾರಾಡಿದ್ರೆ ಮನಿ ಕೆಲಸಕ್ಕೆ ಅಂತ ತಂದಿಟ್ಗೊಂಡವರು ಹೆಂಗೆ ಸುಮ್ನಿರ್ತಾರೆ ಹೇಳು? ಕಿರಿಕಿರಿ ಶುರು ಮಾಡಿದ್ರು. ಅದೊಂದೇ ಸಾಲ್ದು ಅನ್ನೋ ಹಂಗೆ, ರಾಜು ಮತ್ತೆ ಮತ್ತೆ ನನ್ನ ದೇಹಕ್ಕಾಗಿ ಪೀಡಿಸ್ಲಿಕ್ಕೆ ಶುರು ಮಾಡಿದ. ಒಮ್ಮೆ ನನ್ನ ಮೈ ಮುಟ್ಟಿ ಹೆದರಿಕಿ ಕಳ್ಕೊಂಡಿದ್ದ ನೋಡು, ಈಗ ಅಧಿಕಾರದಿಂದ ಪಕ್ಕಕ್ಕೆ ಮಲ್ಕೊ ಅಂತಿದ್ದ. ಈ ಸಹವಾಸನೇ ಬ್ಯಾಡ ಅಂತ ಆ ಮನಿ ಬಿಟ್ಟೆ. ಯಾವುದೋ ಒಂದು ಹಾಸ್ಟೆಲ್‌ನಾಗೆ ಸೇರ್ಕೊಂಡೆ. ರೊಕ್ಕ ಸಾಲ್ತಿದ್ದಿಲ್ಲ. ಮಂದಿ ಮನಿ ಕೆಲಸ ಮಾಡಿ ಹಣ ಸಂಪಾದಿಸ್ಲಿಕ್ಕೆ ಹಾಸ್ಟೆಲ್‌ನವರು ಒಪ್ತಿದ್ದಿಲ್ಲ. ಮೈ ಮಾರಿಕೊಳ್ತಿದ್ದೆ. ಅದಕ್ಕೆ ಹಾಸ್ಟೆಲ್‌ನವರದು ಏನೂ ತಕರಾರಿದ್ದಿಲ್ಲ. ಆದರೆ ಅಷ್ಟೊತ್ತಿಗೆ ಮುಂಬಯಿ ನಂಗೆ ಎಷ್ಟು ವ್ಯವಹಾರ ಮಾಡೋದು ಕಲಿಸಿಬಿಟ್ಟಿತ್ತು ಅಂತಂದ್ರೆ, ಯಾವುದೇ ಜಂಜಾಟದಾಗೂ ಸಿಕ್ಕಿ ಹಾಕ್ಕೊಳ್ತಿದ್ದಿಲ್ಲ. ಮಾರಿ ಮ್ಯಾಲಿನ ಮುಗ್ಧ ಕಳೇನೂ ಹೋಗಿಬಿಡ್ತು. ಒಂದು ಮೂರು ವರ್ಷ ಭಾರಿ ಕಷ್ಟ ಪಟ್ಟೆ. ಆಮೇಲಕ್ಕೆ ಯಾವುದೋ ಸಣ್ಣ ಕೆಲಸ ಸಿಕ್ತು. ಹಾಸ್ಟೆಲ್ ಬಿಟ್ಟು ರೂಂ ಮಾಡಿದೆ. ರಾತ್ರಿ ಕಾಲೇಜ್‌ಗೆ ಹೋಗಿ ಓದು ಮುಂದುವರಿಸ್ದೆ. ಬಿ.ಎಸ್ಸಿ. ಇನ್ ಕಂಪ್ಯೂಟರ್ ಸೈನ್ಸ್ ಮಾಡಿದೆ. ಫಸ್ಟ್ ರ್‍ಯಾಂಕ್ ಬಂತು. ಮತ್ತೆ ಹೆಚ್ಚು ಓದೋದಕ್ಕಿಂತ ಈ ಫೀಲ್ಡ್‌ನಲ್ಲಿ ಅನುಭವಾನೇ ಹೆಚ್ಚು ಮುಖ್ಯ ಅಂತ ಅನ್ನಿಸಿ ಕೆಲಸಕ್ಕೆ ಸೇರ್ಕೊಂಡೆ. ಮೇಲಿಂದ ಮೇಲೆ ಪ್ರಮೋಷನ್‌ಗಳು ಸಿಕ್ಕವು. ಈ ಹಂತ ತಲುಪ್ಲಿಕ್ಕೆ ತುಂಬಾನೇ ಕಷ್ಟ ಪಟ್ಟೀನಿ. ನಡೆದ ದಾರಿ ಕಲ್ಲೋ ಮುಳ್ಳೋ ಏನೇ ಆಗಿರ್ಲಿ, ಗುರಿ ಮಾತ್ರ ಹಣ್ಣಾಗಿತ್ತು. ಅದೇ ನನ್ನ ಅದೃಷ್ಟ ಅನ್ನಬೇಕು".

ಹದಿನೈದು ವರ್ಷದ ದೀರ್ಘ ಬಸಿರನ್ನು ಹೊತ್ತ ಹುಲಿಗೆವ್ವನಿಗೆ ಈಗ ಹೆರಿಗೆಯಾಗಿತ್ತು. ಸುಸ್ತಾಗಿದ್ದಳು. ಮನಸ್ಸಿನ ಭಾರ ಇಳಿದಿದ್ದರಿಂದ ಮುಖದಲ್ಲಿ ಸಮಾಧಾನವಿತ್ತು.

ಕೊಂಚ ಸಮಯದ ನಂತರ ಕಾಫಿ ಬಂತು. ಹುಲಿಗೆವ್ವನೇ ಡಿಕಾಕ್ಷನ್‌ಗೆ ಹಾಲು ಸಕ್ಕರೆ ಬೆರಸಿ ನನಗೆ ಕೊಟ್ಟಳು.

"ಕಾಫಿ ಕುಡಿ. ಭಾಳ ಮಾತಾಡಿಬಿಟ್ಟೆ. ಬರೀ ನಂದೇ ಪುರಾಣ ಆಯ್ತು. ನಿನ್ನ ಬಗ್ಗೆನೂ ಹೇಳು. ಮದುವಿ ಆಯ್ತೇನು?"

"ಇನ್ನೂ ಇಲ್ಲ. ಇಷ್ಟರಲ್ಲೇ ಆಗ್ತಾ ಇದೀನಿ. 'ಸುಮಾ' ಅನ್ನೋ ಹುಡುಗಿ. ಇದೇ ಊರೋಳು".

"ಬಾಳ ಖುಷಿ ಆಗ್ತದೋ. ನಮ್ಮ ಭಟ್ಟ, ಚೋಟುದ್ದ ಇದ್ದವನು ಮದುವೆ ಆಗ್ತಿದಾನೆ ಅಂತ" ಸಾಮಾನ್ಯವಾಗಿ ನಮಗಿಂತ ತುಂಬಾ ಹಿರಿಯರು ಬಳಸುವ 'ಚೋಟುದ್ದ ಇದ್ದವನು' ಎಂಬ ಪದವನ್ನು ಹುಲಿಗೆವ್ವ ಉಪಯೋಗಿಸಿದ್ದಳು.

"ನಂಗೂ ಭಾಳ ಖುಷಿಯಾಗೆದೆ ಹುಲಿಗೆವ್ವ. ದಾಸಪ್ಪನ ಮಗಳು ಕಷ್ಟಪಟ್ಟು ಮುಂದೆ ಬಂದಿರೋದು ಕಂಡ್ರೆ ಭಾಳ ಸಂತೋಷ ಆಗ್ತದೆ, ಹೆಮ್ಮೆ ಅನ್ನಿಸ್ತದೆ".

"ಊರಾಗೆ ಅಮ್ಮ ಹೆಂಗಿದ್ದಾರೆ?"

"ಭೇಷಿದ್ದಾರೆ. ಒಮ್ಮೆ ನನ್ನ ಜೋಡಿ ಸಂಡೂರಿಗೆ ಬಾ. ಮಾತಾಡಿಸ್ವಿ ಅಂತೆ".

"ಯಾಕೋ ಭಯ ಆಗ್ತದೊ. ನನ್ನ ಪುರಾಣ ಕೇಳಿದ್ರೆ ನನ್ನ ಜೋಡಿ ಮಾತಾಡ್ಲಿಕ್ಕಿಲ್ಲ ಅನ್ನಿಸ್ತದೆ".

"ಹಂಗ್ಯಾಕೆ ಅಂದ್ಕೊಳ್ತಿ. ಏನೋ ಸ್ವಲ್ಪ ಮಡಿ-ಮೈಲಿಗಿ ಮಾಡ್ತಾಳೆ ಅಂದಾಕ್ಷಣ ಮಾನವೀಯತೆಯೇ ಇಲ್ಲ ಅಂತ ಅರ್ಥ ಅಲ್ಲ. ನೀನು ಕಷ್ಟಪಟ್ಟು ಮುಂದೆ ಬಂದು ಇಂಥಾ ದೊಡ್ಡ ಉದ್ಯೋಗ ಮಾಡ್ತೀ ಅಂತ ಗೊತ್ತಾದ್ರೆ ಸಂತೋಷಪಡ್ತಾಳೆ. ನೀನು ಸಣ್ಣಾಕಿ ಇದ್ದಾಗ ನಿಂಗೆ ದಾಸರ ಪದ ಅನ್ನಲಿಕ್ಕೆ ಕಲಿಸಿ ಕೊಟ್ಟಾಕಿ ಆಕಿ".

"ಹಂಗಾರೆ ಖಂಡಿತಾ ಬರ್ತೀನಿ. ನಾನು ಭಿಕ್ಷೆ ಬೇಡಿದ ಮನೆಗಳನ್ನೆಲ್ಲ ಮತ್ತೊಮ್ಮೆ ನೋಡ್ಲಿಕ್ಕೆ ನಂಗೂ ಇಷ್ಟ ಅದೆ".

ಮತ್ತೆ ಒಂದೆರಡು ಕ್ಷಣ ಬಿಟ್ಟು ನಾನು ಕೇಳಿದೆ.

"ನೀನು ಮದುವಿ ಆಗೋ ಯೋಚನಿ ಮಾಡಿಲ್ಲೇನು?"

"ಇಲ್ಲ ಬಿಡು. ಅಂಥ ಯೋಚನಿ ಇಲ್ಲ. ಅದರಲ್ಲಿ ಆಸಕ್ತೀನೂ ಇಲ್ಲ. ದೇವರ ದಯದಿಂದ ಒಬ್ಬ ಮಗ ಇದ್ದಾನೆ. ಮುಂಬಯಿಯೊಳಗೆ ಓದ್ಲಿಕ್ಕತ್ತಾನೆ. ನಂಗೂ ಒಮ್ಮೊಮ್ಮೆ ನಾನು ಒಬ್ಬಾಕಿನೇ ಅದೆ ಅನ್ನಿಸ್ತದೆ. ಆದರೆ ಕಂಪ್ಯೂಟರ್ ಅದಲ್ಲೋ ನನ್ನ ಜೊತೀಗೆ. ನಾನು ಅದಕ್ಕೆ ಎಷ್ಟು ಪ್ರೀತಿ ತೋರಿಸೀನೋ ಅದೂ ನಂಗೆ ಅಷ್ಟೊಂದು ಪ್ರೀತಿ ತೋರಿಸದೆ. ನಂಗಂತೂ ಮನುಷ್ಯರನ್ನ ನಂಬೋದಕ್ಕಿಂತ ಹೆಚ್ಚು ಮಷಿನ್ ನಂಬೋದೇ ಭೇಷ್ ಅನ್ನಿಸ್ತದೆ. ನಂಬಿಕಿ ದ್ರೋಹ ಆಗಂಗಿಲ್ಲ ನೋಡು".

ಮತ್ತೆ ಅಲ್ಲೇ ಸ್ವಲ್ಪ ಹೊತ್ತು ಕುಳಿತಿದ್ದು, ಅದು-ಇದು ಮಾತನಾಡಿ ಮನೆಗೆ ಹೊರಡಲು ಸಿದ್ಧನಾದೆ.

"ನಾನಿನ್ನು ಬರ್ತೀನಿ. ಮತ್ತೆ ನಾಳೆ ಹೆಂಗೂ ಆಫೀಸಿನಲ್ಲಿ ಭೇಟಿ ಆಗ್ತೀವಲ್ಲ. ಪ್ರಾಜೆಕ್ಟ್ ಕೂಡಾ ಶುರು ಆಗ್ತದೆ".

"ನೀನೇನೂ ಯೋಚನಿ ಮಾಡ್ಬೇಡಪ್ಪ. ಆಫೀಸಿನಾಗೆ ನಿನ್ನ 'ಹಯವದನ' ಅಂತ್ಲೇ ಕರೀತೀನಿ. 'ಬಟ್ಟ' ಅಂತ ಅನ್ನಂಗಿಲ್ಲ. ನೀನೂ ಅಷ್ಟೆ, ಬಾಯಿ ತಪ್ಪಿ ಎಲ್ಲಾರ ಮುಂದೆ 'ಹುಲಿರಂಡೆ' ಅಂತ ಅಂದುಗಿಂದಿ".

ಇಬ್ಬರೂ ಮನಸಾರೆ ನಕ್ಕೆವು. ಮನೆಗೆ ಹೋಗಲೆಂದು ಗೇಟಿನ ಬಳಿಗೆ ಬಂದವನು, ಕೇಳಲೋ ಬೇಡವೋ ಎಂಬಂತೆ ಸಂಕೋಚದಿಂದ ಕೇಳಿದೆ –

"ಹುಲಿಗೆವ್ವ ಒಂದು ಮಾತು ಕೇಳ್ತೀನಿ, ತಪ್ಪು ತಿಳ್ಕೋ ಬೇಡ. ನಿಂಗೆ ನಿನ್ನ ಹೆಸರು ಬದಲಿ ಮಾಡ್ಕೋಬೇಕು ಅಂತ ಯಾವತ್ತೂ ಅನ್ನಿಸ್ಲಿಲ್ವಾ?"

ನನ್ನ ಪ್ರಶ್ನೆಗೆ ಹುಲಿಗೆವ್ವ ಜೋರಾಗಿ ನಕ್ಕುಬಿಟ್ಟಳು.

"ಅದ್ಯಾಕೋ ಮಾರಾಯ ಹೆಸರು ಬದಲಿ ಮಾಡ್ಕೊಳ್ಳಿ. ಅಪ್ಪ-ಅಮ್ಮ ಹುಲಿಗಿ ದೇವಸ್ಥಾನದಾಗೆ ಹರಕಿ ಹೊತ್ತ ಮೇಲೆ ನಾನು ಹುಟ್ಟಿದ್ದಂತೆ. ಹುಲಿ ಸವಾರಿ ಮಾಡೋ ದೇವಿ ಹೆಸರು ನಂದು. ಅದನ್ಯಾಕೆ ಬದಲಿ ಮಾಡ್ಕೊಳ್ಳಿ ಹೇಳು? ನನ್ನ ಹೆಸರಂದ್ರೆ ನಂಗೆ ಭಾಳ ಪ್ರೀತಿ ಅದೆ. ಅಷ್ಟಕ್ಕೂ ಮನುಷ್ಯ ತನ್ನ ಹೆಸರನ್ನೇ ಪ್ರೀತಿ ಮಾಡ್ಲಿಲ್ಲ ಅಂತಂದ್ರೆ 'ತನ್ನತನ' ಹೆಂಗೆ ಬೆಳಿಸ್ಕೊಳ್ತಾನೆ ಅಂತೀನಿ? ನಮ್ಮ ಆಫೀಸ್ ಮಂದೀಗೆ ನನ್ನ ಹೆಸರು ಯಾಕೆ ವಿಚಿತ್ರ ಅನ್ನಿಸ್ತದೆ ಅಂತಂದ್ರೆ ಅಂಥ ಹೆಸರಿನೋರು ಅಲ್ಲಿ ಯಾರೂ ಇಲ್ಲ, ಅಷ್ಟೇ! ನಾಳೆ ಬೆಳಿಗ್ಗೆ ನನ್ನಂಥ ಹತ್ತಾರು ಹುಲಿಗೆವ್ವಗಳು ಕಷ್ಟಪಟ್ಟು ಮುಂದೆ ಬಂದು ಆಫೀಸ್ ಸೇರ್ಕೊಂಡ್ರೆ ಆಗ ನಿನ್ನ 'ಹಯವದನ' ಅನ್ನೋ ಹೆಸರೇ ವಿಚಿತ್ರ ಅನ್ನಿಸಿ 'ಕುದುರಿ ಮೂತಿಯವನು' ಅಂತ ಹಾಸ್ಯ ಮಾಡ್ಲಿಕ್ಕೆ ಶುರು ಮಾಡ್ತಾರೆ. ಹೀಗಂತೀನಿ ಅಂತ ಬೇಜಾರು ಮಾಡ್ಕೋ ಬೇಡ. ಸಣ್ಣ ವಯಸ್ನಾಗೆ ಸಾಲಿ ಕಲಿಯೋ ಮುಂದೆ ಹತ್ತಾರು ಹುಲಿಗೆವ್ವಗಳ ಮಧ್ಯೆ ಬೆಳೆದೋನು ನೀನು. ನೀನೇ ಇಂತಹ ಪ್ರಶ್ನೆ ಕೇಳಬಹುದಾ? ನಿನ್ನ ಪ್ರಶ್ನೆಗೆ ಇನ್ನೂ ಛಲೋ ಉತ್ತರ ಬೇಕಾ, ಹಾಗಿದ್ದರೆ ನನ್ನ ಜೋಡಿ ಬಾ. ನಿಂಗೊಂದು ಮಜಾ ತೋರಿಸ್ತೀನಿ" ಅಂತ ಸ್ವಲ್ಪ ಆವೇಶದಿಂದಲೇ ಮಾತನಾಡಿದ ಹುಲಿಗೆವ್ವ ನನ್ನ ಕೈಯನ್ನು ಹಿಡಿದುಕೊಂಡು ತನ್ನ ರೂಮಿಗೆ ಕರೆದುಕೊಂಡು ಹೋದಳು.

ತನ್ನ ಸೂಟ್‌ಕೇಸನ್ನು ತೆಗೆದು ಮೇಲಿದ್ದ ಎಲ್ಲಾ ಬಟ್ಟೆಗಳನ್ನು ಕಿತ್ತು ಹಾಕುತ್ತಾ, "ನಾನು ಸಂಡೂರಿಂದ ಮುಂಬಯಿಗೆ ಓಡಿ ಹೋದಾಗ ಏನೇನು ಒಯ್ದಿದ್ದೆ ಅಂತ ಗೊತ್ತಾ?" ಎಂದು ಕೇಳಿದಳು. ಇಲ್ಲವೆಂದು ತಲೆಯಲ್ಲಾಡಿಸಿದೆ. ಸೂಟ್‌ಕೇಸಿನ ತಳದಿಂದ ದಾಸಪ್ಪ ಉಪಯೋಗಿಸುತ್ತಿದ್ದ ನಂದಾದೀಪ, ಜಾಗಟೆ ಹಾಗೂ ಭಿಕ್ಷೆಯ ಜೋಳಿಗೆಯನ್ನು ಹೊರತೆಗೆದ ಹುಲಿಗೆವ್ವ "ಇಕೋ ಇವು" ಅಂತಂದಳು. ನಂತರ ಬಲಗೈಯಲ್ಲಿ ಜಾಗಟೆಯನ್ನು ಹಿಡಿದುಕೊಂಡು, ಎಡಗೈಯಲ್ಲಿ ನಂದಾದೀಪವನ್ನು ತೆಗೆದುಕೊಂಡು, ಹೆಗಲಿಗೆ ಜೋಳಿಗೆಯನ್ನು ಹಾಕಿಕೊಂಡು ಒಮ್ಮೆ ಜಾಗಟೆಯನ್ನು 'ಢಣ್...ಢಣ್...' ಎಂದು ಬಾರಿಸಿ 'ವೆಂಕಟರಮಣ ಗೋವಿಂದ, ಗೋ...ವಿಂದ' ಅಂತಂದಳು. ಅವಳ ಮುಖದಲ್ಲಿ ನಗುವಿತ್ತು, ಹೆಮ್ಮೆಯಿತ್ತು, ಗೆಲುವಿತ್ತು. ಆದರೆ ಕಣ್ಣಲ್ಲಿ ಮಾತ್ರ ನೀರು ಧಾರಾಕಾರವಾಗಿ ಸುರಿಯುತ್ತಿತ್ತು. ಆ ರೀತಿ ನನ್ನ ಕಣ್ಣ ಮುಂದೆ ನಿಂತ ಹುಲಿಗೆವ್ವನನ್ನು ನೋಡುತ್ತಿದ್ದಂತೆ ನನಗೆ ದಾಸಪ್ಪನೇ ಜ್ಞಾಪಕಕ್ಕೆ ಬಂದು ಕಣ್ಣುಗಳು ತೇವಗೊಂಡವು.

1ನೇ ಸೆಪ್ಟೆಂಬರ್ 1996

ಛಂದ ಪುಸ್ತಕ ಬಹುಮಾನ

ಪುಟ್ಟ ಪಾದದ ಗುರುತು – ಸುನಂದಾ ಪ್ರಕಾಶ ಕಡಮೆ – ₹ 120

ಈ ಕತೆಗಳ ಸಹವಾಸವೇ ಸಾಕು – ಅಲಕ ತೀರ್ಥಹಳ್ಳಿ – ₹ 60

ಹುಟ್ಟಿಯೆಂಬ ಭೂಮಿಯ ತುಣುಕು – ಲೋಕೇಶ ಅಗಸನಕಟ್ಟೆ – ₹ 180

ಗೋಡೆಗೆ ಬರೆದ ನವಿಲು – ಸಂದೀಪ ನಾಯಕ – ₹ 60

ಮೊದಲ ಮಳೆಯ ಮಣ್ಣು – ಕಣಾದ ರಾಘವ – ₹ 140

ಆಟಿಕೆ – ಬಸವಣ್ಣೆಪ್ಪಾ ಕಂಬಾರ – ₹ 100

ಮಾಯಾಕೋಲಾಹಲ – ಮೌನೇಶ ಬಡಿಗೇರ – ₹ 140

ಕೇಪಿನ ಡಬ್ಬಿ – ಪದ್ಮನಾಭ ಭಟ್, ಶೇವ್ಕಾರ – ₹ 150

ಮನಸು ಅಭಿಸಾರಿಕೆ – ಶಾಂತಿ ಕೆ ಅಪ್ಪಣ್ಣ – ₹ 230

ದೇವರು ಕಚ್ಚಿದ ಸೇಬು – ದಯಾನಂದ – ₹ 120

ಧೂಪದ ಮಕ್ಕಳು – ಸ್ವಾಮಿ ಪೊನ್ನಾಚಿ – ₹ 120

ಡುಮಿಂಗ – ಶಶಿ ತರೀಕೆರೆ – ₹ 90

ಬಯಲರಸಿ ಹೊರಟವಳು – ಛಾಯಾ ಭಟ್ – ₹ 120

ಪಾಕೋನ ಏಕಾಂತ – ಕಾವ್ಯಾ ಕಡಮೆ – ₹ 130

ಕಥಾಸಂಕಲನ

ಶಕುಂತಳಾ – ಗುರುಪ್ರಸಾದ್ ಕಾಗಿನೆಲೆ – ₹ 80

ಜುಮುರು ಮಳೆ – ಸುಮಂಗಲಾ – ₹ 160

ಶಾಲಭಂಜಿಕೆ – ಡಾ. ಕೆ. ಎನ್. ಗಣೇಶಯ್ಯ – ₹ 130 (6ನೆಯ ಮುದ್ರಣ)

ಕಾರಂತಜ್ಜನಿಗೊಂದು ಪತ್ರ – ಸಚ್ಚಿದಾನಂದ ಹೆಗಡೆ – ₹ 150

ಹಕೂನ ಮಟಾಟ – ನಾಗರಾಜ ವಸ್ತಾರೆ – ₹ 80

ಕಾಲಿಟ್ಟಲ್ಲಿ ಕಾಲುದಾರಿ – ಸುಮಂಗಲಾ – ₹ 80

ಹುಲಿರಾಯ – ಕೀರ್ತಿರಾಜ್ – ₹ 80

ನಿರವಯವ – ನಾಗರಾಜ ವಸ್ತಾರೆ – ₹ 125

ಹನ್ನೊಂದನೇ ಅಡ್ಡರಸ್ತೆ – ಸುಮಂಗಲಾ – ₹ 170

ಗಾಳಿಗೆ ಮೆತ್ತಿದ ಬಣ್ಣ – ಕರ್ಕಿ ಕೃಷ್ಣಮೂರ್ತಿ – ₹ 120

ಕನ್ನಡಿ ಹರಳು – ಪದ್ಮನಾಭ ಭಟ್, ಶೇವ್ಕಾರ – ₹ 130

ಒಂದು ಚಿಟಿಕೆ ಮಣ್ಣು – ಲಕ್ಷ್ಮಣ ಬಾದಾಮಿ – ₹ 130

ಬಂಡಲ್ ಕತೆಗಳು – ಎಸ್ ಸುರೇಂದ್ರನಾಥ್ – ₹ 160

ದೇವರ ರಜಾ – ಗುರುಪ್ರಸಾದ್ ಕಾಗಿನೆಲೆ – ₹ 150

ಕಟ್ಟು ಕತೆಗಳು – ಎಸ್ ಸುರೇಂದ್ರನಾಥ್ – ₹ 210

ಪ್ರಬಂಧ

ಪೂರ್ವ ಪಶ್ಚಿಮ – ಎಂ. ಆರ್. ದತ್ತಾತ್ರಿ – ₹ 80
ರಾಗಿಮುದ್ದೆ – ರಘುನಾಥ ಚ. ಹ. – ₹ 120
ಕುಟ್ಟವಲಕ್ಕಿ / ಗೊಜ್ಜವಲಕ್ಕಿ – ಪ್ರಶಾಂತ ಆಡೂರ – ₹ 140 / ₹ 140
ಮಿಸಳ್ ಭಾಜಿ – ಭಾರತಿ ಬಿ ವಿ – ₹ 160
ನೀ ಮಾಯೆಯೊಳಗೋ... – ವಿಕ್ರಮ ಹತ್ವಾರ – ₹ 120
ಸಾವೆಂಬ ಲಹರಿ – ಗುರುಪ್ರಸಾದ ಕಾಗಿನೆಲೆ – ₹ 140
ವೈದ್ಯ, ಮತ್ತೊಬ್ಬ – ಗುರುಪ್ರಸಾದ ಕಾಗಿನೆಲೆ – ₹ 120
ಅಪ್ಪನ ರ್‍ಯಾಲೀಸ್ ಸೈಕಲ್ – ದರ್ಶನ್ ಜಯಣ್ಣ – ₹ 110

ಅನುವಾದ

ದಿ ಚಾಯ್ಸ್ – ಈಡಿತ್ ಎವಾ ಎಗರ್ (ಜಯಶ್ರೀ ಭಟ್) – ₹ 280
ದೇಹವೇ ದೇಶ – ಗರಿಮಾ ಶ್ರೀವಾಸ್ತವ (ವಿಕ್ರಮ ವಿಸಾಜಿ) – ₹ 250
ಪರ್ಸೆಪೊಲಿಸ್– ಮಾರ್ಜಾನ್ ಸತ್ರಪಿ (ಪ್ರೀತಿ ನಾಗರಾಜ) – ₹ 395
ಗಾಳಿ ಪಳಗಿಸಿದ ಬಾಲಕ – ವಿಲಿಯಂ ಕಾಂಕ್ವಾಂಬಾ (ಕರುಣಾ ಬಿ ಎಸ್) – ₹ 180
ಅಮೋಸ್ ಫಾರ್ಚೂನ್ – ಎಲಿಝಬೆತ್ ಯೇಟ್ಸ್ (ಜಯಶ್ರೀ ಭಟ್) – ₹ 100
ನವ ಜೀವಗಳು – ವಿಲಿಯಂ ಡಾಲ್ರಿಂಪಲ್ (ನವೀನ ಗಂಗೋತ್ರಿ) – ₹ 250
ಮೈಕೆಲ್ ಕೆ – ಜೆ.ಎಂ. ಕುಟ್‌ಸೀ (ಸುನಿಲ್ ರಾವ್) – ₹ 170
ಲೇರಿಯೊಂಕ – ಹೆನ್ರಿ ಆರ್. ಓಲೆ ಕುಲೆಟ್ (ಪ್ರಶಾಂತ ಬೀಚಿ) – ₹ 140
ಅರೆಶತಮಾನದ ಮೌನ – ಯಾನ್ ರಫ್–ಓ'ಹರ್ನ್ (ಅರುಣ್) – ₹ 190
ಪರ್ವತದಲ್ಲಿ ಪವಾಡ – ನ್ಯಾಂಡೊ ಪರಾಡೊ (ಸಂಯುಕ್ತಾ ಪುಲಿಗಲ್) – ₹ 320
ಚಂದಿರ ಬೇಕೆಂದವನು – ಮಿಮಿ ಬೇರ್ಡ್ (ಪ್ರಜ್ಞಾ ಶಾಸ್ತ್ರಿ) – ₹ 180
ಬಂಡೂಲ – ವಿಕಿ ಕಾನ್‌ಸ್ಟಂಟೇನ್ ಕ್ರುಕ್ (ರಾಜ್ಯಶ್ರೀ ಕುಳಮರ್ವ) – ₹ 425
ರೆಬೆಲ್ ಸುಲ್ತಾನರು – ಮನು ಎಸ್ ಪಿಳ್ಳೈ (ಸಂಯುಕ್ತಾ ಪುಲಿಗಲ್) – ₹ 420
ಫಾಲೋಯಿಂಗ್ ಫಿಶ್ – ಸಮಂತ್ ಸುಬ್ರಮಣಿಯನ್ (ಸಹನಾ ಹೆಗಡೆ) – ₹ 280
ಜಗವ ಚುಂಬಿಸು – ಸುಬ್ರೊತೋ ಬಾಗ್ಚಿ (ವಂದನಾ ಪಿ ಸಿ) – ₹ 190
ಪರ್ದಾ ಅಂಡ್ ಪಾಲಿಗಮಿ – ಇಕ್ಬಾಲುನ್ನಿಸಾ ಹುಸೇನ್ (ದಾದಾಪೀರ್) – ₹ 380
ವಾಡಿವಾಸಲ್ – ಚಿ. ಸು. ಚೆಲ್ಲಪ್ಪ (ಸತ್ಯಕಿ) – ₹ 70
ನಾಲ್ಕನೇ ಎಕರೆ – ಶ್ರೀರಮಣ (ಅಜಯ್ ವರ್ಮಾ ಅಲ್ಲೂರಿ) – ₹ 100
ಮಾವೋನ ಕೊನೆಯ ನರ್ತಕ – ಲೀ ಕ್ವಿನ್‌ಶಿಂಗ್ (ಜಯಶ್ರೀ ಭಟ್) – ₹ 340

ವಸುಧೇಂದ್ರ

ಮನೀಷೆ – ಕತೆಗಳು – ₹ 120 (8ನೆಯ ಮುದ್ರಣ)
ಯುಗಾದಿ – ಕತೆಗಳು – ₹ 190 (9ನೆಯ ಮುದ್ರಣ)
ಚೇಳು – ಕತೆಗಳು – ₹ 120 (8ನೆಯ ಮುದ್ರಣ)
ಹಂಪಿ ಎಕ್ಸ್‌ಪ್ರೆಸ್ – ಕತೆಗಳು – ₹ 195 (9ನೆಯ ಮುದ್ರಣ)
ಮೋಹನಸ್ವಾಮಿ – ಕತೆಗಳು – ₹ 200 (6ನೆಯ ಮುದ್ರಣ)
ವಿಷಮ ಭಿನ್ನರಾಶಿ – ಕತೆಗಳು – ₹ 280 (4ನೆಯ ಮುದ್ರಣ)
ಕೋತಿಗಳು – ಪ್ರಬಂಧ – ₹ 120 (8ನೆಯ ಮುದ್ರಣ)
ನಮ್ಮಮ್ಮ ಅಂದ್ರೆ ನಂಗಿಷ್ಟ – ಪ್ರಬಂಧ – ₹ 75 (25ನೆಯ ಮುದ್ರಣ)
ರಕ್ಷಕ ಅನಾಥ – ಪ್ರಬಂಧ – ₹ 110 (5ನೆಯ ಮುದ್ರಣ)
ವರ್ಣಮಯ – ಪ್ರಬಂಧ – ₹ 200 (5ನೆಯ ಮುದ್ರಣ)
ಐದು ಪೈಸೆ ವರದಕ್ಷಿಣೆ – ಪ್ರಬಂಧ – ₹ 280 (5ನೆಯ ಮುದ್ರಣ)
ಹರಿಚಿತ್ತ ಸತ್ಯ – ಕಾದಂಬರಿ – ₹ 140 (5ನೆಯ ಮುದ್ರಣ)
ತೇಜೋ–ತುಂಗಭದ್ರಾ – ಕಾದಂಬರಿ – ₹ 450 (13ನೆಯ ಮುದ್ರಣ)
ಮಿಥುನ – ಶ್ರೀರಮಣರ ಕತೆಗಳು – ₹ 120 (8ನೆಯ ಮುದ್ರಣ)
ಎವರೆಸ್ಟ್ – ಜಾನ್ ಕ್ರಾಕೌರ್ – ₹ 360 (4ನೆಯ ಮುದ್ರಣ)

ಕಾದಂಬರಿ

ಎನ್ನ ಭವದ ಕೇಡು – ಎಸ್ ಸುರೇಂದ್ರನಾಥ್ – ₹ 75
ನ್ಯಾಸ – ಹರೀಶ ಹಾಗಲವಾಡಿ – ₹ 250
ಗುಣ – ಗುರುಪ್ರಸಾದ್ ಕಾಗಿನೆಲೆ – ₹ 150
ದ್ವೀಪವ ಬಯಸಿ – ಎಂ. ಆರ್. ದತ್ತಾತ್ರಿ – ₹ 250
ತಾರಾಬಾಯಿಯ ಪತ್ರ – ದತ್ತಾತ್ರಿ ಎಂ ಆರ್ – ₹ 160
ಅಗೆದಷ್ಟೂ ನಕ್ಷತ್ರ – ಸುಮಂಗಲಾ – ₹ 230
ಪ್ರಿಯೇ ಚಾರುಶೀಲೆ – ನಾಗರಾಜ ವಸ್ತಾರೆ – ₹ 295
ಋಷ್ಯಶೃಂಗ – ಹರೀಶ ಹಾಗಲವಾಡಿ – ₹ 125
ಅಂತು – ಪ್ರಕಾಶ ನಾಯಕ್ – ₹ 200
ಚುಕ್ಕಿ ಬೆಳಕಿನ ಜಾಡು – ಕರ್ಕಿ ಕೃಷ್ಣಮೂರ್ತಿ – ₹ 200
ಏರೀ ಎರಡು ರೆಕ್ಕೆ – ಸುನಂದಾ ಪ್ರಕಾಶ ಕಡಮೆ – ₹ 220
ದೀಪವಿರದ ದಾರಿಯಲ್ಲಿ – ಸುಶಾಂತ್ ಕೋಟ್ಯಾನ್ – ₹ 160
ದಾರಿ – ಕುಸುಮಾ ಆಯರಹಳ್ಳಿ – ₹ 395

ಕವಿತೆ

ಮದ್ಯಸಾರ – ಅಪಾರ – ₹ 60

ಪೂರ್ಣನ ಗರಿಗಳು – ಪೂರ್ಣಪ್ರಜ್ಞ – ₹ 30

ಹಲೋ ಹಲೋ ಚಂದಮಾಮ – ರಾಧೇಶ ತೋಳ್ಪಾಡಿ – ₹ 50

ಭಂದ
ಪುಸ್ತಕ

ಓದಿ ಓದಿ ಮರುಳಾಗಿ!

ಛಂದ ಪುಸ್ತಕ ಬಹುಮಾನ

ಹೊಸ ಕತೆಗಾರರನ್ನು ಗುರುತಿಸುವ ಸಲುವಾಗಿ ನಮ್ಮ ಪ್ರಕಾಶನ ಸಂಸ್ಥೆಯು ಕಳೆದ ಹದಿಮೂರು ವರ್ಷಗಳಿಂದ ಕತೆಗಳ ಹಸ್ತಪ್ರತಿ ಸ್ಪರ್ಧೆಯನ್ನು ನಡೆಸುತ್ತಾ ಬಂದಿದೆ. ಈವರೆಗೆ ಒಂದೂ ಕಥಾಸಂಕಲನವನ್ನು ಪ್ರಕಟಿಸದವರು ಈ ಸ್ಪರ್ಧೆಯಲ್ಲಿ ಭಾಗವಹಿಸಬಹುದು. ಇತರ ಪ್ರಕಾರಗಳಲ್ಲಿ ಒಂದೆರಡು ಪುಸ್ತಕಗಳನ್ನು ಪ್ರಕಟ ಮಾಡಿದವರೂ ಇದರಲ್ಲಿ ಭಾಗವಹಿಸುವ ಅವಕಾಶವಿರುತ್ತದೆ. ಮೊದಲ ಸುತ್ತಿನ ಆಯ್ಕೆಯನ್ನು ಪ್ರಕಾಶನದ ಸದಸ್ಯರು ಮಾಡಿ, ಕೊನೆಯ ಆಯ್ಕೆಗಾಗಿ ಸುಮಾರು ಹತ್ತು ಹಸ್ತಪ್ರತಿಗಳನ್ನು ನಾಡಿನ ಹಿರಿಯ ಸಾಹಿತಿಗಳಿಗೆ ಒಪ್ಪಿಸುತ್ತಾರೆ. ಆಯ್ಕೆಯಾದ ಹಸ್ತಪ್ರತಿಯನ್ನು ಪುಸ್ತಕ ರೂಪದಲ್ಲಿ ಪ್ರಕಟಿಸಿ, ಪ್ರಶಸ್ತಿ ಪತ್ರ, ಫಲಕ ಹಾಗೂ ಮೂವತ್ತು ನಾವಿರ ರೂಪಾಯಿ ಬಹುಮಾನವನ್ನು ನೀಡಲಾಗುತ್ತದೆ. ಈವರೆಗೂ ಈ ಪ್ರಶಸ್ತಿಯಲ್ಲಿ ಬಹುಮಾನ ಪಡೆದವರ ವಿವರಗಳ ಪಟ್ಟಿಯನ್ನು ಮುಂದಿನ ಪುಟದಲ್ಲಿ ನೀಡಿದ್ದೇವೆ.

ಇವರಲ್ಲಿ ಮೌನೇಶ ಬಡಿಗೇರ, ಶಾಂತಿ ಕೆ ಅಪ್ಪಣ್ಣ, ಪದ್ಮನಾಭ ಭಟ್ ಶೇವ್ಕಾರ ಮತ್ತು ಸ್ವಾಮಿ ಪೊನ್ನಾಚಿ ಅವರಿಗೆ ಕೇಂದ್ರ ಸಾಹಿತ್ಯ ಅಕಾಡೆಮಿಯ ಯುವ ಪುರಸ್ಕಾರ ದೊರೆತಿದೆ. ವಿನಯಾ, ಶಾಂತಿ ಕೆ ಅಪ್ಪಣ್ಣ ಮತ್ತು ಪದ್ಮನಾಭ ಭಟ್ ಶೇವ್ಕಾರರ ಪುಸ್ತಕಗಳಿಗೆ ಕರ್ನಾಟಕ ಸಾಹಿತ್ಯ ಅಕಾಡೆಮಿಯ ಪುಸ್ತಕ ಬಹುಮಾನ ಅಥವಾ ದತ್ತಿ ಬಹುಮಾನಗಳು ಸಂದಿವೆ. ಇನ್ನೂ ಹಲವಾರು ನಾಡಿನ ಪ್ರಮುಖ ಪ್ರಶಸ್ತಿ ಮತ್ತು ಬಹುಮಾನಗಳೂ ಈ ಕೃತಿಗಳಿಗೆ ಲಭ್ಯವಾಗಿವೆ.

ನೀವು ಈ ಸ್ಪರ್ಧೆಯಲ್ಲಿ ಭಾಗವಹಿಸಬೇಕೆ? ಹಾಗಿದ್ದರೆ ನಮ್ಮ ಮುಂದಿನ ವರ್ಷದ ಸ್ಪರ್ಧೆಯ ಆಹ್ವಾನವನ್ನು ಖ್ಯಾತ ಕನ್ನಡ ನಿಯತಕಾಲಿಕಗಳಲ್ಲಿ ಅಥವಾ ಸಾಮಾಜಿಕ ಜಾಲತಾಣಗಳಲ್ಲಿ ನಿರೀಕ್ಷಿಸಿರಿ. ಹೆಚ್ಚಿನ ವಿವರಗಳಿಗೆ 98444 22782 ಗೆ ಸಂದೇಶ ಕಳುಹಿಸಿರಿ.

ಛಂದ ಪುಸ್ತಕ ಬಹುಮಾನ ಪಡೆದ ಕೃತಿಗಳು

ಕತೆಗಾರರು	ಕಥಾಸಂಕಲನ	ತೀರ್ಪುಗಾರರು
ಸುನಂದಾ ಪ್ರಕಾಶ ಕಡಮೆ	ಪುಟ್ಟ ಪಾದದ ಗುರುತು	ಅಶೋಕ ಹೆಗಡೆ/ ಸುಮಂಗಲಾ
ಅಲಕ ತೀರ್ಥಹಳ್ಳಿ	ಈ ಕತೆಗಳ ಸಹವಾಸವೇ ಸಾಕು	ಕೇಶವ ಮಳಗಿ/ ಸುಮಂಗಲಾ
ಲೋಕೇಶ ಅಗಸನಕಟ್ಟೆ	ಹಟ್ಟಿಯೆಂಬ ಭೂಮಿಯ ತುಣುಕು	ಬೊಳುವಾರು ಮಹಮದ್ ಕುಂಞಿ
ವಿನಯಾ	ಊರ ಒಳಗಣ ಬಯಲು	ನೇಮಿಚಂದ್ರ
ಸಂದೀಪ ನಾಯಕ	ಗೋಡೆಗೆ ಬರೆದ ನವಿಲು	ಅಮರೇಶ ನುಗಡೋಣಿ
ಕಣಾದ ರಾಘವ	ಮೊದಲ ಮಳೆಯ ಮಣ್ಣು	ಕೆ. ಸತ್ಯನಾರಾಯಣ
ಬಸವಣ್ಣೆಪ್ಪಾ ಕಂಬಾರ	ಆಟಿಕೆ	ಕುಂ. ವೀರಭದ್ರಪ್ಪ
ಮೌನೇಶ ಬಡಿಗೇರ	ಮಾಯಾಕೋಲಾಹಲ	ಓ.ಎಲ್. ನಾಗಭೂಷಣಸ್ವಾಮಿ
ಪದ್ಮನಾಭ ಭಟ್ ಶೇವ್ಕಾರ	ಕೇಪಿನ ಡಬ್ಬಿ	ಎಂ. ಎಸ್. ಆಶಾದೇವಿ
ಶಾಂತಿ ಕೆ ಅಪ್ಪಣ್ಣ	ಮನಸು ಅಭಿಸಾರಿಕೆ	ಎಚ್.ಎಸ್. ರಾಘವೇಂದ್ರ ರಾವ್
ದಯಾನಂದ	ದೇವರು ಕಚ್ಚಿದ ಸೇಬು	ನಾ. ಡಿಸೋಜಾ
ಸ್ವಾಮಿ ಪೊನ್ನಾಚಿ	ಧೂಪದ ಮಕ್ಕಳು	ಎಂ. ಎಸ್. ಶ್ರೀರಾಮ್
ಶಶಿ ತರೀಕೆರೆ	ಡುಮಿಂಗ	ಲಲಿತಾ ಸಿದ್ಧಬಸವಯ್ಯ
ಛಾಯಾ ಭಟ್	ಬಯಲಲರಸಿ ಹೊರಟವಳು	ತಾರಿಣಿ ಶುಭದಾಯಿನಿ
ಕಾವ್ಯಾ ಕಡಮೆ	ಮಾಕೋನ ಏಕಾಂತ	ಟಿ.ಪಿ. ಅಶೋಕ